आजूबाजूला बागडणाऱ्या गोष्टी

एका खेडेगावात घडलेल्या मुलीने पाहिलेले जग, त्या गावातील नितांत सुंदर अनुभव आणि या अनुभवातून घडलेली माणुसकी 'गोष्टी माणसांच्या'मध्ये भेटायला येतात. लेखिका सुधा मूर्ती यांचे अनुभव जगावेगळे नसले तरी ते मांडण्याची पद्धत आणि त्यातून झालेले वाचकाचे उद्‌बोधन यामुळे ते वेगळे ठरतात. आपल्या आजूबाजूला घडणाऱ्या गोष्टींकडे पाहण्याचा ठरावीक दृष्टिकोन बदलून त्याकडे पाहण्याची नवी दृष्टी हे अनुभव देतात. एका चिमुरडीने आजीला मुळाक्षरे लिहायला, वाचायला शिकविणे, ही शिकवणी पूर्ण झाल्यावर बक्षीस म्हणून आजीला पुस्तक देणे यातील निरागसता वाचकाला जाणवत राहते. स्वत:च्या मुलीकडून मदत करण्याचे नवे तत्त्वज्ञान समजल्यावर स्वत:च्या वागणुकीचे समर्थन न करता हा अनुभव जीवनाच्या प्रवाहात सामावून घेण्याचा मोकळेपणाही 'गोष्टी माणसांच्या'मध्ये भेटीला येतो. जे.आर.डी., अब्दुल कलाम या श्रेष्ठ व्यक्तींचा मिळालेला सहवास लेखिकेने मोठेपणाचा आव न आणता सहज सांगितला आहे. या व्यक्तींना भेटायला, त्यांच्याशी बोलायला मिळाले याचा बडेजाव त्या मिरवत नाहीत. इन्फोसिसचे नारायण मूर्ती यांच्या पत्नी सुधा मूर्ती या लेखनात डोकावत नाहीत. एका सर्वसामान्य व्यक्तीप्रमाणे त्या अनुभव मांडतात. त्यांच्या जीवनाचा महत्त्वाचा हिस्सा असलेल्या विद्यार्थ्यांबरोबर त्यांनी अनुभवलेले क्षण, त्यांच्याशी मारलेल्या गप्पा, या गप्पांमधून विचारांची झालेली देवाण-घेवाण त्यांनी या गोष्टींमध्ये सांगितली आहे. दैनंदिन जीवन जगताना अनुभवायला मिळणारे चढउतार सहजसोप्या शैलीत लिहिण्याच्या लेखिकेच्या हातोटीमुळे हे अनुभव कंटाळवाणे होत नाहीत. त्यामुळे वाचकाच्या विचारांनाही चालना मिळते. कथेच्या अंती वाचकाच्या मनात नवीन विचार रुजवायचा, या कथेतून त्याला आत्मचिंतन करायला उद्युक्त करायचे, पण हे काम वाचकाच्याही नकळत करायचे, अशी पद्धत लेखिकेने स्वीकारली आहे. त्यामुळेच या कथा आणि त्यातून मिळालेली शिकवण यावर विचार करताना मेंदूला बधीरपणा येत नाही आणि आपल्याच आजूबाजूला बागडणाऱ्या घटनांकडे पाहायला नवी दृष्टी मिळाल्याची जाणीव होते.

लोकसत्ता : २६.१२.२००४

अभिप्राय

संस्कारक्षम व बोधप्रद

दैनिक सकाळ, पुणे, २७-३-२००५

प्रांजळ अनुभव कथा

दैनिक सामना, १३-३-२००५

संस्कारक्षम माणसांच्या गोष्टी

दैनिक तरुण भारत, मुंबई, २४-४-२००५

संस्कार करणाऱ्या गोष्टी

साप्ताहिक सकाळ, ५-३-२००५

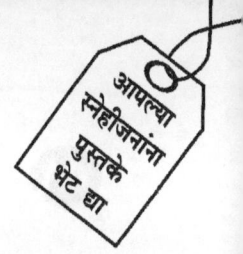

गोष्टी माणसांच्या

लेखिका

सुधा मूर्ती

अनुवाद

लीना सोहोनी

मेहता पब्लिशिंग हाऊस

HOW I TAUGHT MY GRANDMOTHER TO READ
& OTHER STORIES by SUDHA MURTY
© Sudha Murty
Translated into Marathi Language by Leena Sohoni

गोष्टी माणसांच्या / कथासंग्रह

अनुवाद : लीना सोहोनी

Email : author@mehtapublishinghouse.com

मराठी अनुवादाचे व प्रकाशनाचे हक्क मेहता पब्लिशिंग हाऊस, पुणे.

प्रकाशक : सुनील अनिल मेहता, मेहता पब्लिशिंग हाऊस,
१९४१, सदाशिव पेठ, माडीवाले कॉलनी, पुणे – ४११०३०.

मुखपृष्ठ : देविदास पेशवे

प्रकाशनकाल : ऑक्टोबर, २००४ / जानेवारी, २००५ / मे, २००५ /
सप्टेंबर, २००५ / नोव्हेंबर, २००५ / मे, २००६ /
फेब्रुवारी, २००७ / सप्टेंबर, २००७ / एप्रिल, २००८ /
जानेवारी, २००९ / सप्टेंबर, २००९ / एप्रिल, २०१० /
जानेवारी, २०११ / ऑक्टोबर, २०११ / जून, २०१२ /
मार्च, २०१३ / जानेवारी, २०१४ / मार्च, २०१५
मार्च, २०१६ / एप्रिल, २०१७ / जून, २०१८ /
एप्रिल, २०१९ / पुनर्मुद्रण : जुलै, २०२०

P Book ISBN 9788177665000
E Book ISBN 9788184986860
E Books available on : play.google.com/store/books
www.amazon.in

माझ्या प्रिय विद्यार्थ्यांना...
ज्यांच्यामुळं
या वयातही माझं मन तरुण राहिलं आहे...

प्रस्तावना

मी एका खेडेगावात लहानाची मोठी झाले. त्या काळी टी.व्ही. नव्हता... घरात करमणुकीची इतरही कोणतीच साधनं उपलब्ध नव्हती. एकमेव चैन म्हणजे पुस्तकं. मी एका बाबतीत नशिबवान होते : मला आजीआजोबा होते. माझे आजोबा निवृत्त शाळाशिक्षक होते. त्यांचा व्यासंग प्रचंड होता. कित्येक संस्कृत पाठ त्यांना मुखोद्गत होते. रोज रात्रीच्या वेळी बाहेरच्या अंगणात आभाळात लुकलुकणाऱ्या ताऱ्यांच्या प्रकाशात ते मला गोष्टी सांगत. या गोष्टी भारताच्या इतिहासातील असत, रामायण-महाभारतातील असत... शिवाय परदेशात घडलेले जे काही प्रसंग त्यांच्या वाचनात आले असतील, तर तेही आजोबा गोष्टीरूपानं मला सांगत. या कथांमधूनच आयुष्याच्या सुरुवातीच्या काळातील अनेक धडे मी घेतले. कथासरितसागर, अरेबियन नाईट्स, पंचतंत्र, इसापनीती, बिरबलाच्या व तेनालीरामच्या चातुर्यकथा मी त्या रात्रीच्या सुंदर वेळी आजोबांच्या तोंडून ऐकल्या. जसजशी वर्षं लोटली, तसा भारतात खूप मोठा बदल घडून आला. आता विभक्त कुटुंबपद्धती प्रचलित झाली आहे, त्यामुळे मुलांना आपल्या आजीआजोबांबरोबर राहण्याची संधी सहसा मिळत नाही.

टी.व्ही.च्या आगमनामुळे रामायण, महाभारतासारखी महाकाव्यं आपल्या खूप निकट येऊन पोहोचली आहेत. ही महाकाव्यं समजून घेणं त्यामुळे सोपं झालं आहे; पण त्या माध्यमामुळे आपली कल्पनाशक्ती लोप पावली आहे. कथाकथनाची कला अजिबात सोपी नसते. भीती, दरारा, आश्चर्य किंवा विनोद या भावनांची निर्मिती करण्यासाठी आवाजात चढउतार करावे लागतात. आमच्या त्या रात्रीच्या कथाकथनातून मी माझ्या आजोबांबरोबर राजस्थानातील हळदीघाटाला स्वत: जाऊन पोहोचले, चेतक घोड्याचा मृत्यू झाला तेव्हा मी आसवं ढाळली,

जिजाऊमातेच्या अगदी जवळ बसून मी शिवाजीमहाराजांच्या यशाच्या आनंदोत्सवात सहभागी झाले. राजा रणजितसिंगाच्या लढायांचं वर्णन ऐकताना माझ्या अंगावर रोमांच उभे राहिले आणि त्याच्या विशाल हृदयाची कहाणी ऐकताना मी हेलावून गेले. माझे डोळे पाण्यानं भरून आले. ब्रिटिशांनी ज्याला बंडाळी म्हणून संबोधले, त्या पहिल्या स्वातंत्र्यसमरात जेव्हा स्वातंत्र्यवीरांना पराभव पत्करावा लागला, तेव्हा माझा गळा दाटून आला. बगदादच्या रस्त्यांवरून अरबी पोशाख करून मी फेरफटका केला आणि वझीर-ए-आझम यांच्यासोबत जाऊन चोरांवर टेहळणी केली. इसाप, बिरबल आणि तेनालीरामच्या चातुर्यकथांनी मला जीवनाविषयी बरंच काही शिकवलं.

या संकलनातून मी माझ्या आयुष्यात आलेले काही अनुभव जसेच्या तसे मांडण्याचा प्रयत्न केला आहे. या प्रत्येक अनुभवानं मला काहीतरी शिकवलं आहे. इन्फोसिस फौंडेशनचं काम करीत असताना मला कोवळ्या वयाची अनेक मुलं भेटतात. ही मुलं स्वप्नाळू असतात तशीच महत्त्वाकांक्षी पण असतात. माझ्याजवळच्या या गोष्टी पुढच्या पिढीपर्यंत पोहोचाव्या, असं मला नेहमीच वाटत आलं आहे. एक अध्यापिका व एक सामाजिक कार्यकर्ती म्हणून मला आलेले खरेखुरे अनुभवसुद्धा मी जसेच्या तसे इथे मांडले आहेत. वाचकांना हे अनुभव वाचायला आवडतील अशी मी आशा करते.

माझं मूळ पुस्तक इंग्रजीमध्ये आहे. 'हाऊ आय टॉट माय ग्रँडमदर टू रीड अँड अदर स्टोरीज' असं त्याचं शीर्षक असून ते पेंग्विन प्रकाशनातर्फे प्रसिद्ध झालं आहे. या पुस्तकाचा मराठीत अनुवाद केल्याबद्दल सौ. लीना सोहोनी यांची मी आभारी आहे. या पुस्तकाचा मराठीमध्ये अनुवाद व्हायला हवा असा आग्रह जर 'मेहता पब्लिशिंग हाऊस'ने धरला नसता, तर या कथा कायमच्या केवळ मनातच राहून गेल्या असत्या.

– सुधा मूर्ती

अनुक्रमणिका

१

वयाची अट नाही

तेव्हा मी बारा वर्षांची लहानशी मुलगी होते. मी माझ्या आजीआजोबांबरोबर उत्तर कर्नाटकमधील एका खेड्यात राहत असे. त्यावेळी दळणवळणाची साधनं काही आजच्यासारखी उपलब्ध नव्हती, त्यामुळे सकाळचा पेपर आम्हाला दुपारीच मिळायचा. नियतकालिकंसुद्धा एक दिवस उशिरा येत. आम्ही सगळेजण पेपर, पत्रं आणि मासिकं घेऊन येणाऱ्या बसची मोठ्या उत्सुकतेने वाट बघत असू.

त्यावेळी कन्नडमध्ये त्रिवेणी नावाची एक लेखिका फार लोकप्रिय होती. इतक्या चांगल्या लेखिका अभावानेच पाहायला मिळतात. तिची लेखनशैली सोपी, सुटसुटीत होती. तिचं लेखन सर्वसामान्यांच्या पचनी पडेल, त्यांना रुचेल असंच असे. ती माणसामाणसांच्या मूलभूत मानसिक समस्यांविषयी लिहायची, त्यामुळे तिचं लिहिणं आम्हाला आपलं वाटायचं. कन्नड साहित्याचं दुर्दैव असं, की ती लेखिका अकाली हे जग सोडून गेली. आज... अजून चाळीस वर्षं लोटल्यानंतरसुद्धा लोकांना तिच्या कादंबऱ्या आवडतात.

त्यावेळी 'कर्मवीर'नामक कन्नड साप्ताहिकामध्ये तिची एक कादंबरी 'काशीयात्रे' (काशीयात्रा) क्रमशः प्रसिद्ध होत असे. एक म्हातारी स्त्री आणि काशी किंवा वाराणसीला जाण्याची तिची दुर्दम्य इच्छा याविषयीची ही कहाणी आहे. काशीला जाणं आणि भगवान विश्वेश्वराची आराधना करणं ही बऱ्याच हिंदूंच्या मते अत्यंत पुण्यप्रद गोष्ट आहे. त्या म्हाताऱ्या स्त्रीचाही असाच गाढ विश्वास होता. काशीला जाण्यासाठी तिची जी धडपड चालली होती, त्याचं वर्णन त्या कादंबरीत रेखाटलेलं होतं. त्याच कथेत एक अनाथ तरुण मुलगी असते. ती प्रेमात पडते, परंतु लग्न

करण्यासाठी तिच्याकडे पैसे नसतात... अखेर ती म्हातारी स्त्री स्वत:चे काशीला जाण्यासाठी जमवलेले सगळे पैसे त्या मुलीच्या हवाली करते व स्वत: काशीला जातच नाही... असं दाखवलं होतं. ती म्हणते, "या पोरक्या मुलीचा आनंद त्या काशीविश्वेश्वराच्या पूजनापेक्षा जास्त महत्त्वाचा आहे."

माझी आजी कृष्तक्का कधी शाळेत गेली नाही, तिला लिहिता-वाचता येत नसे. दर बुधवारी ते साप्ताहिक आलं, की मी ही कथा तिला वाचून दाखवत असे. त्यावेळी तिला सगळ्या कामाचा विसर पडे. ती अक्षरश: जिवाचा कान करून त्यातला प्रत्येक शब्द ऐकत असे. ऐकून झाल्यावर तिला त्या कथेचा शब्दन्शब्द मुखोद्गत झालेला असे. माझी आजीसुद्धा कधीच काशीला गेलेली नव्हती, त्यामुळे कादंबरीतील त्या म्हाताऱ्या आजीबाईशी तिला खूप जवळीक वाटायची. त्यामुळेच गोष्टीत पुढं काय घडतंय याची उत्सुकता इतर कोणापेक्षाही तिलाच जास्त असे. म्हणूनच मला ती कथा तिला वाचून दाखवावीच लागायची. एखादी सुरेख लिहिलेली कादंबरी असेल तर वाचकाला तिचं किती जबरदस्त वेड लागू शकतं, हे मला आत्ता समजतं; पण लहानपणी मात्र मी माझ्या आजीला ती गोष्ट वाचून दाखवून लगेच खेळायला बाहेर पळून जायची. देवळाच्या ओसरीत आजी व तिच्या मैत्रिणी रोज भेटायच्या. आम्ही तिथेच लपाछपी खेळत असायचो. त्या सगळ्या जमल्या की या कादंबरीवर त्यांच्यात हमखास चर्चा चाले.

एकदा मी आणि आमच्या घरची काही लहान मुलं... आम्ही सगळे शेजारच्या गावात लग्नासाठी गेलो होतो. त्याकाळची लग्नं म्हणजे भलंमोठं खटलं असायचं. आम्हा मुलांची तर नुसती चंगळ असायची. सगळी आतेमामेभावंडं जमायची... आम्ही दिवसभर खादाडपणा करायचो... मोठ्यांचा काही धाक नसायचा... सगळं नुसतं स्वातंत्र्य, कारण मोठी मंडळी कामात गुंतलेली असत. मी जाताना एक-दोन दिवसांसाठी म्हणूनच गेले; पण नंतर चांगली आठवडभर तिथे राहिले.

मी गावी परत आले; आणि पाहिलं तर काय, आजीचे डोळे भरून आले होते. मला आश्चर्याचा धक्काच बसला. कितीही संकटं कोसळली तरी आजीला कधी रडताना पाहिलं नव्हतं मी. काय झालं तरी काय? मला काळजी वाटली. "अव्वा, सगळं ठीक आहे ना? तू बरी आहेस ना?"

मी तिला अव्वा म्हणूनच हाका मारत असे. उत्तर कर्नाटकात 'अव्वा' म्हणजे आई.

तिनं नुसती मान हलवली, पण काही बोलली मात्र नाही. मला काहीच कळलं नाही. नंतर मी ते सगळं विसरूनही गेले. तेव्हा आम्ही रात्रीचं जेवण झालं की घराच्या गच्चीत झोपत असू. उन्हाळ्याचे दिवस होते. पौर्णिमा होती. अव्वा माझ्याजवळ येऊन बसली. आपला प्रेमळ हात माझ्या कपाळावर फिरवू लागली.

तिला माझ्याशी काहीतरी बोलायचं होतं. मला ते कळलं. मी विचारलं, "काय झालं गं?"

"अगं, मी अगदी लहान होते ना, तेव्हा माझी आई वारली. माझा सांभाळ करणारं, मला चांगलंवाईट काय ते समजावून सांगणारं कुणीच नव्हतं. माझ्या वडिलांचा व्याप खूप मोठा होता. त्यांनी दुसरं लग्न केलं. त्याकाळी मुलींना शिक्षण देणं काही इतकं महत्त्वाचं मानलं जात नसे. त्यामुळे मी कधी शाळेत गेलेच नाही. माझं लहान वयातच लग्न झालं, लगेच मुलं झाली. मी संसारात गुंतले. पुढे नातवंडं झाली. तुम्हा सगळ्यांना चांगलंचुंगलं करून खाऊ घालण्यातच मला इतका आनंद वाटायचा. आपण शाळेत गेलो नाही... अशी खंत कधीतरी वाटायची. म्हणूनच आपल्या मुलांनी व पुढे नातवंडांनी भरपूर शिकलं पाहिजे, असा माझा आग्रह असे..."

आपली ही बासष्ट वर्षांची आजी हे सगळं आत्ता मध्यरात्रीच्या वेळी आपल्याला का सांगते आहे, हे काही मला कळेना. मला ती खूप खूप आवडायची. फार प्रेम होतं माझं तिच्यावर. ती आत्ता आपल्याला हे जे सगळं सांगते आहे, त्या पाठीमागे नक्की तसंच काहीतरी कारण असणार.... असं मला तेव्हासुद्धा वाटलं. मी तिच्या तोंडाकडे पाहिलं. तिचा चेहरा दु:खी दिसत होता, डोळे पाण्यानं भरले होते. ती दिसायला छान होती, नेहमी हसतमुख असायची. पण त्या वेळेला तिच्या चेहऱ्यावर जी काळजी दाटून आलेली होती, ती मात्र आजही मला स्पष्टपणे आठवते. मी पुढे झुकून तिचा हात हातात घेतला.

"अव्वा, रडू नको ना. काय झालं? मी काही करू का तुझ्यासाठी?"

"हो. मला तुझीच मदत लागणार आहे. तुला ठाऊक आहे?... तू गेलीस आणि नेहमीप्रमाणे तो 'कर्मवीर'चा अंक आला. मी तो उघडला. 'काशीयात्रे' गोष्टीचं पान उघडलं, चित्रं पाहिली... पण काय लिहिलंय, ते काही मला समजेना. मी कितीतरी वेळा त्या पानांवरून हात फिरवला. यात काय बरं लिहिलं असेल? माझ्या बोटांना स्पर्शातून ते कळलं तर किती बरं होईल.... असं मला वाटत राहिलं. पण ते कसं शक्य होतं? मी जर शाळा शिकले असते तर... ? म्हणून मग मी तुझी उत्सुकतेनं वाट पाहू लागले. मला वाटलं– तू जर लवकर आलीस आणि मला वाचून दाखवलंस, तर किती बरं होईल. एकदा वाटलं, सरळ असंच उठावं, तिकडे त्या गावी यावं आणि तुला सांगावं वाचून दाखवायला! मला खरं तर आपल्याच गावातल्या कोणालातरी वाचून दाखवायला सांगता आलं असतं. पण तसं कुणी मिळालंच नाही मला. तेव्हा मला खूप परावलंबी आणि असहाय वाटलं. माझ्याजवळ इतका पैसाअडका आहे; पण मला जर स्वावलंबी होता येत नसेल, तर काय उपयोग त्या सगळ्याचा?"

यावर काय बोलावं, ते मला समजेना. अव्वा बोलतच होती.

"मी ठरवलंय.... उद्यापासून कन्नडची बाराखडी शिकायची. मी आता खूप मेहनत करणार आहे. हेच आता मी माझं उद्दिष्ट ठरवलंय. दसऱ्याला सरस्वती पूजेच्या दिवशीची मुदत मी स्वतःला घालून घेणार आहे. त्याच्या आत मी लिहा-वाचायला शिकणार. त्यादिवशी बसून मी एकटीनं अख्खी कादंबरी वाचणार. मला स्वावलंबी व्हायचं आहे."

तिच्या चेहऱ्यावर दृढ निश्चय स्पष्ट दिसत होता. मला मात्र तिचे शब्द ऐकून हसू फुटलं.

"अव्वा, या वयात... बासष्टाव्या वर्षी तू मुळाक्षरं शिकणार? तुझे सगळे केस पांढरे झाले आहेत... तुझ्या हातावर केवढ्या सुरकुत्या पडल्या आहेत. तुला चष्मा लागलाय... तुला स्वयंपाकघरात किती काम असतं..."

मी पोरकटपणानं माझ्या म्हाताऱ्या आजीची चेष्टा केली. पण तिनं मंद स्मित केलं.

"योग्य कारणासाठी जर आपण दृढ निश्चय दाखवला तर आपल्याला कोणत्याही संकटावर मात करता येते. मी कोणापेक्षाही जास्त मेहनत करीन. पण मी हे नक्की करून दाखवीन. शिक्षणाला वयाची अट नसते."

दुसऱ्या दिवशीपासून आमच्या शिकवणीला सुरुवात झाली. ती इतकी हुशार होती. गृहपाठ करण्याचा तिचा झपाटा तर थक्क करून सोडणारा होता. ती वाचायची, घोकून म्हणायची, लिहायची आणि पाठ करायची. मी तिची एकमेव शिक्षिका होते आणि ती माझी पहिलीवहिली विद्यार्थिनी. मी एक दिवस कॉम्प्युटर सायन्स शिकवणारी अध्यापिका होणार आहे आणि शेकडो मुलांना शिकवणार आहे, हे तेव्हा मला कुठे माहीत होतं?

नेहमीसारखा दसऱ्याचा सण आला. एव्हाना 'काशीयात्रे' ही कादंबरी पुस्तकरूपात प्रसिद्ध झालेली होती. मी गुपचूप ती विकत आणली. माझ्या आजीनं दसऱ्याच्या दिवशी सकाळी मला देवघरापाशी बोलावून घेतलं. तिथं तिनं मला चौरंगावर बसवलं. तिनं माझ्यासाठी फ्रॉकचं कापड आणलं होतं. त्यावेळी तिनं एक विलक्षण गोष्ट केली. तिनं मला वाकून नमस्कार केला. मला आश्चर्याचा धक्का बसला. मनातून खूप अवघडल्यासारखं झालं मला. आपण नेहमी देवाला, वडीलधाऱ्यांना आणि गुरुजनांना नमस्कार करतो. त्यांच्याविषयी आपल्या मनात असलेला आदरभाव व्यक्त करण्यासाठी. ही तर आपली फार मोठी परंपरा आहे. पण आज मात्र काहीतरी विपरीतच घडत होतं. हे काही बरोबर नव्हतं.

त्यावर ती म्हणाली, "हा नमस्कार माझ्या नातीला नव्हे, तर माझ्या गुरूला आहे. माझ्या या गुरूनं मला इतकं प्रेमानं लिहायला-वाचायला शिकवलं आहे,

इतक्या आत्मविश्वासाने आणि तेही एवढ्या थोड्या वेळात. आता मी स्वावलंबी आहे. आपल्या गुरूचा मान राखणं, हे माझं कर्तव्यच आहे. लिंगभेदाचा किंवा वयाचा विचार न करता गुरूंना आदर दाखवला पाहिजे, असं आपल्या पूर्वजांनीच लिहून ठेवलेलं नाही का?''

मग मी पण तिच्या पाया पडले आणि या माझ्या पहिल्यावहिल्या बुद्धिमान विद्यार्थिनीला बक्षीस दिलं. तिनं ते तात्काळ उघडलं आणि पुस्तकाचं शीर्षक मोठ्यांदा वाचलं, 'काशीयात्रे'. त्यानंतर तिने 'त्रिवेणी' हे लेखिकचं नाव आणि पुस्तकाच्या प्रकाशकाचं नावही मोठ्यांदा वाचलं.

आपली ही विद्यार्थिनी प्रथम श्रेणीत उत्तीर्ण झाली आहे, हे मला कळून चुकलं.

◆

२

रशियामधील लग्नसोहळा

लग्न म्हणजे प्रत्येकाच्या आयुष्यातील अत्यंत महत्त्वाची घटना असते. भारतात हा लग्नसोहळा थाटामाटात साजरा करण्यात येतो. हिंदी चित्रपटांचंच बघा ना – त्यातील कथानक हे बरेचदा लग्नावरच आधारित असतं. लग्नानंतर प्रत्येकजण सुखाने राहू लागतो, अशी लोकांची समजूत असते; परंतु प्रत्यक्षात मात्र जीवनातील वास्तवाला लग्नानंतरच खऱ्या अर्थानं सामोरं जावं लागतं. लग्नाचा अर्थच मुळी जमवून घेणं, समजूतदारपणा आणि दोन विभिन्न कुटुंबात आणि विभिन्न संस्कृतीत वाढलेल्या व्यक्तींच्या परस्परसंबंधातील मोकळेपणा!

भारताच्या इतिहासाचा जरी विचार केला तरी 'विवाह' या विषयावरून अनेक युद्धं घडून आलेली आहेत. लग्नासाठी लोक प्रचंड पैसा खर्च करतात, परिश्रम करतात. जुन्या काळी तर लग्नसमारंभ एकेक आठवडासुद्धा चालत असे. त्यानंतर ते कमी होऊन तीन दिवसांवर आले. लग्नावर इतका पैसा खर्च केला जातो, की कधीकधी माणसाची आयुष्यभर साठवलेली पुंजीसुद्धा त्या कामी खर्च होऊन जाते. माणसं कर्जबाजारी होतात आणि त्यांचं उर्वरित आयुष्य त्या कर्जाची परतफेड करण्यात संपुष्टात येतं. मी मोलमजुरी करून राहणाऱ्या माणसांशी या विषयावर बरेचदा बोललेली आहे व माझ्या असं लक्षात आलं आहे, की त्यांच्या आजच्या हलाखीच्या परिस्थितीलासुद्धा लग्नासाठी केलेला अवाजवी खर्चच कारणीभूत ठरलेला आहे.

लग्नामध्ये मुलाला सुंदर वधू हवी असते, मुलाच्या आईची भरभक्कम हुंड्याची अपेक्षा असते, तर मुलाच्या वडिलांना चिंता असते सामाजिक प्रतिष्ठेची

आणि उरलेल्या तुमच्या आमच्यासारख्या लोकांना चिंता असते लग्नाच्या जेवणावळीची. लग्नासारख्या प्रसंगातूनच तरुण मुलंमुली एकमेकांना भेटतात, म्हातारी माणसं एकत्र जमून आपापल्या दुखण्यांची चर्चा करतात, तर स्त्रिया भारंभार दागिने घालून आणि गर्भरेशमी साड्या नेसून मिरवतात.

काही दिवसांपूर्वी रशियाला – मॉस्कोला – जाण्याचा मला योग आला. मॉस्को शहरात जागोजागी युद्धाची स्मारकं बांधलेली आहेत. रशियाने अनेक युद्धे जिंकलेली आहेत, असे इतिहासच सांगतो. रशियन लोकांच्या दृष्टीनं ही अत्यंत अभिमानास्पद गोष्ट आहे. या युद्धांची, तसंच ही युद्धं ज्या सेनानींच्या कर्तृत्वामुळे रशियाने जिंकली, त्या सेनानींची स्मारकं रशियन लोकांनी जागोजागी बांधून ठेवली आहेत. पहिलं युद्ध झालं ते पीटर द ग्रेट आणि स्वीडन यांच्यात. दुसरं युद्ध झालं, ते झार अलेक्झांडर द फर्स्ट आणि फ्रान्सच्या नेपोलियन यांच्यात, तर तिसरं युद्ध म्हणजे १९४५ साली हिटलरसोबत झालेलं दुसरं महायुद्ध.

मॉस्को शहराच्या बरोबर मध्यभागी एक भलंमोठं उद्यान बांधण्यात आलं आहे. या उद्यानाचं नावच मुळी 'शांति-उद्यान' असं ठेवण्यात आलं आहे. या शांति-उद्यानाच्या केंद्रस्थानी एक प्रचंड मोठा स्तंभ उभारण्यात आला असून, रशियाने वेळोवेळी ज्या लढायांमध्ये भाग घेतला त्यांच्या तारखा व स्थळं त्या स्तंभावर कोरण्यात आली आहेत. या उद्यानात मोठमोठी कारंजी आहेत. उन्हाळ्यात येथे नानाविध प्रकारची, नानाविध रंगांची फुलं फुलतात आणि ते दृश्य डोळ्यांना सुखावून जातं. रात्रीच्या वेळी उद्यानात दिव्यांची रोषणाई करण्यात येते. रशियन लोकांना या उद्यानाचा फार अभिमान आहे. सर्वच प्रवासी एक प्रेक्षणीय स्थळ म्हणून या उद्यानाला हमखास भेट देतात.

मी ज्या दिवशी या उद्यानाला भेट द्यायला गेले, तो रविवार होता. जरी उन्हाळ्याचे दिवस असले तरी पावसाचा शिडकावा चालू होता, त्यामुळे वातावरण थंड होतं. मी छत्री धरून उभी होते आणि ते मनोहर दृश्य डोळ्यांत साठवत होते. अचानक माझी नजर एका तरुण जोडप्यावर पडली. त्यांचं नुकतंच लग्न झालं आहे, हे तर अगदी उघडच होतं. ती मुलगी साधारण पंचविशीच्या घरातली होती. सडपातळ, सोनेरी केसांची आणि निळ्या डोळ्यांची. मुलगाही वयाने साधारण तेवढाच असावा, किंवा कदाचित तिच्यापेक्षा थोडासा मोठा... दिसायला अत्यंत देखणा. त्याच्या अंगात लष्करी गणवेश होता. त्या तरुणीच्या अंगात मोती जडवलेला, झालरी लावलेला पांढरा शुभ्र, सॅटिनचा वधूवेष होता. तो पायघोळ, चांगला लांबलचक होता. तिच्यामागोमाग तिच्या त्या पोशाखाचा घोळ किंचित वर उचलून दोन तरुणी चालल्या होत्या. त्या जोडप्याच्या डोक्यावर छत्री धरून एक तरुण मुलगाही त्यांच्यासोबत चालत होता. त्या मुलीच्या हातात फुलांचा सुंदर

गुच्छ होता. त्या दोघा पती-पत्नींचे हात एकमेकांच्या हातात गुंफलेले होते. ते दृश्यच इतकं सुंदर होतं! त्यांचं लग्न अगदी थोड्याच वेळापूर्वी झालेलं असणार. मग या पावसात ते या उद्यानात का बरं आले असतील? मी जराशी बुचकळ्यात पडले. त्याऐवजी त्या दोघांना एखाद्या छानशा, रम्य ठिकाणी जाता आलं असतं. ते दोघंही बरोबरीनं चालत त्या स्मारकाच्या चौथऱ्यापाशी गेले. त्यांनी हातातील गुच्छ स्मारकापाशी ठेवला आणि विनम्रपणे खाली मान झुकवून शांतपणे उभे राहिले. त्यानंतर ते सावकाश माघारी फिरले.

एव्हाना माझी उत्कंठा शिगेला पोहोचली होती. हा नक्की काय प्रकार होता? त्या जोडप्यापाशी जाऊन सरळ त्यांनाच विचारावं म्हटलं, तर ते काही शक्य नव्हतं. त्यांना बहुदा इंग्रजी येतच नसणार आणि मला स्वत:ला रशियन येत नाही. त्यांच्याजवळच एक म्हातारा माणूस उभा होता. त्याने माझ्याकडे, माझ्या साडीकडे जरा निरखून पाहिलं आणि विचारलं,

"तुम्ही भारतीय आहात का?"

मी म्हणाले, "हो. मी भारतीय आहे."

"मी राज कपूरचे चित्रपट पाहिले आहेत. फारच छान होते. राज कपूर रशिया भेटीसाठी आला होता. मला एक हिंदी गाणंसुद्धा येतं. 'मैं आवारा हूँ'. तुम्हाला ठाऊक आहे? मॉस्को शहरात तीन थोर भारतीयांचे पुतळे आहेत."

"कोणाचे?"

"जवाहरलाल नेहरू, महात्मा गांधी आणि इंदिरा गांधी."

आता आमच्या गप्पा चांगल्याच रंगल्या होत्या. ह्या संधीचा फायदा घेऊन मी त्याला काही प्रश्न विचारायचं ठरवलं.

"तुम्हाला इंग्रजी कसं काय येतं?"

"ओ! मी परदेशी नोकरी करत होतो ना..."

"मला असं सांगा – हे तरुण जोडपं, लग्न झाल्यावर लगेच इकडे युद्धाच्या स्मारकापाशी का आलं आहे?"

"अहो, ती इकडची पद्धतच आहे. साधारणपणे लग्नं ही शनिवारी नाहीतर रविवारी होतात. लग्न कोणत्याही ऋतूत झालं, तरी एकदा रजिस्ट्रेशनच्या कचेरीत जाऊन लग्नाची नोंदणी करून सह्या वगैरे झाल्या, की वधूवरांनी जोडीनं जाऊन त्या त्या शहरातील सर्व युद्धस्मारकांना भेटी द्यायच्या असतात. आमच्या देशात प्रत्येक मुलाला किमान काही वर्षं लष्करात भरती व्हावंच लागतं. मग त्याचं पद कोणतंही असो, त्याला विवाहाच्या वेळी लष्करी गणवेश घालावाच लागतो."

"हे असं का बरं?"

"हे कृतज्ञतेचं प्रतीक मानलं जातं. रशियाने आजपर्यंत ज्या काही मोठमोठ्या

लढायांमध्ये भाग घेतला, त्यामध्ये आमच्या वाडवडिलांनी आपले प्राण वेचले. त्यातील काही युद्धं आम्ही जिंकलो, तर काही युद्धांमध्ये आम्हाला हार पत्करावी लागली; पण त्या लोकांनी जे आत्मसमर्पण केलं ते आपल्या या देशासाठी केलं. आज ज्या शांतीने भरलेल्या, स्वतंत्र रशियात आपण राहत आहोत, ते आपल्या पूर्वजांच्या या समर्पणामुळेच, ही गोष्ट त्या नवपरिणित जोडप्याने नेहमी स्मरणात ठेवली पाहिजे. त्यांचे आशीर्वाद त्या जोडप्याने घेतले पाहिजेत. लग्नसमारंभाच्या डामडौलापेक्षा देशप्रेम हे कितीतरी श्रेष्ठ असतं. मॉस्को शहर असो, सेंट पीटर्सबर्ग असो नाहीतर रशियातील आणखी कोणतंही शहर असो, ही परंपरा अशीच पुढे चालत राहिली पाहिजे, असा आम्हा वडिलधाऱ्यांचा आग्रह असतो. आपल्या लग्नाच्या दिवशीच त्या जोडप्याने जवळपासच्या सर्व स्मारकांना भेटी दिल्या पाहिजेत, असा येथील प्रघात आहे.''

हे सगळं ऐकल्यानंतर माझं विचारमंथन चालू झालं – आम्ही आमच्या मुलांना काय शिकवतो? १८५७ च्या स्वातंत्र्यसमरविषयी आम्ही त्यांना सांगतो का? १९४२ च्या 'छोडो भारत' चळवळीची माहिती त्यांना देतो का? ज्या अंदमान जेलमध्ये हजारो लोक एकांतवासात खितपत पडले होते व त्यांना यमसदनाला पाठवण्यात आले त्या अंदमान जेलला एकदा भेट द्या, असं आपण आपल्याकडच्या तरुण जोडप्याला सांगतो का? भगतसिंग, चंद्रशेखर, आझाद, शिवाजी महाराज, राणा प्रताप, झाशीची राणी लक्ष्मीबाई यांसारख्या थोर व्यक्तींनी आपल्या देशासाठी स्वतःच्या प्राणाची आहुती दिली – त्यांची तरी आठवण काढतो का आपण?

या स्त्री-पुरुषांना भारत स्वतंत्र झालेला स्वतःच्या डोळ्यांनी पाहायला मिळाला नाही; पण आपल्या आयुष्यातील अतीव महत्त्वाच्या दिवशी आपण त्या पुण्यात्म्यांचं स्मरण करतो का? साड्यांची खरेदी, दागदागिन्यांची खरेदी, जेवणावळींची तयारी आणि डिस्कोथेकमधील नाचगाणे यातच आपण गर्क असतो.

माझे डोळे पाण्याने भरून आले.

◆

३

आज आपण त्यांना 'घासू' म्हणतो, पण उद्या....

मी एम.सी.ए.च्या मुलांना गेली कित्येक वर्षं कॉम्प्युटर सायन्स हा विषय शिकवत आहे. रोज अनेक विद्यार्थी-विद्यार्थिनी माझ्या संपर्कात येतात. ते सगळेच काही अजून स्मरणात राहिलेले असतील असं नाही. पण त्यातील काही मुलांच्या आठवणी मात्र माझ्या मनात कायमच्या कोरल्या गेलेल्या आहेत. ही मुलं काही जगावेगळी बुद्धिमान होती, अशातला भाग नाही. पण त्यांच्यातील प्रत्येकात काहीतरी असा एखादा गुण होता, ज्यामुळे ती इतरांपेक्षा वेगळी उठून दिसत.

माझ्या पहिल्या बॅचमध्ये हसन नावाचा एक हुशार विद्यार्थी होता. हा हसन उंच होता, देखणा होता. त्याची स्मरणशक्ती चांगलीच तीव्र होती. तो चांगल्या सधन घराण्यातील एकुलता एक मुलगा होता. मी सर्वसाधारणपणे सकाळचा पहिला तास घेते – हा नऊ वाजता असतो – नाहीतर मग दुसरा तास घेते. तो दहा वाजता असतो. मला ही सकाळची वेळ जास्त पसंत आहे, कारण यावेळी मुलंसुद्धा चांगली ताजीतवानी असतात, त्यांचं शिकवण्याकडे व्यवस्थित लक्ष असतं.

अगदी सुरुवातीला हा हसन कधी ठळकपणे माझ्या नजरेत भरला नाही, याचं मुख्य कारण म्हणजे तो वर्गात कधी नियमितपणे हजरच नसे. क्वचित कधीतरी तो एखाद्या चाचणीसाठी किंवा परीक्षेसाठी उगवायचा. वर्गात सातत्याने अनुपस्थित राहणाऱ्या मुलांना आम्ही जेव्हा भेटायला बोलवायचो, तेव्हा माझी आणि त्याची हमखास गाठ व्हायची. तो इतक्या अजिजीनं गयावया करत त्याची हजेरी भरण्याची – लावण्याची – विनंती करायचा, की त्याला नाही म्हणणं माझ्या जिवावर यायचं.

पण कधीकधी मलासुद्धा त्याचा राग यायचा. मी म्हणायची, ''मुळीच नाही. मी तुझी हजेरी मुळीच लावणार नाही. काहीतरी शिस्त पाहिजेच.''

''येस, मॅडम,'' तो क्षमायाचना करत म्हणायचा. ''आता पुढच्या सहामाहीपासून मी तुमच्या प्रत्येक तासाला नक्की बसणार. मला या वेळेपुरतं माफ करा ना. टू अर इज ह्यूमन, टू फरगिव्ह ईज डिव्हाईन – चूक करणं हे माणसाचं लक्षण आहे तर चुकीला क्षमा करणं हे देवत्वाचं लक्षण आहे – असं तुम्हीच तर आम्हाला शिकवलंय ना?''

त्यानंतर जास्त वेळ त्याच्यावर राग धरून राहणं शक्यच होत नसे. जी मुलं वर्गात नियमित हजर नसतात, अशा मुलांचा शिक्षकांना नेहमीच राग येतो; पण त्यांच्या गैरहजर राहण्यामुळे जर त्यांचं वार्षिक परीक्षेत नुकसान होत असेल, तर मात्र शिक्षकांचं हृदय स्वाभाविकच विरघळतं. अखेर मुलांना शिस्तीचा बडगा दाखवण्यापेक्षा मुलांच्या कल्याणाचीच शिक्षकांना अधिक काळजी असते. अर्थात शिस्तीचं महत्त्वही कमी आहे, असं मानून चालणार नाही.

हसनबरोबरचं हे नाटक दर सहामाहीत ठरलेलंच होतं. मी चिडायची, त्याला धमक्या द्यायची आणि अखेर मान्य करायची. दर वेळी आपण नियमितपणे उपस्थित राहणार असल्याचं वचन हसन द्यायचा. त्यानंतरचा आठवडाभर तो नियमितपणे वर्गात यायचा आणि परत आपले पहिले पाढे पंचावन्न. दर वेळेला पुरेशी उपस्थिती न भरल्याबद्दल त्याच्याकडे निराळंच काहीतरी कारण असायचं. दुर्दैवाची गोष्ट अशी, की प्रत्येक वेळी मला त्याची ती कारणं खरी वाटत.

तो मूळचा अत्यंत हुशार असल्यामुळे दर परीक्षेत तो फर्स्टक्लास मिळवायचा. एकदा मात्र मला त्याच्या या सबबी ऐकून घ्यायचा कंटाळा आला. अखेर मी त्याच्या पालकांना बोलावून घेतलं. ''तुमचा मुलगा खूप बुद्धिमान आहे, त्याचं वागणंही मुळीच उद्धट वगैरे नाही. पण त्याला शिस्त अजिबात माहीत नाही. तो जर वर्गात नियमितपणे उपस्थित राहिला आणि प्रयोगशाळेत वेळच्या वेळी प्रात्यक्षिकांसाठी आला, तर तो गुणवत्ता यादीतसुद्धा येऊ शकेल, अशी माझी खात्री आहे. पण मी काही त्याला ही गोष्ट अजून पटवून देऊ शकले नाही. तुम्ही जातीनं या बाबतीत दखल दिलीत तर फार बरं. नाहीतर या गोष्टीचा त्याच्या आयुष्यावर परिणाम होऊ शकतो.''

हसनचे वडील स्वतःच्या कामाच्या व्यापात व्यस्त असत. त्यांनी माझं हे बोलणं काही विशेष मनावर घेतलं नाही. ते म्हणाले, ''त्याची प्रगती तशी उत्तम आहे ना? मग मला तेवढं बास. मुलं जर मोठी झाली, की ती आपलं काही ऐकत नाहीत. जीवनाच्या अनुभवातूनच ती काय ते शिकतात.''

पण त्याच्या आईचे डोळे मात्र पाण्याने भरले होते.

"मॅडम, त्याची आई म्हणून मी कुठेतरी कमी पडले आहे. तो माझं अजिबात ऐकत नाही. तो रात्र रात्र जागून गाणी ऐकतो, मित्रांशी गप्पा करतो. सकाळी सहा वाजता तो झोपतो. तो तासाला उपस्थित राहणार तरी कसा? मी त्याला काहीही सांगायला गेले तर तो त्याकडे दुर्लक्ष करतो. तो मला म्हणतो – 'तू सारखं तेच तेच काय बोलतेस?' "

अखेर तिथेच दोघा आईवडिलांचं भांडण जुंपलं. वडील म्हणाले, "तू त्याची आई आहेस ना? त्याला सुधारणं तुझं काम आहे. तूच जास्त वेळ त्याच्याबरोबर असतेस. मी तर कामातच असतो. सगळी चूक तुझीच आहे."

त्यावर त्याची आई म्हणाली, "हो, पण तुम्ही त्याचे वडील आहात. मुलांना धाक लावणं किती अवघड असतं. तुम्ही त्याच्याशी समोरासमोर मोठ्या माणसासारखं बोलू शकता. आयुष्यात काही केवळ पैसा मिळवला की झालं असं नाही!"

त्यांचा असा वाद आणखी थोडा वेळ चालला. शेवटी त्यांच्याशी बोलूनही त्यातून निष्पन्न काहीच झालं नाही. हसनचं वागणं जसं होतं तसंच चालू राहिलं. अखेर त्याचा कोर्स संपला. तो नेहमीसारखा प्रथम श्रेणीत उत्तीर्ण झाला. तो तसा चांगला मुलगा होता. तो मला भेटायला आला व त्याने माझे आभार मानले.

"मॅडम, तुम्ही गेली तीन वर्षं मला शिकवलं त्याबद्दल तुमचे आभार मानायचे आहेत. खरं तर तुमच्या चांगुलपणामुळेच माझी उपस्थिती भरू शकली. कॉलेजातील सर्वच शिक्षक तुमच्यासारखे कनवाळू असते, तर किती बरं झालं असतं."

मी जोरात हसले.

"जर देवाच्या मनात असेल, तर आपली परत भेट होईल."

पण त्यानंतर हसनची काही गाठ पडली नाही. या गोष्टीला पुष्कळ काळ लोटला. मी त्याच्याविषयी सगळं विसरूनही गेले. कित्येक वर्षं गेली. मी अनेक विद्यार्थ्यांना शिकवलं. त्यांच्यातील काही मुलं फार मोठी माणसं बनली, काही खूप कीर्तिमान झाली, काही श्रीमंत झाली, तर काही सामान्यच राहिली. माझ्या दृष्टीनं ती सर्वच मुलं मला आपल्या स्वतःच्या मुलांसारखी वाटत. त्यातील काही तर अजूनही माझी आठवण काढतात, मला शुभेच्छा देण्यासाठी पत्रं पाठवतात. लग्नाची, बारशाची, वास्तुशांतीची निमंत्रणं पाठवतात. त्यावेळी जर मी गावात असले, तर आवर्जून त्या कार्यक्रमाला उपस्थित राहते. कारण जुन्या आठवणी, जुने मित्र, जुने विद्यार्थी हे सगळेच मला दुर्मिळ आणि म्हणूनच अनमोल वाटतात. त्यांना माझ्याविषयी वाटणारं अमाप प्रेम मला शक्ती देऊन जातं.

एक दिवस माझ्या सेक्रेटरीने मला सांगितलं – शाळेच्या अध्यापनामध्ये वापरण्यास उपयुक्त असं अत्याधुनिक सॉफ्टवेअर विक्रीसाठी घेऊन एक माणूस मला भेटायला ऑफिसात आला होता. मी खरं तर खूप कामात होते. पत्रांचा हा

भलामोठा ढीग टेबलवर पडला होता. त्या सर्वांना उत्तरं द्यायची होती. या विक्रेत्याशी बोलायला आता माझ्यापाशी खरंच वेळ नव्हता. त्यामुळे मी सेक्रेटरीला सांगितलं, ''त्याला दुसऱ्या कोणालातरी जाऊन भेटू दे. मला वेळ नाही.''

पण माझी सेक्रेटरी म्हणाली, ''तो फक्त तुम्हालाच भेटायचं, असा हट्ट धरून बसलाय. तो तुमचा विद्यार्थी आहे.'' मला माझे सगळे विद्यार्थी किती आवडतात, हे तिलाही माहीत होतं व त्यामुळेच ती त्याला नाही म्हणू शकली नाही.

''तसं असेल तर त्याला दुपारी दोनची वेळ दे.''

दुपारी सुमारे पस्तिशीचा, जरासा जाडसर मनुष्य आपलं सॉफ्टवेअर घेऊन माझ्या ऑफिसात वाट बघत बसला होता. त्याच्या डोक्याचे केस जरा विरळ होऊ लागले होते. त्याचा चेहरा तसा ओळखीचा वाटला, तरीपण तो नक्की कोण ते काही लक्षात येईना. त्याने माझ्याकडे पाहून स्मितहास्य केलं आणि म्हणाला, ''मॅडम, मला ओळखलं का? कदाचित तुम्ही ओळखणार नाही. तुमचे सगळे विद्यार्थी तुम्हाला कसे आठवणार? खिडकीतून आपल्याला बाहेरचं जग दिसू शकतं, पण बाहेरून आतल्या सगळ्या गोष्टी नीट दिसत नाहीत.''

त्याने वापरलेली उपमा मला आवडली. हा नक्कीच माझा विद्यार्थी होता, कारण मी वर्गात शिकवताना हे वाक्य नेहमीच वापरत असे. पण तरीही तो नक्की कोण, हे काही माझ्या लक्षात येईना.

''मॅडम, मी तुमच्या क्लासमधला 'लेट लतीफ' (नेहमी उशिरा येणारा!)'' तो म्हणाला.

त्याच्या तोंडचे हे शब्द ऐकून तो कोण ते मला बरोबर आठवलं. ''अरे, हसन! तू कसा आहेस? तुला भेटून खूप दिवस झाले.'' त्याला भेटून मला खरोखर खूप आनंद झाला होता.

''मॅडम, मी मजेत आहे. तुमचे अनेक पाठ मला अजूनही आठवतात.''

''कुठले? 'डाटा बेस मॅनेजमेंटचे?' 'सी'चे? की 'पास्कल'चे?''

''सॉफ्टवेअरचे पाठ नव्हे, मॅडम. तुमचे मूल्यशिक्षणाचे पाठ... ते आठवतात मला.''

मी यांना कुठले मूल्यशिक्षणाचे धडे दिले बरं? मला तर काही आठवेना. मी कॉम्प्युटर सॉफ्टवेअरचा तास घेत असताना मुलांना अधूनमधून छोट्या छोट्या गोष्टी नेहमी सांगत असते, एवढं मात्र खरं.

''तर मग हसन, सध्या काय चाललंय तुझं?''

त्याचा चेहरा जरा उतरला.

''मॅडम, मी हे सॉफ्टवेअर विकतो. गणित, भौतिकशास्त्र आणि रसायनशास्त्र

शिकवायला खूप उपयोगी आहे हे. हे खरं तर शिक्षक आणि विद्यार्थी दोघांनाही उपयुक्त आहे. तुमच्या फौंडेशनतर्फे शालेय शिक्षणाला बरीच मदत केली जाते. असं मी ऐकून आहे. मला वाटलं, कदाचित तुम्हाला या सॉफ्टवेअरमध्ये रस वाटेल.''

''हसन, गेली इतकी वर्षं तू काय करत होतास?''

त्याच्या वर्गातील अनेक मुलं आज सॉफ्टवेअर क्षेत्रात उच्चपदाला जाऊन पोहोचली होती, याची मला कल्पना होती. हसन तर इतका बुद्धिमान मुलगा... त्यानं तर नक्कीच काहीतरी भरीव कामगिरी करून दाखवली असती. पण त्याऐवजी इथे तो दारोदार जाऊन शाळेसाठी लागणारं सॉफ्टवेअर विकत होता.

''मॅडम, तुम्हाला माहीतच आहे, कॉलेजात मी किती अनियमित होतो ते. पदवीधर झाल्यानंतरसुद्धा माझी ती सवय तशीच राहिली. मी सकाळी उशिरा उठायचो. मी खूप आळशी होतो. माझी आई खूप संतापत असे. तिची मन:शांती ढळत चालली. पण मी त्या गोष्टीची पर्वा केली नाही. मी तिच्याकडे काही लक्षच देत नसे. आईवडिलांनी फारच दडपण आणलं, तेव्हा मी एक नोकरी पत्करली. पण तिथेसुद्धा मी ऑफिसात उशिरा जाण्याची सवय काही सोडली नाही. मी कधी दिलेली वेळ पाळत नसे, कोणत्याही गोष्टीची सर्वस्वी जबाबदारी अंगावर घेत नसे. शिवाय मला विषयाचं सखोल ज्ञानही नव्हतं. कॉलेजात तर मी विशेष कधी अभ्यासही केला नाही. परीक्षेत प्रथम श्रेणी मिळवण्याचा आणि ज्ञानाचा काही फारसा संबंध नसतो. मी परीक्षा जवळ आली की अभ्यास करायचो, संभाव्य प्रश्न कोणते येतील तेवढे पाहून उरलेले धडे ऑप्शनला टाकायचो. मी मनात म्हणायचो, पुढे नंतर आपण हा सगळा अभ्यास व्यवस्थित करूच. पण विषयाचं सखोल ज्ञान जर नसेल, तर पुढे त्या विषयात काम करणं अतिशय कठीण असतं. जी मुलं खूप मेहनत करत, त्यांची मी नेहमी खिल्ली उडवत असे. त्यांना मी 'घासू' म्हणत असे. पण तेच 'घासू' आज कोट्यधीश झाले आहेत. माझ्या अशा वागण्यामुळे ऑफिसातही कोणाचं माझ्याबद्दल चांगलं मत नव्हतं. या अशा माणसाला कामावर तरी कोण ठेवणार? त्यामुळे मी जी कोणती नोकरी धरे ती सुटायची. त्यामुळे मला नैराश्याने घेरलं व मी घरीदारी, ऑफिसात सर्वत्र चिडचिड करण्यास, भांडण-तंटा करण्यास सुरुवात केली. अखेर माझ्या या वागण्याला वडील इतके कंटाळले, की त्यांनी मला वेगळं राहण्यास सांगितलं. खरं तर मला पहिल्यापासून इतकं स्वातंत्र्य होतं; पण मी कधी चांगल्या सवयी लावून घेतल्या नाहीत. आजची माझी जी स्थिती आहे, त्या सर्वाला माझ्या जुन्या सवयीच कारणीभूत आहेत.''

मला हसनविषयी वाईट वाटलं. खरं तर इतका बुद्धिमान आणि सुस्वभावी मुलगा; पण आयुष्यात यश मिळवू शकला नाही.

"हसन, तुला तुझ्या अंगचे दोष कळून चुकले होते ना? मग तू सुधारू शकला असतास. तुझ्या आयुष्याला चांगलं वळण लागू शकलं असतं. माणूस कोणत्याही वयात पुन्हा नव्याने सुरुवात करू शकतो. असा निराश होऊ नकोस. तू छोटी लढाई हरला असलास तरी तू मोठं युद्ध नक्की जिंकू शकशील."

"मॅडम, जुन्या सवयी इतक्या सहजासहजी जात नाहीत."

"पण हसन, सवयी बदलणं नक्कीच शक्य असतं. अशक्य असं या जगात काहीच नाही. त्यासाठी फक्त तुझ्या ठायी जबरदस्त इच्छाशक्ती पाहिजे. तुझ्या अंगात केवढी प्रचंड क्षमता आहे, याची तुला स्वत:लाच नीटशी कल्पना नाही. तू एक गोष्ट लक्षात ठेव – मोठी माणसं जेव्हा काही सांगत असतात ते एवढ्याचसाठी, की त्यामुळे तुम्हाला त्यांच्यापेक्षा जास्त चांगलं आयुष्य जगता येईल. परिपूर्णता ही अपघाताने मिळवता येत नाही. ती सरावानेच प्राप्त करावी लागते."

मला त्याच्या डोळ्यांत एक वेगळीच चमक दिसली.

◆

४

लाल भाताची कणगी

दरवर्षी आपल्या देशावर कोणती ना कोणतीतरी नैसर्गिक आपत्ती ओढवतच असते. कधी गुजरातमधील भूकंप तर कधी ओरिसातील पूर... नाहीतर कर्नाटकमधील दुष्काळ. एका गरीब देशात स्वाभाविकच या संकटांमुळे महाभयंकर परिस्थिती निर्माण होते.

माझ्या समाजकार्याच्या निमित्ताने एक गोष्ट आता माझ्या लक्षात आली आहे. अशा आपत्तींनंतर अनेक लोकांची आर्थिक अथवा अन्य काही स्वरूपाची मदत करण्याची इच्छा असते. श्रीमंत लोक जास्त मोठी देणगी देत असतील, असा आपला समज असतो; पण ते तितकंसं खरं नाही. त्याउलट मध्यमवर्गीय व कनिष्ठ मध्यमवर्गीय लोकच सढळ हाताने मदत करतात.

काही वर्षांपूर्वी मला बंगलोरमधील एका मोठ्या कंपनीत व्याख्यानाचं निमंत्रण आलं. विषय होता – मोठ्या कंपन्यांची सामाजिक जबाबदारी. व्याख्यान देणं सोपं असतं. पण श्रोत्यांमधील किती लोकांना माझं भाषण खऱ्या अर्थाने समजलं आणि त्यांनी स्वतःमध्ये बदल घडवून आणला, हा प्रश्न आहे.

माझ्या भाषणानंतर काही तरुण मुलंमुली मला येऊन भेटली. कंपनी चांगलीच श्रीमंत होती. कंपनीत काम करणारे सर्वच उत्तम परिस्थितीतील होते. स्वाभाविकच त्यांचे कपडे वगैरे उंची होते. माझ्या भाषणानंतर सर्वजण भारावून गेले होते.

"मॅडम, आम्ही दर महिन्याला इतके कपडे विकत घेतो. या भूकंपग्रस्त लोकांसाठी आम्ही आमचे जुने कपडे पाठवले तर चालतील का? तुम्ही त्याची जबाबदारी घेऊन ते कपडे त्यांच्यापर्यंत पोहोचते कराल का?''

त्यांच्यापैकी काहींनी इतरही काही वस्तू देणगीरूपात देण्याची इच्छा प्रदर्शित केली.

"आमची मुलं आता मोठी झाली आहेत. त्यामुळे आम्हाला खेळणी आणि भांडीकुंडी द्यायची आहेत."

त्या सर्वांची ती उत्स्फूर्त प्रतिक्रिया पाहून मला खूप आनंद झाला. रामाने जेव्हा भारत आणि लंकेमध्ये सेतू बांधण्यास सुरुवात केली, तेव्हा एका चिमुकल्या खारीने पुढे होऊन एका मूठभर वाळूची त्या कामी कशी मदत केली, या गोष्टीची मला आठवण झाली.

"तुम्ही जमा केलेल्या थैल्या माझ्या ऑफिसात पाठवून द्या. त्यातील गोष्टी योग्य व्यक्तींपर्यंत पोहोचवण्याची मी व्यवस्था करीन."

त्यानंतर सुमारे आठवड्याभरातच शेकडो बॅगा येऊन पोहोचल्या. त्यानं माझं ऑफिस भरून गेलं. आपल्या भाषणाचा हा इतका चांगला परिणाम झालेला पाहून माझा ऊर अभिमानाने भरून आला.

एका रविवारी मी माझ्या मदतनिसांना बरोबर घेऊन त्या बॅगा उघडण्यास सुरुवात केली. आतून ज्या काही गोष्टी बाहेर आल्या, त्या पाहून आम्ही थक्क झालो. आम्हाला धक्का बसला. फाटक्यातुटक्या विजोड उंच टाचांच्या चपला, फाटकी अंतर्वस्त्रं, न धुतलेले शर्ट, झिरझिरीत सवंग साड्या, धड आकार वा रंगसुद्धा नसलेली खेळणी, वापरण्यायोग्य न राहिलेली अंथरूणं-पांघरूणं, ॲल्युमिनियमची भांडी, फुटक्या कॅसेट्स अशा गोष्टींचा प्रचंड मोठा ढीग आमच्यासमोर तयार झाला. त्यात चांगले शर्ट, साड्या व वापरण्यायोग्य वस्तू अगदी थोड्याच होत्या.

एक गोष्ट उघडच होती. ज्या गोष्टी भंगारवाल्याकडे पोहोचवायच्या, त्या वस्तू या लोकांनी देणगीच्या नावाने माझ्या ऑफिसात पाठवून दिल्या होत्या. त्यादिवशी मला भेटलेले सर्वच स्त्री-पुरुष बुद्धिमान होते, भरपूर प्रवास केलेले, सधन लोक होते. अशा सुशिक्षित लोकांचं जर हे वागणं असेल, तर मग अशिक्षित लोकांनी काय करावं?

त्या गोष्टीवरून मला माझ्या बालपणी घडलेल्या एका प्रसंगाची आठवण झाली. कर्नाटकातील हावेरी जिल्ह्यातील एका खेड्यात माझा जन्म झाला व तिथेच मी लहानाची मोठी झाले. आमच्या गावाचं नाव होतं शिग्गावी. माझे आजोबा निवृत्त शाळाशिक्षक. माझी आजी कृष्टक्का तर कधीच शाळेत गेलेली नव्हती. त्या दोघांनी फारसा प्रवासही केला नव्हता व कर्नाटकाच्या बाहेर तर ते कधीच पडले नव्हते; परंतु ते अत्यंत कष्टाळू, मेहनती लोक होते. आपण आपलं काम मनापासून करायचं आणि आयुष्यात कोणाकडूनही परतफेडीची अपेक्षा ठेवायची नाही, अशी

त्यांची वृत्ती होती. त्यांची छायाचित्रं कधी पेपरात झळकली नाहीत, की त्यांनी केलेल्या कामाबद्दल त्यांना कोणी व्यासपीठावर बोलावून पुरस्कार दिला नाही. जंगलातील सुवास पसरवणाऱ्या फुलांसारखं त्यांचं आयुष्य होतं. आजूबाजूच्या लोकांच्या चित्तवृत्ती प्रफुल्लित करणाऱ्या फुलांसारखं! पण अशा फुलांना बाहेरच्या जगात कोण विचारतो?

गावात आमची भाताची शेतं होती. तो तांदूळ आम्ही धान्याच्या कणग्यांमध्ये साठवून ठेवत असू. तिथे दोन मोठाल्या कणग्या होत्या. एक घराच्या पुढच्या अंगणात होती, तर दुसरी घराच्या मागच्या अंगणात. घराच्या पुढच्या अंगणातील कणगीत उत्कृष्ट प्रतीचा तांदूळ साठवलेला असे. हा तांदूळ रंगाने पांढराशुभ्र असे. याउलट घराच्या मागील अंगणात असलेल्या कणगीत जरा कमी प्रतीचा, जाडा व लालसर रंगाचा तांदूळ असे.

त्याकाळी आमच्या गावात जातिभेद वगैरे काही नव्हता. वेगवेगळ्या जातीधर्मांचे लोक गुण्यागोविंदाने एकत्र राहत असत. अनेक प्रकारचे लोक आमच्या घरी मदत मागायला येत. मुस्लिम साधू, हिंदू वारकरी, यल्लम्माचे जोगवेकरी, गरीब माधुकरी आणि अनाथ, अपंग भिक्षेकरी असे कितीतरी लोक दारी येत.

आमच्याकडे रोख पैसा फारसा नसे. कोणालाही मदत द्यायची झाली तर आमचे आजोबा ती मदत तांदळाच्या स्वरूपात देत. जे लोक मदतीचा स्वीकार करतात, ते फारसं काही बोलत नाहीत. त्यामुळे हे लोकसुद्धा तो भात घेत, हात वर करून आम्हाला दुवा देत आणि निघून जात. ते कोणत्याही जातिधर्मांचे असले तरीही त्या सर्वांचा आशीर्वाद एकच असे, "देव तुमचं भलं करो."

मी तेव्हा खूपच लहान होते. उंचीनंही अगदीच बेताची होते. पुढच्या अंगणातील धान्याच्या कोठाराचा दरवाजा अगदी बुटका होता, त्यामुळे मोठ्यांना तर आत शिरताच यायचं नाही. मग मला धान्याचं मापटं घेऊन आत पाठवण्यात येई. ते मापटं मी तांदळाने भरून बाहेर देत असे. किती मापटी हवी आहेत, हे मला बाहेरून मोठी माणसं सांगत.

संध्याकाळ झाली की आमची आजी सगळ्यांचा स्वयंपाक करायची. त्यासाठी ती मला घराच्या मागच्या अंगणातील कोठीत पाठवायची. तेथे लाल रंगाचे तांदूळ साठवलेले असत. ती जेवढी मापटी तांदूळ मागेल तेवढे मोजून मी तिला द्यायची. मग तिचा रात्रीचा स्वयंपाक सुरू होई.

हे असं कित्येक वर्षं चालू होतं. मी जराशी मोठी झाल्यावर गेली बरीच वर्षं माझ्या मनात घोळत असलेला एक प्रश्न मी माझ्या आजोबांना विचारला.

"आपण रात्रीच्या जेवणासाठी नेहमीच लाल तांदळाचा भात शिजवतो. तो तांदूळ चांगला नसतो. जाडा असतो. पण आपल्याकडे लोक भिक्षा मागायला

येतात, त्यांना तेवढा आपण पांढराशुभ्र तांदूळ देतो, असं का?''

त्यावर तिथेच काम करत असलेली माझी आजी कृष्तक्का हसली व तिनं मला जे उत्तर दिलं, ते माझ्या मनावर कायमचं कोरलं गेलं आहे. ते मी आजन्म विसरू शकणार नाही.

''बाळा, हे बघ... आपल्याला जर दुसऱ्या कुणाला काही द्यायचंच असलं, तर नेहमी आपल्याकडे जे चांगल्यातलं चांगलं असेल, ते द्यावं. निकृष्ट दर्जाचं कधी देऊ नये. हा धडा मी जीवनाकडून शिकले. देव हा काही मंदिरात, मशिदीत किंवा चर्चमध्ये नसतो. तो असतो लोकांच्या ठायी. आपल्याकडे जे काही असेल ते देऊन आपण जर लोकांची सेवा केली, तर ती खऱ्या अर्थाने ईश्वराचीच सेवा होते.''

माझ्या आजोबांनी या प्रश्नाचं उत्तर जरा वेगळ्या पद्धतीने दिलं.

''पाच हजार वर्षांपूर्वी आपल्या पूर्वजांनी वेदांमधून आपल्याला अत्यंत साधी सोपी तत्त्वं शिकवली आहेत :

* दानधर्म करताना कनवाळू शब्दांचा वापर करा.

* दानधर्म आनंदाने करा.

* दानधर्म मनापासून तळमळीने करा.

* केवळ गरजू व्यक्तींनाचा दान द्या.

* दानधर्म करताना मनात कोणतीही अपेक्षा बाळगू नका. कारण दानधर्म ही देणगी नसून ते आपलं कर्तव्य आहे.

* दानधर्म करताना आपल्या पत्नीची संमती घ्या.

* दानधर्म करताना एका गोष्टीचा विचार करा. दान स्वीकारणाऱ्या लोकांना परावलंबी आणि असहाय बनवू नका.

* दानधर्म करताना जातिधर्माचा विचार मनातही आणू नका.

* दानधर्म करताना मनात अशी इच्छा बाळगा, की आपल्याकडून ते दान स्वीकारणाऱ्याची भरभराट होवो.''

माझ्या आजीआजोबांनी मला त्या नकळत्या वयात केलेला उपदेश अजूनही माझ्या मनात अबाधित राहिला आहे. आज जर माझ्या हातून कोणाला काही मदत होतच असली, तर ती त्या साध्यासुध्या माणसांच्या शिकवणीमुळेच आहे. ही गोष्ट मी शाळेत अथवा कॉलेजात शिकलेली नाही.

✦

५

श्री. अब्दुल कलाम

गेली काही वर्षं मी सातत्याने वृत्तपत्रांमधून आणि नियतकालिकांमधून स्तंभलेखन करत आहे. त्यापैकी एक म्हणजेच 'द वीक' हे नियतकालिक. स्तंभलेखन करणं ही काही सोपी गोष्ट नव्हे. सतत काहीतरी चुरचुरीत, खमंग गोष्टींविषयी किंवा घडलेल्या किश्श्यांविषयी लिहावं लागतं. कधीतरी आपल्याला जी गोष्ट सांगायची असते ती इतकी रोचक, इतकी रोमांचक असते... पण तिथे शब्दमर्यादेचं भान पाळावं लागतं. कधीतरी दिलेली मुदत जवळ आलेली असते आणि काही सुचतच नाही. वर्षानुवर्षं नेमाने स्तंभलेखन करणारे लेखक खरोखरच फार बुद्धिमान असतात व असे लोक कमीच असतात.

एकदा असाच मी 'द वीक' मध्ये एक लेख लिहिला. विषय होता – 'इन्फर्मेशन टेक्नॉलॉजीचं सर्वसामान्य लोकांच्या आयुष्यातील स्थान.' त्या लेखाचं नाव होतं, 'आय.टी. डिव्हाईड.' तो लेख माझ्याच आयुष्यात घडलेल्या एका प्रसंगावर आधारित होता.

तो लेख प्रसिद्ध झाल्यानंतर अचानक एक दिवस सकाळच्या वेळी मला दिल्लीहून फोन आला. ऑपरेटर म्हणाला, 'श्री. अब्दुल कलाम तुमच्याशी बोलू इच्छितात.'

तेव्हा भारतरत्न श्री. अब्दुल कलाम हे भारत सरकारचे प्रिन्सिपल सायन्टिफिक सेक्रेटरी होते. आजवर मी त्यांना प्रत्यक्षात कधीच भेटले नव्हते. मी केवळ वृत्तपत्रांमधून त्यांच्याविषयी वाचलं होतं आणि टी.व्ही.वरून त्यांना पाहिलं होतं. त्यांच्यासारख्या इतक्या महान व्यक्तीला माझ्यासारख्या सर्वसामान्य स्त्रीशी काय

काम करणार बरं? आमच्यामध्ये कोणत्याच बाबतीत सारखेपणा नव्हता, काहीच कॉमन विषय नव्हता! उत्तर कर्नाटकातील हुबळीच्या जवळची एक छोटीशी टेकडी आणि हिमालयाचं शिखर यांनी एकमेकांची गाठ घेण्यासारखंच होतं ते.

अब्दुल कलाम स्वत: जेव्हा फोनवर आले, तेव्हा मी म्हणाले, ''सर, ऑपरेटरच्या हातून काहीतरी चूक झालेली दिसते. कदाचित आपल्याला माझे पती श्री. नारायण मूर्ती यांच्याशी तर बोलायचं नाही?'' नारायण मूर्तींची व अब्दुल कलाम यांची ओळख होती, हे मला माहीत होतं. त्यावर पलीकडून हळुवार आवाज आला, ''वणक्कम (नमस्कार!) चूक वगैरे काहीही झालेली नाही. तुम्हाला फोन लावून द्यायला मीच ऑपरेटरला सांगितलं.''

मी हर्षभरित झाले.

''सर, आपण मला जरी ओळखत नसला, तरी मला मात्र आपल्याविषयी बरीच माहिती आहे. 'विंग्ज ऑफ फायर' या पुस्तकात मी आपल्या जीवनाविषयी वाचलं आहे.''

त्यावर ते म्हणाले.

''मलासुद्धा तुमच्या स्तंभलेखनाद्वारे तुमच्याबद्दल बरंच काही माहीत आहे. मी 'आनंद विकतन' नियमितपणे वाचतो. त्यात तुम्ही तुमच्या स्वप्नांविषयी, तुमच्या धडपडीविषयी लिहिता. मी आज 'द वीक'मध्ये तुमचा 'आय.टी. डिव्हाईड' हा लेख वाचला आणि मी इतकं हसलो. इतका अवघड विषय तुम्ही किती सहज हाताळला आहे, किती मार्मिकपणे लिहिलं आहे तुम्ही! मी माझ्या ऑफिसातील सहकाऱ्यांना बोलावून त्यांनासुद्धा तुमचा लेख वाचायला सांगितला. नेहमी तुमचा लेख पाहिला, की मी आधी त्याचा शेवटचा परिच्छेद वाचतो, कारण त्यातच लेखाचं सार असतं. त्यानंतर उरलेला मजकूर मी जसा वेळ मिळेल तसा वाचून काढतो.''

मला आजवर मिळालेली ही सर्वांत मोठी कौतुकाची पावती होती. मी जेव्हा लिहायला बसते तेव्हा शेवट कसा करायचा, याचाच विचार सर्वांत प्रथम करते व त्यानंतरच सुरुवात कशी असावी, हे ठरवते. श्री. कलाम यांनी ही गोष्ट क्षणार्धातच ओळखली होती.

ते अत्यंत साधे आहेत, नेहमी पांढरा नाहीतर निळा शर्ट घालतात, पायात साध्या चपला घालतात आणि त्यांना दर्शनी किंवा बाह्य गोष्टींची काहीच फिकीर नसते, असं मी त्यांच्याविषयी अनेकांकडून ऐकलं होतं; परंतु यात कोणत्याही प्रकारची अतिशयोक्ती नव्हती, हे मला लवकरच समजलं. आमच्या त्या फोनवरच्या संभाषणानंतर त्यांना प्रत्यक्ष भेटण्याचा योग कितीतरी वेळा आला; परंतु आजसुद्धा प्रत्येक भेटीनंतर परत एकदा त्यांच्या अंगच्या साधेपणाची प्रचीती आल्यावाचून

राहत नाही. त्यांच्याबरोबर बोलणं, त्यांच्या सहवासाचा लाभ मिळणं, ही एक आनंदाची गोष्ट आहे व लोक या संधीची वाटच पाहत असतात.

माझी त्यांच्याशी पहिल्यांदा भेट झाली ती बंगलोरमध्ये. त्यावेळी त्यांचा खरं तर अत्यंत भरगच्च कार्यक्रम होता. परंतु त्यांची त्यातूनच वेळ काढून मला भेटण्याची इच्छा होती व त्यांनी तसा निरोप पाठवला. मी ठरवलेल्या वेळी तिथं जाऊन एका खोलीत त्यांची वाट पाहत बसले होते. इतक्यात वाऱ्याची झुळूक यावी तसे ते आले. आम्ही साहित्याविषयी बोललो, मानवी सद्‌गुणांविषयी बोललो. अचानक ते शुद्ध तामीळमध्ये मला म्हणाले, "तुम्हाला इतकं उत्तम तामीळ कसं काय येतं?"

"नाही, सर," मी म्हणाले. "मला तामीळ बोलता येत नाही, फक्त समजतं, पण माझ्या लेखांचे अनुवादक श्री. अरोकिया वेलू हे निष्णात भाषांतरकार आहेत. 'आनंद विकतन'मध्ये माझे जे लेख छापून येतात, त्यांचं श्रेय त्यांनाच आहे."

अशा आमच्या गप्पा चालू असतानाच एका माणसाला त्यांची भेट घ्यायला आत यायचं होतं; पण त्याने आधी भेटीची वेळ ठरवलेली नव्हती. कलाम यांच्या अंगरक्षकांची त्याला आत सोडण्याची मुळीच तयारी नव्हती. अखेर कलाम स्वत:च म्हणाले, "काही हरकत नाही, आत सोडा त्यांना. कदाचित ते फार लांबून आले असतील."

त्यानंतर एक मध्यमवयीन माणूस एका फोटोग्राफरला बरोबर घेऊन आत शिरला. त्याच्या हातात एक भलामोठा फोटो अल्बम आणि एक बॅग होती. त्याने तो फोटोंचा अल्बम उघडून त्यांच्यासमोर ठेवला आणि म्हणाला, "ही संस्था माझी आहे. आमच्या बक्षीस समारंभासाठी आपण कृपा करून या. तो आमचा फार मोठा बहुमान समजू आम्ही."

श्री. कलाम यांनी त्या अल्बमची काही पानं उलटून पाहिली आणि म्हणाले, "माझ्याकडे वेळ फारच अपुरा आहे, त्यामुळे मला काही येता येणार नाही. पण ईश्वराचे आशीर्वाद तुमच्या मुलांना लाभोत."

त्यानंतर त्या माणसाने श्री. कलाम यांच्याबरोबर फोटो काढून घेण्याची इच्छा व्यक्त केली. त्यांनी तात्काळ होकार दिला. त्यानंतर त्या गृहस्थानं आपली बॅग उघडून त्यातून एक गुलाबी रंगाची शाल काढली व ती श्री. कलाम यांना पांघरली व त्याच वेळी – ती शाल कलाम यांना घालत असतानाच्या त्या पोझमध्ये – त्याने स्वत:चा फोटो काढून घेतला.

श्री. कलाम यांनी त्याचे आभार मानले व ते परत वळून माझ्याशी बोलू लागले; पण माझं लक्ष मात्र अजूनही त्या माणसाकडे होतं. त्याने शांतपणे ती शाल परत घेतली आणि तो खोलीबाहेर निघून गेला. मला माझा राग आवरेना.

"सर, त्यांनी आपल्याला दिलेली शाल उचलून परत नेली."

त्यावर श्री. कलाम हसून म्हणाले, "ठीक आहे ना. मला शालींची काही गरज लागत नाही. कदाचित त्यांना तिची गरज असेल."

मी जेव्हा कधी त्यांना भेटते, तेव्हा त्यांच्या अंगच्या साधेपणाने मी स्तिमित होते, त्याचप्रमाणे त्यांची धर्मनिरपेक्ष वृत्ती पण मला थक्क करून सोडते. त्यांचं हृदय अत्यंत कनवाळू असून आपल्या देशातील सर्व लहान मुलांवर त्यांचं प्रेम आहे.

त्या भेटीनंतर कधीही चेन्नईला जाण्याचा योग आला, की मी अण्णा युनिव्हर्सिटीत जाऊन त्यांची गाठ घेत असे. ते तेथे अध्यापन करत असत. आम्ही तेव्हा अनेक विषयांवर बोलत असू; परंतु आमच्या बोलण्याचा मुख्य विषय म्हणजे – खेड्यापाड्यामध्ये शिक्षणाची सुविधा कशी पोहोचवायची, हाच असे. श्री. कलाम यांना आपल्या स्वत:च्या शिक्षकांविषयी नितांत आदर आहे, त्यांच्या मनात आपल्या शिक्षकांविषयी कमालीची कृतज्ञता आहे.

मी एकदा ओरिसाच्या दौऱ्यावर गेले असताना चंदीपूरमध्ये जावेद मियाँदाद नावाच्या एका लहानशा कोळ्याच्या पोराकडून आयुष्यातील फार मोठं चिरंतन सत्य शिकले होते. जावेदने मला सांगितलं होतं – 'गंजून वाया जाण्यापेक्षा झिजून जाणं केव्हाही उत्तम.' ह्या अनुभवाविषयी मी कलाम यांना सांगत होते. कलाम यांनी त्याचे हे उद्गार ताबडतोब एका चिठ्ठीवर लिहून घेतले आणि म्हणाले, "केवढा मोठा विचार आहे हा!" ओरिसा हे त्यांचं अत्यंत आवडतं राज्य असल्याचं त्यांनीच मला सांगितलं. अण्वस्त्र चाचण्यांसाठी आयुष्यातील वीस वर्षं ते ओरिसातच राहिले होते.

"तुम्ही जर ओरिसामध्ये कोणताही समाजकार्याचा उपक्रम हाती घेतलात, तर त्यासाठी मी जरूर येईन." ते म्हणाले, "तुम्ही तिथे बरंच काम करता आणि ओरिसा या राज्याविषयी तुम्हालासुद्धा पुष्कळ आपुलकी आहे, याची मला कल्पना आहे."

एकदा मी अशीच काही मित्रमैत्रिणींबरोबर रामेश्वरला निघाले होते. ही गोष्ट कलाम यांच्या कानावर गेली. त्यांचीही रामेश्वरला जाण्याची इच्छा होती, कारण ते त्यांचं जन्मस्थान. "मी मदुराई रेल्वे स्टेशनवर तुम्हाला येऊन मिळेन," असा त्यांनी निरोप पाठवला. त्यावेळी त्यांचं नाव भारताच्या राष्ट्रपतीपदासाठी सुचवण्यात आलेलं होतं. त्यांच्याकडून सर्व तयारी झालेली होती. म्हणाले, "आपण तरीसुद्धा हा रामेश्वरमचा बेत ठरवला आहे, तो पार पाडू."

एव्हाना राष्ट्रपतीपदाची निवडणूक होवो अथवा न होवो, अब्दुल कलाम हेच राष्ट्रपती होणार हे उघडच होतं. अशा परिस्थितीत आम्ही त्यांना आमच्याबरोबर

प्रवासाला येण्याची विनंती तरी कशी करणार? त्यांच्या सुरक्षाव्यवस्थेची केवढी मोठी समस्या निर्माण झाली असती. मला मोठ्या दु:खानं त्यांना सांगणं भाग पडलं, "सर, प्लीज... आपण आमच्याबरोबर येऊ नका. आमचे आम्ही जाऊ..."

आम्ही त्या दौऱ्यावरून परत आलो तोपर्यंत त्यांची भारताचे राष्ट्रपती म्हणून निवड झाली होती. संसदेच्या सेंट्रल हॉलमध्ये त्यांच्या शपथविधीच्या सोहळ्याला उपस्थित राहण्याचं त्यांनी मला निमंत्रण दिलं होतं. मी जेव्हा त्या कार्यक्रमासाठी गेले तेव्हा सभागृहात पाऊल टाकल्यावर मला आश्चर्याचा मोठाच धक्का बसला. लहान मुलं, शिक्षक, श्री. कलाम यांचे नातेवाईक, मी, तसेच अण्णा युनिव्हर्सिटीत कलाम यांच्या हाताखाली संशोधन करणारा त्यांचा विद्यार्थी जॉर्ज, अशा चित्रविचित्र प्रकारच्या मंडळींनी ते सभागृह खच्चून भरलं होतं.

माझा मुलगा विशीच्या आतला (टीन एजर) आहे. असंच एकदा बोलता बोलता मी त्याला म्हणाले, "तू एकदा सरांना – मी कलाम यांचा उल्लेख सर असाच करते – भेटलं पाहिजेस."

त्यावर माझा मुलगा म्हणाला, "अम्मा, ते आपल्या देशाचे राष्ट्रपती. केवढे विद्वान आहेत ते. आणि केवढे थोर शास्त्रज्ञ. त्यांचा व्याप किती मोठा. ते माझ्यासारख्याशी काय बोलणार?"

"अरे, जरा समजून घे. ते भारताचे राष्ट्रपती होण्याच्या आधीपासूनची माझी आणि त्यांची ओळख आहे आणि ते राष्ट्रपती झाल्यानंतरही मी त्यांना भेटले आहे. त्यांच्यामध्ये यत्किंचितही बदल झालेला नाही. त्यांना तुझ्या वयाच्या मुलांशी बोलायला आवडतं. त्यांना ते फार महत्त्वाचं वाटतं. ते 'ई-मेल' आणि 'चॅट'द्वारे मुलांच्या संपर्कात असतात. म्हणूनच तू त्यांना भेटावंसं, अशी माझी इच्छा आहे. त्यांच्याकडून तुला खूप काही शिकायला मिळेल. जगातील कोणत्याही युनिव्हर्सिटीत तुला जे गुण शिकायला मिळणार नाहीत, ते तू त्यांच्याकडून घेऊ शकशील."

पण माझं बोलणं माझ्या मुलाला फारसं काही पटलेलं दिसलं नाही. "ते माझ्या दृष्टीने फारच मोठे, फारच महान आहेत," तो पुटपुटला.

तरीही श्री. अब्दुल कलाम यांच्याबरोबर आम्हाला भोजनाचा योग आला, तेव्हा माझा मुलगाही आमच्याबरोबर होता. नंतरचे दोन तास संपूर्ण संभाषणाचा ताबा त्या दोघांनीच घेतला होता. मूर्ती आणि मी नुसते बसून ऐकत होतो. कॉम्प्युटरच्या सर्वांत चांगल्या ऑपरेटिंग सिस्टिम्स कोणत्या, थोर तामीळ संत तिरुवलर व त्यांनी केलेला उपदेश, भारतातील लहान मुलांचं भविष्य, अमेरिकेतील शिक्षणात राबवण्यात येणाऱ्या पद्धती अशा असंख्य विषयांवर ते दोघे बोलत होते. श्री. अब्दुल कलाम गेल्यानंतर माझा मुलगा मला म्हणाला,

"अम्मा, मी भारताच्या राष्ट्रपतींशी बोलत आहे, असं मला जाणवलंसुद्धा

नाही. चार वर्षांपूर्वी आजोबा वारले. माझं त्यांच्यावर किती प्रेम होतं. आज जणू काही आपल्या आजोबांशीच बोलतो आहे, असं वाटलं मला. अम्मा, तू जे म्हणाली होतीस ना त्यांच्याबद्दल, ते खरंच होतं. त्यात अतिशयोक्ती काहीही नव्हती.''

श्री. अब्दुल कलाम जेव्हा ट्रेनने बिहारच्या दौऱ्यावर जायला निघाले, तेव्हा त्यांच्याबरोबर जसे त्यांचे इतर पाच मित्र जाणार होते, तसाच त्या दौऱ्यात माझाही समावेश होता. या दौऱ्यात कलाम यांच्या व्यक्तिमत्त्वाच्या दुसऱ्या अंगाचं मला दर्शन घडलं. ते आमच्या कुणाहीपेक्षा जास्त काम करत. सकाळी साडेसहा नाहीतर सात वाजता ते कामाला सुरुवात करत, ते रात्री साडेदहा किंवा अकरा वाजता त्यांचा दिवस मावळे. एक्काहत्तराव्या वर्षी केवढा तो दुर्दम्य उत्साह. आमच्या ग्रुपमधील इतर सर्वजण त्यांच्यापेक्षा तरुण होते. पण आम्हा सर्वांना लाजवेल असा उत्साह त्यांच्या अंगी होता.

ते विद्यार्थ्यांच्या मोठ्या समुदायापुढे भाषण करत. भाषणानंतर नेहमीच प्रश्नोत्तरांचा कार्यक्रम असे. ते वैयक्तिक एकेका विद्यार्थ्याचा प्रश्न ऐकून घेऊन त्याचं उत्तर देत. लहान मुलांकडून काही महत्त्वाची वचनं आणि काव्यपंक्ती ते घोकून घेत. ते त्या मुलांचे प्रेमळ शाळाशिक्षक किंवा मायाळू आजोबा नाहीतर जिवलग मित्र बनून जात. मग ते त्यावेळी आपल्या वयातील अंतर त्या मुलांना मुळीसुद्धा जाणवू देत नसत.

बंगलोरच्या आय.टी. डॉट कॉमच्या वेळी ते इंटरनेटच्या माध्यमातून हजार मुलांचा वर्ग एका वेळी घेत असत. त्या सर्व मुलांचं लक्ष आपल्यावर खिळवून ठेवण्याची विलक्षण हातोटी त्यांना होती. त्यांची विषयाची पूर्वतयारीही तशीच जबरदस्त असे.

आम्ही ओरिसामधील भुवनेश्वर येथे गरीब मुलांसाठी जेव्हा दीडशे बेड्स असलेलं लहान मुलांचं हॉस्पिटल उभारलं, तेव्हा त्याच्या उद्घाटनासाठी कलाम यांनी यावं अशी माझी फार मनापासून इच्छा होती. त्यांनी चेन्नईमध्ये असताना मला एकदा वचन दिलं होतं – जर कधीही मी निमंत्रण दिलंच, तर ते ओरिसाला जरूर येणार होते. परंतु आता ते भारताचे राष्ट्रपती झाले होते. माझ्यासारखे कितीतरी लोक अशा छोट्या छोट्या समारंभांना त्यांना बोलावत असणार. आता काही ते साधेसुधे अण्णा युनिव्हर्सिटीचे प्राध्यापक नव्हते... की खुशाल त्यांना आपण फोन करावा, नाहीतर ई-मेल पाठवावं आणि निरोप धाडावा; परंतु त्यांनी मला जे वचन दिलं होतं, त्याची आठवण ठेवून मी त्यांना ई-मेल पाठवलं. ते त्यांच्यापर्यंत पोहोचेल अशी काही मला खात्री नव्हती. परंतु केवळ थोड्याच दिवसांत त्यांच्या सेक्रेटरीकडून मला उत्तर आलं – 'त्या हॉस्पिटलच्या उद्घाटन समारंभाला ते उपस्थित राहणार होते.' योगायोगाने तो दिवस बुद्ध पौर्णिमा होता – १५ मे २००३. दोन हजार पाचशे वर्षांपूर्वी जन्म घेतलेल्या गौतम बुद्धांविषयी आजवर मी बऱ्याच कथा

ऐकल्या होत्या... परंतु आज हे थोर शिक्षक आणि लहान मुलांवर प्रेम करणारे आपले राष्ट्रपती आमच्या प्रयत्नांना दाद देण्यासाठी, या हॉस्पिटलचं उद्घाटन करण्यासाठी उपस्थित राहणार होते, हे खरोखर माझं भाग्यच होतं.

◆

६
खरा दागिना

कर्नाटकातील दक्षिण कॅनरा हा जो जिल्हा आहे, तो फारच आगळावेगळा आहे. येथे साक्षरतेचं प्रमाण फार मोठं आहे. येथील लोक उद्यमशील आहेत, कष्टाळू आहेत. कामाच्या शोधात ते जगभर जाऊन पोहोचले आहेत. आपल्याला भारतात किंवा जगाच्या कोणत्याही कानाकोपऱ्यात एखादं उडप्याचं हॉटेल दिसलं, तर ते हमखास या दक्षिण कॅनरामधल्याच कोणीतरी चालू केलेलं असणार.

इन्फोसिस फौंडेशनच एक उपक्रम अहो : 'प्रत्येक शाळेसाठी वाचनालय.' या उपक्रमांतर्गत आम्ही बरेच वेळा सरकारी शााळांना पुस्तकरूपाने देणगी देत असतो. म्हणजे मग त्या शाळेत शिकणाऱ्या मुलामुलींना अगदी लहान वयातच वाचनासाठी पुस्तकं उपलब्ध होतात. यासाठी मी प्रचंड प्रवास करते, विशेषत: खेडोपाड्यात... आणि कन्नड भाषेत लिहिलेली विविध विषयांवरील पुस्तकं खेड्यांमधील शाळांना देणगी म्हणून देते. या प्रवासामुळेच वेगवेगळ्या भागात राहणाऱ्या मुलांना नेमकं काय वाचायला आवडतं, हे आता मला नीट समजू लागलं आहे. या प्रवासात मला अनेकदा वेगवेगळ्या लोकांच्या घरी जाऊन उतरण्याची वेळ येते, कारण मी ज्या गावांना, ज्या खेड्यांना भेटी देते, ती इतकी छोटी असतात, की तेथे हॉटेल्सही नसतात. साधारणपणे मी गावातील शाळेला भेट देणार असले, तर त्याच शाळेतील शिक्षकांपैकी कोणाच्यातरी घरी जाऊन मी उतरते. कधी कधी तर काही लोकांना मी त्यापूर्वी कधी पाहिलेलंसुद्धा नसतं, अशांकडे जाऊन मला राहण्याची वेळ येते.

भारतात पाहुण्यांचं स्वागत अत्यंत प्रेमाने, आदराने आणि सन्मानाने केलं

जातं. संस्कृत भाषेत एक वचन आहे, 'अतिथी देवो भव' – जेव्हा पाहुणा आपल्या घरी येतो, तेव्हा त्याच्या रूपाने देवच आपल्या भेटीला येतो.

मी आजवर जेव्हा जेव्हा खेड्यात कोणाकडे जाऊन राहिले आहे, तेव्हा तेव्हा मला या गोष्टीचा प्रत्यय आलेला आहे. अठरा विश्वे दारिद्र्य असलेल्या घरातून मी विलक्षण प्रेमाचा अनुभव घेतला आहे. मी कोण आहे हे माहीतही नसताना त्यांनी माझं अत्यंत आपुलकीनं स्वागत केलेलं आहे आणि तेही माझ्याकडून त्या मोबदल्यात कसलीही अपेक्षा न ठेवता!

मी अशीच एका शाळेच्या समारंभासाठी दक्षिण कॅनरामधील एका खेड्यात गेले होते. ते पावसाळ्याचे दिवस होते. ते छोटंसं खेडं अरबी समुद्राच्या किनारी वसलेलं होतं. मुसळधार पाऊस कोसळत होता आणि गावात हॉटेल्स नव्हती. शाळामास्तर अविवाहित होते. ते एक लहानशी खोली घेऊन राहत असत. ते मला म्हणाले,

"मॅडम, या शाळेचे जे चेअरमन आहेत, ते एक अत्यंत सज्जन गृहस्थ आहेत. त्यांनी असा निरोप पाठवलाय, की आजच्या रात्री तुम्ही त्यांच्या घरी राहिलात तरी चालेल. या पावसात आज काही तुम्हाला प्रवास करणं शक्य होणार नाही. पुलाचा रस्ता पावसामुळे पाण्यात बुडलेला आहे.''

माझ्यासमोर दुसरा काही पर्याय नव्हता. अगदी परक्या माणसांच्या घरी जाऊन उतरणं मला जरासं अवघड वाटत होतं. एवढ्यात स्वत: चेअरमन श्री. ऐथप्पा छत्री घेऊन मला न्यायला आले.

त्यांचं घर चांगलं भलंमोठं होतं. ते उपयुक्ततेच्या दृष्टिकोनातून बांधलेलं होतं. विशेष सजावट वगैरे केलेली नव्हती. घरात कोठीची खोली होती. घरचे नारळ आणि भाज्या वगैरे साठवण्यासाठी स्वतंत्र जागा होती. घरात लाल रंगाची फरशी होती. दक्षिण कॅनरामध्ये जशी जुनी घरं बघायला मिळतात, अगदी तसंच ते चौसोपी घर होतं. घराच्या मधोमध मोठं अंगण होतं. स्वयंपाकघराच्या बाहेरच विहीर होती. रोजच्या वापरासाठी त्यातूनच पाणी शेंदून आणावं लागे. मागच्या बाजूला गोठा होता, शिवाय भाज्यांचा मळा होता. अंधार झाला होता, त्यामुळे मला याहून जास्त काही दिसू शकलं नाही. पावसाचे मोठमोठे थेंब पावलांवर येऊन आदळत होते, त्याचा चांगलाच मार बसत होता.

मी घरात शिरले आणि त्या घरातील गृहिणी आमच्यासाठी टॉवेल घेऊन आली. तिचा चेहरा हसरा, प्रसन्न होता. त्यामुळे मला एकदम बरं वाटलं, अवघडलेपणा कमी झाला. फारशी प्रस्तावना न करता ती म्हणाली, ''अगदी मोकळेपणाने बसा हं. जेवण एवढ्यात तयार होईलच.''

मी कपडे वगैरे बदलून जेवणघरात आले. एवढ्या मोठ्या प्रशस्त जेवणघरात

आम्ही चौघंच माणसं होतो. मी, ते दोघं पती-पत्नी आणि त्यांची म्हातारी आई. आम्ही जमिनीवरच बसलो. जेवायला केळीची पानं मांडली होती. त्यांच्या स्वयंपाक्यानं आम्हाला वाढलं. जेवणाचं पान विविध प्रकारच्या पदार्थांनी भरलं होतं. कशापासून सुरुवात करावी, तेच कळेना. त्या म्हाताऱ्या आजीबाई फार प्रेमळ आणि कनवाळू होत्या. त्यांना पाहून माझ्या आजीची आठवण झाली मला. तीसुद्धा अशीच सहृदय होती. जेवणानंतर मला त्या आजींशी गप्पा मारायच्या होत्या. मी त्यांना तसं सांगताच त्या म्हणाल्या, "मग पाहिजे तर आज तुम्ही माझ्याच खोलीत झोपा. म्हणजे आपल्याला गप्पा मारता येतील." मलासुद्धा पहिल्या मजल्यावरच्या खोलीत एकटीनं झोपण्यापेक्षा ही कल्पना जास्त पसंत पडली.

कर्नाटकातील इतर जिल्ह्यांपेक्षा या दक्षिण कॅनरा भागातील लोक इतके जास्त सुशिक्षित कसे काय, असा प्रश्न मला नेहमीच पडत असे. मी कुट्टाम्मांना विचारलं, "तुम्ही लहान होता, तेव्हा शाळा शिकलात का?"

त्यावर कुट्टाम्मांनी एक सुस्कारा सोडला... खूप दुःख झाल्यासारखा!

"दुर्दैवाने मी शाळेत गेले नाही. मी जेव्हा लहान होते तेव्हा आमची खूप गरिबी होती. मी एका शिक्षकांच्या घराच्या बगीच्यात मोलाने काम करायची. शिक्षण हे अत्यावश्यक असतं, असं मला नेहमीच वाटायचं. आपल्याला जर लिहिता-वाचता येत असेल, तर आपल्याला चांगलं काम मिळू शकतं; पण माझ्या बाबतीत ते शक्यच नव्हतं. त्यामुळे पुढे मी एकच निश्चय केला, आपला एकुलता एक मुलगा ऐथप्पा याला आपण खूप शिकवायचं, अगदी त्याला पाहिजे तेवढं शिकवायचं. त्यासाठी आपण लागेल तेवढे परिश्रम करायचे. माझ्या यजमानांनाही तसंच वाटत होतं. पण आमचा मुलगा केवळ पाच वर्षांचा असताना माझ्या यजमानांना सर्पदंशामुळे मृत्यू आला. 'मी आपल्या मुलाला शिकवीन,' अशी शपथ मी त्या वेळी घेतली."

साठ वर्षांपूर्वीचं आयुष्य कसं असेल याची मी मनाशी कल्पना करू लागले. तेव्हाचं सामाजिक दडपण, अठरा विश्वे दारिद्र्य, सरकारकडून काहीच मदत नाही. मला त्या काळच्या अनेक स्त्रिया भेटल्या आहेत. सर्वांची कहाणी ही साधारण अशाच प्रकारची आहे. कुट्टम्मांनी आपली कहाणी पुढे सांगितली,

"माझ्या मुलानं सुद्धा माझी निराशा नाही हं केली. तो मुंबईला जाऊन हॉटेलात पोऱ्या म्हणून कामाला लागला. तो सकाळी बशा विसळायचा आणि रात्री 'मोघावीरा नाईट स्कूल'मध्ये जाऊन शाळा शिकायचा."

"हो, हो. मला माहीत आहे ती शाळा. ती वरळीला आहे. मुंबईतील ती सर्वांत जुनी कन्नड शाळा आहे. अनेक मुलं तिथे शिकली आहेत."

"त्याचं शाळेचं शिक्षण संपल्यावर त्याला एका हॉटेलच्या काऊंटरवर कारकुनाची नोकरी लागली. तो नाईट कॉलेजात जाऊ लागला. त्याने पदवी प्राप्त केली आणि

नंतर मुंबईत स्वत:चं हॉटेल काढलं. त्यात त्याची फार चांगली भरभराट झाली.''

''मग ते आता इथे कसे काय असतात?''

त्यावर कुट्टम्मा मंदशा हसल्या. त्यांचा चेहरा मुलाविषयीच्या अभिमानाने उजळून निघाला होता.

''त्याने मुंबईत पुढे आणखी अनेक हॉटेल्स काढली; पण मी मात्र इकडेच राहिले. त्याच्यापाशी इतका पैसा असूनही माझं मन मुंबईत कधीच रमलं नाही. कारण मला माझी भाषा प्रिय आहे.''

''हो. मला माहीत आहे ते. संस्कृतमध्ये एक सुभाषित आहे – 'जननि जन्मभूमिश्च स्वर्गादपि गरीयसि ।' त्याचा अर्थ असा, की आपली मातृभूमी ही आपल्यासाठी स्वर्गासमान असते.''

''तुम्ही खूप शिकलेल्या आहात, तुम्हाला ही सगळी संस्कृत वचनं वगैरे ठाऊक आहेत. पण मला मात्र माझ्या अंतर्मनाने कौल दिला – आपण इथेच राहायचं, आणि आपल्या माणसांसाठी काहीतरी करायचं. माझ्या मुलाने खूप धनसंपत्ती मिळवली; पण आपला व्यवसाय संपूर्णपणे स्वत:च्या मुलाच्या हाती सोपवला. आज माझा मुलगा पासष्ट वर्षांचा आहे. दहा वर्षांपूर्वीच तो गावाकडे परतला.''

''ते आपला वेळ कसा घालवतात?''

एखाद्या म्हाताऱ्या बाईला आपलं गाव सोडून शहरात जाऊन राहावंसं वाटणार नाही, हे मी समजू शकते. पण ऐथप्पांसारख्या इतक्या यशस्वी उद्योजकाने सगळं सोडून. निवृत्त होऊन या झोपाळलेल्या गावी येऊन राहणं मात्र मी समजू शकत नव्हते.

''माझ्या मुलानं मला विचारलं, ''अम्मा, मी ही एवढी धनदौलत मिळवली; पण आता तुझी काय इच्छा आहे, ते सांग. मी तुझ्या मनाप्रमाणे वागेन. माझ्या कॉलेजची फी भरण्यासाठी तू तुझे दागिने विकले होतेस, त्याची आठवण आहे मला. मला दोन वेळा जेवायला मिळावं, म्हणून तू अर्धपोटी राहत होतीस. आता तुझ्यासाठी पुष्कळ दागिने करणार आहे मी.''

''मग त्यावर तुम्ही काय उत्तर दिलंत?''

''मी माझ्या मुलाला म्हणाले, खरा दागिना कोणता, तर माणसाचं शिक्षण. मी लहानपणी ज्या शिक्षकांच्या घरी मजुरीचं काम करत होते, ते मला नेहमी सांगत – 'या आयुष्यात सर्व काही नाशवंत आहे... फुलं, सौंदर्य, अन्नपदार्थ. कोणीही व्यक्ती कायम सुंदर दिसू शकत नाही. पण शिक्षणामुळे मात्र आपल्या चेहऱ्यावर एक प्रकारचा आत्मविश्वास चमकू लागतो व तेच खरंखुरं सौंदर्य.' आता माझं काही दागिने घालायचं वय राहिलं नाही. तुला जर माझी इच्छा पूर्णच करायची असेल,

तर आपल्या दक्षिण कॅनरा जिल्ह्यातील खेडोपाडी तुला जेवढ्या शाळा बांधणं शक्य असेल तेवढ्या बांध. तेथे मोफत शिक्षणाची सोय कर. माझ्या मुलाला माझ्या भावना कळल्या. त्यानंतर तो स्वत: कायमची गावी राहायला आला आणि त्याने आत्तापर्यंत दहा शाळा बांधल्या आहेत.''

त्या भागात साक्षरतेचं प्रमाण एवढं जास्त कसं काय, ते आता मला समजलं. या कुट्टम्मांसारख्या स्त्रिया स्वत: शिकू शकल्या नाहीत; परंतु उत्तम शिक्षणाचं महत्त्व त्यांनी जाणलं होतं. आपल्या मुलांनी शाळेत जाऊन शिक्षण घेतलं पाहिजे, असा आग्रह त्यांनी धरला होता. एक गोष्ट निर्विवादपणे खरी आहे – 'जेव्हा एक पुरुष शिक्षण घेतो तेव्हा केवळ तोच तेवढा सुशिक्षित होतो, पण जर एका स्त्रीने शिक्षण घेतलं, तर तिचं संपूर्ण कुटुंब सुशिक्षित होतं.'

✦

७

आपरो जे.आर.डी.

माझ्या ऑफिसातील भिंतीवर दोन फोटो लावलेले आहेत. रोज सकाळी मी ऑफिसात पाऊल टाकलं की माझी नजर आधी या दोन फोटोंकडे वळते, आणि मगच माझा दिवस सुरू होतो.

दोन वयोवृद्ध व्यक्तींचे हे फोटो आहेत. त्यातील एका फोटोतील व्यक्तीने निळा सूट घातलेला आहे. दुसरा फोटो तर काळापांढराच आहे. त्यात पांढऱ्या दाढीचे आणि स्वप्नाळू डोळ्यांचे एक वयस्कर गृहस्थ आहेत.

हे दोघं माझे कोणी नातेवाईक वगैरे आहेत की काय, असा प्रश्न अनेकांना पडतो. काही लोकांनी तर त्या दुसऱ्या फोटोकडे बोट दाखवून मला विचारलंसुद्धा – "काय हो, हे कोणी सूफी संत किंवा गुरू वगैरे आहेत का?"

अशा प्रश्नांवर मी हसून एवढंच म्हणते, "नाही. ते दोघं संत किंवा गुरूही नाहीत आणि माझे नातेवाईकही नाहीत."

"पण मग तुम्ही रोज सकाळी फोटोंचं दर्शन घेऊन मगच दिवस सुरू करता, ते कशासाठी?"

"या लोकांनी माझ्या आयुष्यावर त्यांचा फार मोठा ठसा उमटवला आहे. मला त्यांच्याविषयी कृतज्ञता वाटते."

"पण हे दोघं आहेत तरी कोण?"

"निळ्या सूटमध्ये आहेत ते भारतरत्न जे.आर.डी. टाटा आणि तो जो दुसरा काळापांढरा फोटो आहे ना, तो आहे सर जमशेदजी टाटा यांचा."

"पण हे दोन्ही फोटो तुम्ही तुमच्यात ऑफिसात कशासाठी लावले आहेत?"

"तुम्ही त्याला 'कृतज्ञता' असं नाव द्या!"

या संभाषणानंतर त्या प्रश्नकर्त्याला ती संपूर्ण कथा सांगावीच लागते. ही फार जुनी गोष्ट आहे. त्यावेळी मी तरुण होते, हुशार आणि उत्साही होते. धीट आणि ध्येयवादी होते. बंगलोरला जी इन्स्टिट्यूट ऑफ सायन्सेस ऊर्फ टाटा इन्स्टिट्यूट आहे, तेथे इंजिनिअरिंगचं पदव्युत्तर शिक्षण मी घेत होते. ते आमचं शेवटचं वर्ष होतं. त्यावेळी आयुष्य म्हणजे नुसती मौजमस्ती वाटायची. अगतिकता कशी असते, अन्याय म्हणजे काय... कशाकशाचा अनुभव नव्हता मला.

तो १९७४ सालचा एप्रिल महिना असेल. बंगलोरमध्ये उन्हाळ्याची नुकती सुरुवात होत होती. आय.आय.एस.सी. बंगलोरच्या परिसरात लालभडक गुलमोहर फुलले होते. आमच्या पदव्युत्तर विभागात शिकणारी मी एकमेव मुलगी होते. मी मुलींच्या वसतिगृहात राहत असे. तेथे राहणाऱ्या इतर मुली विज्ञानाच्या विविध शाखांमध्ये संशोधन करणाऱ्या होत्या.

एकदा पदव्युत्तर शिक्षण संपलं की कॉम्प्युटर सायन्समध्ये डॉक्टरेट मिळवण्यासाठी अमेरिकेला जायचं, असं माझं जवळजवळ नक्की झालेलं होतं. मला अमेरिकेतील विविध युनिव्हर्सिटींनी शिष्यवृत्त्या देऊ केल्या होत्या. येथे भारतात राहून नोकरी करण्याचा मी तर विचारसुद्धा केला नव्हता.

आमचे वर्ग जेथे भरत त्या लेक्चर हॉल कॉम्प्लेक्सच्या एल-११ या सभागृहातून एक दिवस मी तास संपल्यावर बाहेर पडले आणि बाहेर येताच नोटीस बोर्डावर झळकणाऱ्या एका जाहिरातीने माझं लक्ष वेधून घेतलं.

त्या काळी अत्यंत ख्यातनाम मानल्या जाणाऱ्या टेल्को कंपनीची ती एक साधी नेहमीसारखी जाहिरात होती. जाहिरातीत म्हटलं होतं – 'आम्हाला तरुण, हुशार, कष्टाळू इंजिनिअर पाहिजेत... शैक्षणिक पार्श्वभूमी उत्कृष्ट असलेले वगैरे.... वगैरे...'

जाहिरातीच्या खालच्या बाजूला एक तळटीप होती – 'स्त्री, उमेदवारांनी अर्ज करू नयेत.'

मी ती ओळ वाचली आणि खूप अस्वस्थ झाले. आज प्रथमच स्त्री-पुरुष भेदभावाचा अनुभव मी घेतला होता.

मला खरं तर ती नोकरी धरण्यात काहीही स्वारस्य नव्हतं... परंतु मला ते वाक्य एखाद्या आव्हानासारखं वाटलं व त्याच भावनेतून मी अर्ज केला. माझी आत्तापर्यंतची शैक्षणिक पार्श्वभूमी तर उत्कृष्टच होती.... खरं सांगायचं तर बऱ्याच मुलांपेक्षाही चांगली होती; परंतु प्रत्यक्ष आयुष्यात यशस्वी होण्यासाठी केवळ उत्तम शैक्षणिक पार्श्वभूमी पुरेशी नसते, हे कुठं मला माहीत होतं?

नोटीस बोर्डावरची ती नोटीस वाचून आणि अर्ज करण्याचं मनात ठरवून

जराशी धुमसतच मी माझ्या खोलीत परत गेले. आता मात्र आपण मुळीच गप्प बसायचं नाही आणि टेल्कोच्या व्यवस्थापनामधील जी कोणी सर्वोच्च पदावरील व्यक्ती असेल त्या व्यक्तीलाच या अन्यायाविषयी माहिती द्यायची, असं मी ठरवलं. मी एक पोस्टकार्ड घेतलं आणि पत्र लिहायला बसले. आता आली का पंचाईत? टेल्को कंपनीचे प्रमुख कोण होते बरं? मला माहीतच नव्हतं. तेव्हा मी इतकी अज्ञानी होते, की मला वाटलं 'टाटा'पैकी कोणीतरी असतील! 'टाटा ग्रुप'चे प्रमुख तर जे.आर.डी. टाटा हेच होते हे नक्की. मी त्यांचे फोटो वृत्तपत्रांमध्ये पाहिले होते. खरं तर टेल्कोचे चेअरमन त्यावेळी श्री. सुमंत मूळगावकर हे होते. पण मला ते तेव्हा माहीत नव्हतं.

मी पोस्टकार्ड घेतलं आणि एक फर्डं पत्र लिहून काढलं. मी जे.आर.डी. यांना त्या पत्रात काय लिहिलं होतं, हे मला आजही आठवतं.

'' 'टाटा'सारखे महान लोक नव्याचे प्रणेते आहेत. भारतात आयर्न अँड स्टील, केमिकल्स, टेक्सटाईल्स, लोकोमोटिव्ह्ज अशांसारखे मोठ्या प्रमाणावरील मूलभूत उद्योग सुरू करण्याचा पायंडा त्यांनीच पाडला. १९०० साली त्यांनी भारतामध्ये उच्चशिक्षणाचं महत्त्व जाणलं. 'इंडियन इन्स्टिट्यूट ऑफ सायन्स'ची स्थापना त्यांच्याचमुळे होऊ शकली. याच संस्थेत शिकण्याचं भाग्य मला लाभलं आहे; परंतु आपण आपल्या कंपनीमध्ये स्त्री व पुरुषांच्यात भेदभाव कसा काय करता, याचंच मला नवल वाटतं.''

क्रोध, उत्साह आणि नवीन तर्कसुसंगत कल्पना यांनी भरलेलं ते पत्र मी पाठवून दिलं आणि त्याबद्दल विसरूनही गेले.

दहाच दिवसांनी माझ्या हातात एक तार पडली. त्यात मला 'टेल्को, पुणे' येथे कंपनीच्या खर्चाने इंटरव्ह्यूसाठी निमंत्रण आलं होतं. ते पाहून मला जरा धक्काच बसला. पण 'मोफत पुण्याला जायला मिळतंय, तर ही संधी हातची सोडू नको,' असा सल्ला वसतिगृहातल्या मुलींनी दिला. आणखी एक कारणसुद्धा होतं. पुणेरी साड्या स्वस्त होत्या! सगळ्या मुलींनी मला त्यांच्यासाठी साड्या घेऊन येण्याची विनंती केली. मी प्रत्येकीकडून तीस-तीस रुपयेसुद्धा गोळा केले. मी पुण्याला जाण्याचं ठरवण्यामागची त्या वेळची ती कारणं आठवली की आता हसू फुटतं. पण त्यावेळी ती कारणं अगदी योग्य वाटली होती.

मी पुण्याला प्रथमच जात होते. मी त्या शहराच्या प्रेमात पडले आणि अगदी आजतागायत या शहराला माझ्या हृदयात एक खास असं स्थान आहे. मला हुबळीला गेल्यावर जसं वाटतं तसंच पुण्याला गेल्यावर अगदी घरच्यासारखं वाटतं. या पुणे शहरानं माझं आयुष्य अनेक अर्थांनी बदलून टाकलं.

त्यांनी कळवल्याप्रमाणे मी पुण्याला जाऊन टेल्कोच्या पिंपरीच्या ऑफिसात

इंटरव्ह्यूसाठी पोहोचले. इंटरव्ह्यू पॅनेलवर एकंदर सहा लोक होते. हा इंटरव्ह्यू अत्यंत गंभीर वातावरणात होणार, याची मला लगेच कल्पना आली.

मी आत प्रवेश केला आणि त्यांच्यात कुजबूज झाली, "जे.आर.डीं.ना पत्र लिहिणारी हीच ती मुलगी." आता माझी खात्रीच पटली – आपल्याला काही इथे नोकरी मिळत नाही! आणि जर एवीतेवी नोकरी मिळणारच नाही आहे, तर मग घाबरायचं तरी कशाला? त्यामुळे मी तशी निर्भीडपणे इंटरव्ह्यूला सिद्ध झाले.

त्यांनी इंटरव्ह्यूला सुरुवात करण्याआधीच त्यांच्या मनात माझ्याविषयी पूर्वग्रह होता, याची मला कल्पना होती. त्यामुळे मी काहीशा उर्मटपणेच त्यांना म्हणाले, "हा इंटरव्ह्यू माझ्या विषयाच्या ज्ञानाची परीक्षा घेणारा – टेक्निकल – असला म्हणजे झालं!"

माझं ते तसं बोलणं ऐकून त्यांना चांगलाच धक्का बसला. आजही स्वत:च्या त्या वेळच्या वागण्याची आठवण झाली की माझी मलाच लाज वाटते.

इंटरव्ह्यूच्या दरम्यान त्यांनी बरेच टेक्निकल प्रश्न विचारले आणि त्या सर्वांची मी उत्तरं दिली. त्यानंतर त्यांच्यापैकी एक वयस्कर गृहस्थ म्हणाले, "आम्ही जाहिरातीत स्त्री उमेदवारांनी अर्ज करू नये असं लिहिलं होतं, ते नेमकं काय कारणाने, याची तुम्हाला कल्पना आहे? त्याचं कारण असं की आजपर्यंत आम्ही शॉप फ्लोअरवर कधीही स्त्रीकर्मचाऱ्यांना घेतलेलं नाही. आमच्या ऑफिसमध्ये स्त्रिया काम करतात. ही ऑटोमोबाईल इंडस्ट्री आहे. आमच्या ट्रेनी लोकांना वेगवेगळ्या शिफ्टमध्ये काम करावं लागतं. ट्रेनिंगसाठी त्यांना बहुतेक वेळा बिहारमधील जमशेदपूरला पाठवावं लागतं. आमच्या सर्व प्लँटमध्ये पुरुष असतात, मोठाली मशिनरी असते. आमच्या ट्रेनी लोकांना ड्रायव्हिंगसुद्धा करावं लागतं. ट्रेनी लोकांची राहण्याची व्यवस्था आम्ही गेस्ट हाऊस आणि होस्टेलवर करतो. याठिकाणी जर एखादी स्त्री ट्रेनी आली, तर तिची सोय कुठे करणार आम्ही? आमच्या शॉप फ्लोअरवर काम करणारे सगळे पुरुष त्या एकट्या स्त्रीला कसं काय वागवतील? त्यांना तिचं तिथे असणं पसंत तरी पडलं पाहिजे! शिवाय ती शिफ्ट ड्यूटीवर येणार कशी? आम्हाला आमच्या कर्मचाऱ्यांची काळजी असते. विशेषत: स्त्रीकर्मचारी असेल, तर जास्तच. हे काही कॉलेज नाही. स्त्री-पुरुष असा भेदभाव कॉलेजात नसतो, हे ठीक आहे. पण ही फॅक्टरी आहे. तुमची शैक्षणिक पार्श्वभूमी तर उत्कृष्टच आहे. तुम्ही प्रत्येक वर्षी प्रथम क्रमांक पटकावलेला आहे. आम्हाला त्याची निश्चित कदर आहे. तुमच्यासारख्या व्यक्तीने खरं तर रिसर्च लॅबोरेटरीमध्ये संशोधनाचं काम केलं पाहिजे."

मी हुबळीसारख्या छोट्या गावची तरुण मुलगी होते. माझं जग छोटंसं होतं. मोठमोठ्या उद्योगसमूहाचं कामकाज कसं चालतं, त्यांना कोणकोणत्या अडचणींना

सामोरं जावं लागतं, याची मला कल्पना नव्हती. त्यामुळे मी म्हणाले, "पण कुठेतरी तुम्ही सुरुवात तर केली पाहिजे. नाहीतर स्त्रिया फॅक्टरीमध्ये कधीच काम करू शकणार नाहीत. जीवनाच्या अनेक क्षेत्रांत तुम्ही पायंडे पाडून दाखवले आहेत, नवीन कल्पना राबवून दाखवल्या आहेत. तुम्ही सुरू केलेले उद्योग आज इतरांपेक्षा कितीतरी आघाडीवर आहेत. जर तुम्हीच असं वागलात, तर या पुरुषांच्या राज्यात एखाद्या स्त्रीचा कधी शिरकावच होऊ शकणार नाही."

"आमच्या उमेदवारांना प्रशिक्षण द्यावं लागतं व तो मोठा खर्च कंपनीला उचलावा लागतो. तुम्ही तरुण आहात. तुमचं लग्नाचं वय आहे. तुम्ही आमच्या इथे प्रशिक्षण घ्याल आणि जर तुमचं लग्न झालं, तर तुमचे पती जिथे कुठे राहत असतील, तिथे तुम्हाला जावं लागेल. म्हणजे आमचे पैसे वायाच ना?"

त्यावर मी क्षणभर विचार केला आणि उत्तरले, "तुम्ही जे म्हणता ते मला मान्यच आहे. पण आता जरा तुमच्या स्वतःच्या खाजगी आयुष्याविषयी मला सांगा. तुमच्यापैकी बऱ्याच लोकांची लग्नं तर झालीच असतील आणि तुमच्यासोबत तुमची पत्नी इकडे आली असेल. तशी तर आपल्याकडे प्रथाच आहे; पण त्याचबरोबर कधी कधी असंही घडतं ना – की अनेक पुरुष तुमच्याकडे प्रशिक्षण घेतात; पण जरा थोड्या जास्त पगाराची नोकरी चालून आली की इथून सोडून जातात. त्यांच्यासाठी तुमच्याकडे काही नियम नाहीत. त्यांना नाही तुम्ही थांबवू शकत."

अखेर त्या प्रदीर्घ इंटरव्ह्यूनंतर त्यांनी मला 'टेल्को' कंपनीतील त्या जॉबसाठी माझी निवड झाली असल्याचं सांगितलं. पुण्याहून मी परत निघाले. वाटेत आमच्या गावी, हुबळीला थांबले. माझ्या वडिलांना कधी एकदा भेटेन आणि सर्व काही सांगेन, असं झालं होतं मला. माझे व माझ्या वडिलांचे अत्यंत मैत्रीपूर्ण संबंध होते. माझी ही साहसकथा ऐकून वडील खूप खूष होतील आणि मला शाबासकी देतील, असं मला वाटत होतं.

पण त्यांची प्रतिक्रिया ऐकल्यावर मात्र मला धक्का बसला. सर्व काही ऐकल्यावर ते चांगलेच नाराज झाले. ते म्हणाले, "जे.आर.डी. टाटांसारख्या माणसाला असं पत्र लिहिताना तू सभ्यतेच्या मर्यादा पाळायला हव्या होत्यास. तू तुझं पत्र याहून मृदु, आर्जवी भाषेत लिहून ते व्यवस्थित बंद लिफाफ्यात पाठवायला हवं होतंस. त्याऐवजी तू खुशाल पोस्टकार्डवर लिहिलंस! आता तर तुला या नोकरीचा स्वीकार करावाच लागेल, नैतिकदृष्ट्या तुला हे बंधन आहे."

माझ्या भविष्यात हेच लिहिलेलं होतं. मी कधी काळी पुण्यात नोकरी धरेन, असं माझ्या ध्यानीमनीही नव्हतं. या शहरानं अनेक अर्थी माझं आयुष्य बदलून टाकलं. याच ठिकाणी मला कर्नाटकातून आलेला एक बुजरा, अबोल तरुण

भेटला, आमची मैत्री झाली आणि पुढे लग्न झालं.

ज्या वयस्कर गृहस्थांनी माझा इंटरव्ह्यू घेतला ते म्हणजे डॉ. सथ्या मूर्ती. ते अत्यंत बुद्धिमान, तंत्रविशारद तर होतेच, पण त्यांच्या अंगी अपार माणुसकी होती. त्यांच्या हाताखाली मी बरीच वर्षं काम केलं. टेल्कोत नोकरी लागल्यानंतर 'जे.आर.डी.' कोण हे मला समजलं. भारतातील उद्योगधंद्यांचे ते अनभिषिक्त सम्राट होते. आता मात्र मला भीती वाटू लागली. पुढे माझी मुंबईला बदली झाली तेव्हा त्यांच्या प्रत्यक्ष भेटीचा योग आला. टाटा इंडस्ट्रीजचं मुख्य ऑफिस मुंबईत होतं – बॉंबे हाऊस येथे. जे.आर.डी. यांचं स्वत:चं एक ऑफिसही तिथेच होतं.

एक दिवस आमचे चेअरमन श्री. मूळगावकर यांना काही रिपोर्ट्स दाखवण्यासाठी मी तिथे गेले होते. सर्वजण त्यांचा उल्लेख 'एस.एम.' असाच करीत. बॉंबे हाऊसमधील पहिल्या मजल्यावर असलेल्या त्यांच्या ऑफिसात मी जाऊन पोहोचले.

मी एस.एम. यांच्या खोलीत असतानाच जे.आर.डी. तेथे आले. आपरो जे.आर.डी. यांना त्यावेळी मी पहिल्यांदाच पाहत होते. गुजराती भाषेत 'आपरो' याचा अर्थ 'आपले'. बॉंबे हाऊसमध्ये सर्वजण प्रेमाने त्यांना 'आपरो जे.आर.डी.' म्हणत असत.

एव्हाना ते कोण आहेत हे मला कळून चुकलं होतं. माझ्या पोस्टकार्ड प्रकरणाची आठवण होऊन मी मनोमन अस्वस्थ झाले होते.

एस.एम. यांनी माझी फार चांगली ओळख करून दिली. ते म्हणाले, "जे, हे पाहा, ही मुलगी इंजिनियर आहे आणि तीही द्विपदवीधर. 'टेल्को'मध्ये तिने शॉप फ्लोअरवर काम केलेलं आहे. ही गोष्ट तशी जगावेगळीच म्हणावी लागेल. आपल्या 'टेल्को'च्या शॉप फ्लोअरवर काम करणारी ही पहिली मुलगी आहे."

जे.आर.डीं.नी माझ्याकडे पाहिलं. त्यांनी माझ्या इंटरव्ह्यूविषयी किंवा त्या पोस्टकार्डाविषयी प्रश्न करू नये, अशी मी मनोमन देवाची प्रार्थना करत होते. नशिबाने त्यांनी मला त्याविषयी काहीही विचारलं नाही. ते म्हणाले, "अरे वा, आपल्या देशात इंजिनिअरिंगच्या क्षेत्रात स्त्रिया येऊ लागल्या आहेत, ही फार चांगली गोष्ट आहे. बरं, तुमचं नाव काय?"

"मी जेव्हा 'टेल्को'मध्ये नोकरीला लागले तेव्हा सुधा कुलकर्णी होते, आता सुधा मूर्ती!"

"तुम्ही कुठे असता?"

"नानावटी महालयात." मी म्हणाले.

त्यावर ते मान डोलावून हसले व त्या दोन मोठ्या माणसांची आपापसांत कामाविषयी चर्चा सुरू झाली. मी खोलीतून पळ काढला.

त्यानंतर कधीतरी येताजाता मला जे.आर.डी. दिसत. ते चेअरमन आणि मी

साधी इंजिनिअर. आमचा कोणत्याच बाबतीत संबंध येत नसे. मी अत्यंत आदराने त्यांच्याकडे पाही.

एक दिवस ऑफिस सुटून बराच वेळ झाला होता. माझे पती नारायण मूर्ती मला न्यायला येणार होते. मी त्यांची वाट पाहत थांबले होते. अचानक जे.आर.डी. तेथे आले आणि माझ्या शेजारी उभे राहिले. आता काय करायचं? मी परत अस्वस्थ झाले. परत मी त्या पोस्टकार्डाबद्दल चिंता करू लागले. आता त्या गोष्टींचा विचार केला, की वाटतं, जे.आर.डी. तो लहानसा प्रसंग केव्हाच विसरूनसुद्धा गेले असतील. पण माझ्या दृष्टीने ती गोष्ट लहानसहान नव्हती.

जे.आर.डीं.नी विचारलं, "तुम्ही अजून इथे कशा? ऑफिसचा वेळ तर संपला."

मी म्हणाले, "सर, मी माझ्या यजमानांची वाट पाहत आहे. ते मला न्यायला येणार आहेत."

जे.आर.डीं. म्हणाले, "आता अंधार होत चाललाय. कॅरिडॉरमध्येही कोणी नाही. तुमचे यजमान येईपर्यंत मी इथेच थांबतो."

मला मूर्तींची वाट पाहण्याची इतकी सवय होती, की मला त्या गोष्टीचं विशेष काहीच वाटत नसे; पण आज माझ्यासोबत जे.आर.डी. पण थांबल्यामुळे मला फार अवघडल्यासारखं झालं. मी अस्वस्थ झाले. मी डोळ्यांच्या कोपऱ्यातून त्यांचं निरीक्षण करू लागले.

त्यांच्या अंगात साधाच पांढरा शर्ट आणि पांढरी पँट होती. ते वयाने एवढे मोठे असले तरी त्यांच्या चेहऱ्यावर एक तेज होतं. परंतु त्या चेहऱ्यावर अहंकाराचा मात्र लवलेशसुद्धा नव्हता.

माझ्या मनात आलं, "किती मोठे आहेत पाहा हे. हे स्वत: चेअरमन आहेत, देशात सर्वत्र यांची केवढी तरी कीर्ती आहे आणि हे एका सर्वसामान्य कर्मचारी स्त्रीबरोबर वाट पाहत थांबले आहेत."

तेवढ्यात मूर्ती येऊन पोहोचले आणि मी त्वरेने तेथून निघाले.

मागून जे.आर.डी. मोठ्यांदा म्हणाले, "तुमच्या यजमानांना सांगा – परत असा उशीर कधी करू नका आणि आपल्या पत्नीला वाट बघायला लावू नका."

१९८२ साली मला माझ्या टेल्कोतील नोकरीचा राजीनामा द्यावा लागला. राजीनामा द्यायचं खरंतर माझ्या फार जिवावर आलं होतं, पण दुसरा काही पर्यायच नव्हता. 'हाऊस ऑफ टाटाज्'बद्दल माझ्या मनातील प्रेम व आदर अजूनही यत्किंचितही कमी झालेला नाही. जे.आर.डीं.च्या अंगच्या साधेपणाने, त्यांच्या दानशूर वृत्तीने, कनवाळू वृत्तीने व आपल्या कर्मचाऱ्यांविषयी त्यांना वाटत असणाऱ्या

आत्मीयतेने मला भारून टाकलं आहे व आपल्या जीवनातील एक आदर्श म्हणून मी नेहमीच त्यांच्याकडे पाहते.

राजीनामा दिल्यानंतर माझ्यातील आणि कंपनीतील सर्व व्यवहार पूर्ण करून मी बाँबे हाऊसच्या पायऱ्या उतरून खाली येत असताना जे.आर.डीं.ना वरती येताना मी पाहिलं. ते स्वत:च्या विचारांमध्ये गर्क होते. मला त्यांचा निरोप घ्यायचा होता. मी थांबले. मला पाहून तेही थांबले.

ते हळूवारपणे म्हणाले, "मिस कुलकर्णी, सध्या काय चालू आहे ?" (ते अजूनही मला मिस. कुलकर्णीच म्हणत.)

"सर, मी टेल्को सोडते आहे."

"मग आता कुठे जाणार?"

"पुण्याला. सर, माझे पती एक कंपनी सुरू करायच्या विचारात आहेत. इन्फोसिस. म्हणून मला पुण्याला हलावं लागणार आहे."

"अरे, वा! मग तुम्हाला त्यामध्ये यश मिळाल्यावर तुम्ही काय करणार?"

"सर, त्यात यश मिळेल की नाही, कोण जाणे!"

"अशी घाबरत घाबरत सुरुवात नाही करायची. नेहमी जे काही सुरू करायचं, ते आत्मविश्वासानं आणि एकदा यश मिळालं, की मात्र समाजाचं देणं असतं ते समाजाला परत करायचं. समाजाचं आपल्यावर केवढं ऋण असतं. त्याची परतफेड आपण केली पाहिजे. माझ्या तुम्हाला शुभेच्छा आहेत."

असं बोलून जे.आर.डी. निघून गेले. मी मात्र काही क्षण जागच्या जागी स्तब्ध उभी राहिले. हे मी त्यांना त्यांच्या हयातीत शेवटचंच पाहिलं.

त्यानंतर अनेक वर्षांनी त्याच बाँबे ऑफिसमध्ये माझी आणि रतन टाटांची भेट झाली. त्यावेळी ते त्या जे.आर.डीं.च्याच खुर्चीत बसलेले होते. मी 'टेल्को'मध्ये काम करत असतानाच्या माझ्या काही सुखद आठवणी मी त्यांना सांगितल्या. मी त्यांना म्हणाले, "मूर्ती जसे तुम्हाला मि. टाटा म्हणतात, तसं मी मात्र नाही म्हणू शकणार. तुम्ही आता 'आपरो जे.आर.डीं.'च्या खुर्चीत बसला आहात. माझ्या लेखी तुम्ही कायम 'चेअरमन सर'च असणार!"

नंतर त्यांनी मला पत्र लिहून कळवलं, "जें विषयी तुमच्या तोंडून ऐकताना फार बरं वाटलं. (जे.आर.डी. यांच्या अगदी खाजगी वर्तुळातील लोक त्यांना 'जे' म्हणत असत;)

परंतु दु:खाची गोष्ट अशी, की तुम्हाला भेटायला ते आज आपल्यात नाहीत."

मी जे.आर.डी. यांना एक फार महान व्यक्ती मानते, कारण ते स्वत: इतके मोठे, त्यांचा कामाचा व्याप इतका प्रचंड असताना, एका सामान्य मुलीने त्यांना लिहिलेल्या पोस्टकार्डाची त्यांनी दखल घेतली; कारण ती मुलगी त्यांच्याकडे न्याय

मागत होती. त्यांना रोज अक्षरश: हजारो पत्रं येत असतील. त्यांना माझं ते कार्ड केराच्या टोपलीत भिरकावता आलं असतं. पण त्यांनी तसं नाही केलं. माझ्यासारखी एक मुलगी, जिच्याकडे ना पैसा होता, ना वशिला, अशा मुलीच्या सद्भावना त्यांनी जाणल्या आणि तिला आपल्या कंपनीत संधी दिली. त्यांनी तिला केवळ नोकरीच दिली नाही, तर तिची मनोधारणा आणि तिची जीवनमूल्यं आमूलाग्र बदलून टाकली. तिचं अवघं जीवनच बदलून टाकलं त्यांनी.

आजकाल आपण इंजिनिअरिंग कॉलेजमध्ये बघतो – जवळजवळ चाळीस-पन्नास टक्के मुलीच शिकत असतात. मेकॅनिकल इंजिनिअरिंगच्या उद्योगधंद्यांमध्येसुद्धा शॉप फ्लोअरवर आपल्याला कितीतरी स्त्रिया दिसतात. अशा वेळी मला जे.आर.डीं.ची आठवण येते.

जर आता क्षणभर काळ थांबला आणि त्यानं मला विचारलं, "तुला आयुष्यात काय हवं?" तर मी म्हणेन, "आज जर जे.आर.डी. परत जीवित झाले आणि आम्ही सुरू केलेली कंपनी किती मोठी झाली आहे, हे त्यांना बघता आलं तर किती बरं होईल!" त्यांना ते पाहून नक्कीच आनंद झाला असता.

✦

८
इतिहासाचं अगाध ज्ञान

तो पाच सप्टेंबरचा दिवस, म्हणजे शिक्षकदिन होता. यादिवशी जर मी कधी बंगलोरमध्ये असले तर माझ्या विद्यार्थ्यांमध्ये रमून जाते. खूप मजा येते त्या दिवशी; पण जर मी नेमकी बंगलोरच्या बाहेर असले तर मग शिक्षकदिन साजरा करण्याच्या आनंदाला मला मुकावं लागतं. मी माझ्या मुलांबरोबर बाहेर पडते. आम्ही एकत्र जेवायला जातो, सिनेमाला जातो. इथे पैशाचा प्रश्न नसतो. पण हे विद्यार्थी माझे आहेत, ही सगळी माझीच मुलं आहेत... ही एक जी भावना असते ना... ती मात्र खूप समाधान देऊन जाते मला. मुलांनी आपल्या शिक्षकांविषयीचा प्रेमभाव, आदरभाव व्यक्त करण्यासाठीचा हा दिवस. उद्या यांच्यापैकी काही लक्षाधीश, कोट्यधीश होतील, तर काहींना ते जमणार नाही; पण माझ्या दृष्टीने हे सगळे माझे विद्यार्थीच राहतील. प्रेम, ममता आणि परस्परांविषयीचा जिव्हाळा या धाग्यानं आम्हाला एकमेकांशी बांधून ठेवलेलं आहे.

गेल्या वर्षी या शिक्षकदिनाला नेमकं मला कामानिमित्त बाहेरगावी जावं लागलं. त्यामुळे मी जराशी उदास होते. माझ्या एका मैत्रिणीला ते जाणवलं, त्यामुळे ती म्हणाली, "चल, आपण एखादा सिनेमा पाहू, म्हणजे तुला बरं वाटेल."

मग आम्ही सिनेमागृहाजवळ जाऊन पोहोचलो, तर तिथे भली मोठी रांग होती. रांगेत पाहावं तर फक्त शाळा आणि महाविद्यालयातील मुलं-मुली होती. माझी मैत्रीण तिकीट काढत होती तेव्हा मी नुसती उभी असताना, मला माझ्या विद्यार्थ्यांची खूप आठवण आली, म्हणून मी आपणहून त्या रांगेतील मुलामुलींशी बोलायला

सुरुवात केली. "आत्ता तुम्ही सगळे इकडे कसे काय? तुमच्या शाळा-कॉलेजात काही कार्यक्रम नाही वाटतं करत?"

मी ज्यांच्याशी बोलत होते, त्या घोळक्यात सगळ्या मुलीच होत्या. त्यांच्यातील एकजण म्हणाली,

"आज कसला कार्यक्रम असणार?"

"आज शिक्षकदिन नाही का?"

"म्हणून काय झालं? आज सुट्टी आहे एवढंच आम्हाला कळलं. कशाची सुट्टी आहे... वगैरे आम्ही नाही विचारलं. त्यात आज शनिवार आहे... म्हणजे सलग दोन दिवस सुट्टी मिळणार... त्यामुळे आम्ही सगळे जास्तच खूष आहोत.

"का बरं? तुमच्या शाळेत शिक्षकदिन नाही साजरा करत? आजच्या दिवसाला 'शिक्षकदिन' का म्हणतात, ते तरी तुम्हाला माहिती आहे का?"

आणखी एक मुलगी उत्तरली, "शाळेत करतही असतील शिक्षकदिन साजरा! पण आम्हाला नाही जायचं. आम्ही रोज त्याच त्याच शिक्षकांना भेटत असतो. मग मुद्दाम सुट्टीच्या दिवशी त्यांना कशाला भेटायचं?"

हे ऐकताच माझ्यामधील शिक्षिका जागी झाली. या मुलींना आता आणखी काही प्रश्न विचारल्याशिवाय काही खरं नव्हतं.

"तुम्ही मला सांगा – चौदा नोव्हेंबर, दोन ऑक्टोबर, पंधरा ऑगस्ट आणि सव्वीस जानेवारी, हे काय आहेत?"

"यादिवशी सुट्टी असते एवढं माहीत आहे. पण का असते त्याचयाशी आपल्याला काय करायचंय?" मुली म्हणाल्या.

त्यांच्यापैकी एकजण जरा बिचकत म्हणाली, "दोन ऑक्टोबरला गांधी जयंती असते, ते माहीत आहे."

चला! निदान एकातरी प्रश्नाचं उत्तर बरोबर दिलं. "काय गं? पण तुला हा दिवस कसा काय माहीत?"

"कारण त्यादिवशी माझा पण वाढदिवस असतो. माझे आजोबा स्वातंत्र्यसैनिक होते. त्यांनी माझं नाव मोहिनी ठेवलं. गांधीजींचं नाव मोहनदास होतं, हे त्यांनीच मला सांगितलं."

"मग मोहिनी, तुला तुझं नाव आवडतं की नाही?"

"नाही, मुळीच नाही. ते किती जुनाट आहे. अगदी शंभर वर्षांपूर्वीचं वाटत मी ते बदलून मोनिका केलंय."

अजून एक मुलगी म्हणाली, "माझा ना, पंधरा ऑगस्ट आणि सव्वीस जानेवारीमध्ये खूप गोंधळ होतो. त्यापैकी एक तर भारताचा स्वातंत्र्यदिन आहे आणि दुसरा स्वातंत्र्याशी संबंधित असाच काहीतरी दिवस आहे."

मी काही हार मानायला तयार नव्हते. मी म्हणाले, "मला असं सांगा, आपल्याला स्वातंत्र्य कधी मिळालं?"

माझा हा प्रश्न ऐकून त्या घोळक्यात जोरात चर्चा सुरू झाली. वेगवेगळी मतं व्यक्त करण्यात येत होती व त्यावर वादही चालू होता. त्यातील एकजण म्हणाली, 'एकोणसशे पन्नास', तर दुसरी म्हणाली, 'एकोणीसशे बेचाळीस'. तिसरा एक गट म्हणाला, 'एकोणीसशे सत्तेचाळीस'. त्यांच्यातील एकोणीसशे बेचाळीस असं ज्याचं म्हणणं होतं, ते फार आत्मविश्वासानं, अगदी खात्रीपूर्वक सांगत होते. कारण त्यांनी '१९४२ – अ लव्ह स्टोरी' हा सिनेमा पाहिला होता.

"मला सांगा – तुम्हाला अशा एका व्यक्तीचं नाव माहिती आहे का – जे भारताचे राष्ट्रपतीपण होते आणि स्वत: शिक्षकसुद्धा होते?"

त्यावर त्यांनी अब्दुल कलाम यांचं नाव सांगितलं.

"तसं नाही. अब्दुल कलाम शास्त्रज्ञ आहेत. मी तुम्हाला ज्यांचं नाव विचारते आहे, ते पूर्वी होऊन गेले आहेत."

त्यांचे चेहरे कोरेच राहिले.

"तुम्ही डॉ. सर्वपल्ली राधाकृष्णन यांचं नाव कधी ऐकलंय?"

"आम्हाला राधाकृष्ण माहिती आहेत. त्यांचे संगमरवरी पुतळे इतके सुंदर आहेत. 'हरे रामा हरे कृष्णा' टेंपल आहे ना, तिथे पाहिले आहेत मी ते पुतळे. मी माझ्या आईवडिलांबरोबर एकदा तिकडे गेले होते."

अजून एकजण म्हणाली, "राधाकृष्ण हे अमर प्रेमाचं प्रतीक आहे. राधा ही खरं तर कृष्णापेक्षा वयाने मोठी होती, पण त्याचं एकमेकांवर इतकं प्रेम होतं, की त्यांच्या आईनेसुद्धा काही विरोध केला नाही."

त्यावर मी त्यांना सांगितलं, "डॉ. सर्वपल्ली राधाकृष्णन हे फार मोठे तत्त्वचिंतक आणि फार महान शिक्षक होते. कलकत्ता, म्हैसूर व बनारस येथे त्यांनी शिकवलं. ते जेव्हा म्हैसूर सोडून जायला निघाले, तेव्हा त्यांना एका बग्गीत बसवून विद्यार्थ्यांनी ती बग्गी स्वत: ओढत रेल्वेस्टेशनापर्यंत नेली. त्यांच्या तासाला इतर कॉलेजचे विद्यार्थीसुद्धा येऊन बसत असत. मग त्या विद्यार्थ्यांचा स्वत:चा अभ्यासाचा विषय कोणताही असो. डॉ. राधाकृष्णन यांनी कोणताही विषय शिकवण्यास घेतला तरी तो विषय ते अत्युत्कृष्ट शिकवत. पुढे कालांतराने ते भारताचे राष्ट्रपती बनले. त्यामुळे त्यांचा जन्मदिवस हा 'शिक्षकदिन' म्हणून साजरा करण्यात येतो. त्यांच्याविषयी कितीतरी सुरस कथा आहेत, त्या तुम्हाला पुस्तकात वाचायला मिळतील किंवा इंटरनेटवरही सापडतील."

आता त्या घोळक्यातील सर्वच मुलींच्या चेहऱ्यावर ओशाळल्याचे भाव दिसत होते. मग मात्र मलाही वाईट वाटलं. खरं तर यामध्ये चूक काही फक्त त्यांचीच

नव्हती. आपणच मुलांना सुट्ट्या देतो; पण ही सुट्टी कशासाठी देण्यात आली आहे यामागचं कारण आपण शिक्षकच त्यांना समजावून सांगत नाही. दरवर्षी आपण तीच तीच कंटाळवाणी भाषणं देतो, तीही त्या मूठभर मुलांसमोर. आपण स्वत:च अनेकदा त्यादिवशी सुट्टी घेतो. त्यादिवशी काही खास कार्यक्रमाचं आयोजन करण्याचे कष्ट जर मुळात आपणच घेत नाही, तर मग त्या मुलांना तरी त्या दिवसाविषयी काय अप्रूप वाटणार? आपण अशा दिवशी खरंतर मुलांना बरोबर घेऊन वृक्षारोपणाचा कार्यक्रम करू शकतो, किंवा त्यांना पर्यावरणासंबंधी माहिती देऊ शकतो. आपण अशा दिवशी मुद्दाम एखादी सहल आयोजित करून त्याद्वारे शिक्षक-विद्यार्थ्यांमध्ये एक नवं नातं रुजवू शकतो. हे असे महत्त्वपूर्ण दिवस अगदी योग्य रीतीने साजरे करून सत्कारणी लावणं, हे आपलं सर्वांचं कर्तव्य आहे. त्यासाठी आपल्याला मेहनत घ्यावी लागेल व नेमकी तीच आपण घेत नाही. मुलांना नेहमी आपण उदाहरण घालून द्यावं आगलं आणि शिक्षकाचं वागणं हे उत्तम उदाहरण होऊ शकतं. आपण त्यांना जे शिकवतो, तसं आधी आपलं स्वत:च वागणं तर पाहिजे.

◆

१

'ए' फॉर ऑनेस्टी

अमेरिकन युनिव्हर्सिटीमध्ये जे शिक्षण देण्यात येतं, ते आपल्या इथल्या शिक्षणापेक्षा फार वेगळ्या पद्धतीचं असतं. वर्षाच्या शेवटी विद्यार्थ्याला जे गुण देण्यात येतात, ते त्या सहामाहीत घेण्यात आलेल्या एकूण तीन परीक्षांच्या गुणांची सरासरी काढून देण्यात येतात. परिणामी, विद्यार्थ्यांना सातत्याने व्यवस्थित अभ्यास करावा लागतो आणि अंतिम परीक्षेच्या वेळी विद्यार्थ्यांच्या मनावर परीक्षेचं अवाजवी दडपणही येत नाही. शिवाय त्या शिक्षणपद्धतीमध्ये विद्यार्थी आणि अध्यापक यांच्यात वैचारिक देवाणघेवाण फार मोठ्या प्रमाणावर होते.

शिक्षणक्षेत्रातील इतक्या वर्षांच्या अनुभवातून एक गोष्ट मला चांगलीच स्पष्ट झाली आहे – एखादा विद्यार्थी अत्यंत कुशाग्र बुद्धीचा असूनसुद्धा सत्रान्त परीक्षेला जे अवास्तव महत्त्व आपल्याकडे देण्यात येतं, त्याच्या दडपणामुळे त्या परीक्षेत तो म्हणावं तेवढं यश प्राप्त करू शकत नाही. खरं तर एखाद्या विद्यार्थ्याच्या ज्ञानाच्या खोलीचं मोजमाप करण्यासाठी आणखीही काही मानदंड आहेतच. उदाहरणार्थ, अनपेक्षित चाचण्या, पुस्तक उघडं ठेवण्याची परवानगी देऊन लिहायच्या परीक्षा, तोंडी परीक्षा इत्यादी. परीक्षेने मुलांना घाबरवून सोडता कामा नये. त्याऐवजी परीक्षेमुळे विद्यार्थ्याच्या ज्ञानाची पातळी व्यवस्थित मोजता आली पाहिजे व त्यानुसार त्या विद्यार्थ्याला गुण प्राप्त झाले पाहिजेत; परंतु या अशा प्रकारच्या शिक्षणपद्धतीमध्ये मुलांच्या तुलनेत शिक्षकांची संख्या बरीच जास्त असावी लागते. भारतासारख्या देशात विद्यार्थ्यांची संख्या इतकी प्रचंड असताना हे कसं काय साध्य होऊ शकणार? आपल्याकडच्या मुलांना परीक्षेत चांगलं यश मिळवण्यासाठी त्यांच्या

आईवडिलांकडून तसंच समाजाकडूनसुद्धा फार मोठं दडपण असतं. ही शिक्षणपद्धती बदलणं हे खूप कठीण काम आहे. पण कधीतरी ती बदलेल, अशी आपण फक्त आशा करत राहायचं.

माझा मुलगा अमेरिकेतील एका कॉलेजात शिकत आहे. त्याला कॉम्प्युटर सायन्स अतिशय आवडतं आणि ते शिकत असताना तो अगदी मन लावून शिकतो. त्यासाठी लागेल ती मेहनत तो करतो, कारण हाच त्याचा प्रमुख विषय आहे. एक दिवस सत्राच्या मध्यात घेतल्या जाणाऱ्या परीक्षा संपल्यावर त्याने मला फोन केला. त्याच्या आवाजावरून तो बराच दुःखी असल्याचं मला जाणवलं. तो म्हणाला, ''परीक्षा चांगली नाही गेली. खरं म्हणजे मला प्रश्नाचं उत्तर नीट येत होतं; पण पेपरातील प्रश्न वाचताना एका प्रश्नात मी 'आठ'ऐवजी चुकून 'सहा' वाचलं आणि पुढची सगळी आकडेमोड त्याप्रमाणे केली. मी इतकी चांगली तयारी केली असूनही पेपरात हे असं झालं: चांगली नाही गेली परीक्षा. मला फार वाईट वाटतंय.''

मी स्वतः एक शिक्षिका असल्यामुळे मी परीक्षेतील गुणांना फार – जास्त – महत्त्व कधीच देत नाही. कारण अशा गोष्टी घडत असतात, याची मलाही कल्पना आहे. कितीतरी वेळा मुलं खरोखर कुशाग्र बुद्धीची असूनही इतर काही कारणं अशी घडलेली असतात, की ती योग्य उत्तरं देऊ शकत नाहीत. त्यामुळे मी त्याचं सांत्वन केलं.

''अरे, काळजी नको करू. एवढं काय झालं त्यात ? तू एक लढाई हरलास म्हणून काय झालं, तू युद्ध नक्की जिंकशील. परीक्षा हा काही आयुष्यामधील यशाचा एकमेव मानदंड नसतो. धीरानं घे, वस्तुस्थितीला सामोरं जा आणि इथून पुढे प्रश्न वाचत असताना निष्काळजीपणा करू नको. पुढच्या वेळी तू नक्की चांगलं करून दाखवशील.''

माझे शब्द ऐकून त्याला मुळीच बरं वाटलेलं दिसलं नाही. ''तू अगदी मूल्यशिक्षणाचे पाठ देणाऱ्या शिक्षिकेसारखीच बोलतेस, अम्मा. इथे इतकी स्पर्धा आहे आणि या अशा वातावरणात यश मिळवून दाखवणं किती अवघड आहे, म्हणून सांगू. तू तर काय शिक्षिका आहेस, तू दुसऱ्यांची परीक्षा घेऊन त्यांना ग्रेड्स देतेस. तुला स्वतःला परीक्षेला बसावं लागत नाही. त्यामुळे मुलांच्या अडचणी काय असतात, ते तुला नाही कळणार.''

तो खूप दुःखी होता, ते मला समजलं. मी त्याचं सांत्वन करूनही काही उपयोग झाला नाही; पण तो एक गोष्ट विसरला होता, एके काळी मीही विद्यार्थीदशेत असताना या सगळ्यातून गेलेलीच होते.

काही दिवसांनंतर त्याचा पुन्हा फोन आला. आता मात्र त्याच्या आवाजात अत्यंत आनंद आणि उत्साह पुरेपूर भरला होता. दाटलेलं मळभ नाहीसं होऊन

त्याची जागा स्वच्छ सूर्यप्रकाशानं घेतली होती.

"अम्मा, तुला माहीत आहे ? मला जो पेपर अवघड गेला होता ना, त्यातच मला 'ए' ग्रेड मिळाली."

"कशी काय ?" मला फार आश्चर्य वाटलं.

"अगं, एक फार मजेदार गोष्ट घडली. परीक्षा संपल्यावर मी माझ्या प्रोफेसरांशी बोलत होतो. आम्ही वेगवेगळ्या विषयांवर चर्चा केली. नंतर जेव्हा आम्हाला उत्तरपत्रिका मिळाल्या, तेव्हा मी पाहिलं तर मी जो प्रश्न चुकीचा सोडवला होता, त्याला पूर्ण गुण दिलेले होते. माझे बाकीचे मित्र म्हणाले, "प्रोफेसरांनी नजरचुकीने असं केलं असेल. त्यांना कशाला जाऊन सांगतोस ? गप्प बस. या स्पर्धेच्या युगात 'ए' ग्रेड मिळवणं किती महत्त्वाचं आहे."

"पण मग तू काय केलंस ?" मी जरा काळजीनंच विचारलं.

"मी काही वेळ विचार केला. नंतर मला एक गोष्ट कळून चुकली, ग्रेड तर महत्त्वाची असतेच... पण प्रामाणिकपणा त्याहीपेक्षा अधिक महत्त्वाचा असतो. मी लहान असताना तू मला ही गोष्ट शिकवली आहेस. तुला आठवतं, अम्मा ? एकदा दुकानदार मी दिलेल्या पन्नास रुपयांच्या नोटेला शंभराची नोट समजला होता आणि त्याने त्याच हिशोबाने उरलेले पैसे मला परत दिले होते. त्या काळी आपली परिस्थिती तशी बेताचीच होती, पण तरीसुद्धा तू मला दुकानात ते पैसे परत करायला पाठवलंस. मी त्या वयात ते पैसे परत करायला जायला कुरकुर करत होतो; पण तू त्या बाबतीत कडक वागलीस आणि म्हणालीस, 'तू जर आत्ता जाऊन ते पैसे परत केले नाहीस, तर तुला रात्रीचं जेवण मिळणार नाही.' कसं कोण जाणे, पण आजही या पेपराच्या बाबतीत मला गप्प बसवेना. मी आमच्या प्रोफेसरांना ईमेल पाठवून हे एवढे गुण मिळवण्याची माझी योग्यता नसल्याचं कळवलं. पण त्यावर त्यांचं जे उत्तर आलं, ते खरंच धक्कादायक होतं."

"काय होतं त्यांचं उत्तर ?"

ते म्हणाले, "मी काही ते गुण नजरचुकीने दिलेले नाहीत. मुद्दामच दिले आहेत. परीक्षा संपल्यावर मी तुझ्याशी बोलत होतो. शिवाय या पूर्ण सत्रात तुझं व माझं अनेकदा जे काही बोलणं झालेलं होतं, त्यावरून तुझं विषयाचं सखोल ज्ञान व त्या विषयावर असणारं तुझं प्रेम, हे दोन्ही माझ्या लक्षात आलं. कधीकधी नजरचुकीने म्हणा किंवा मानसिक ताणामुळे म्हणा, माणसाच्या हातून असं घडतं. म्हणूनच मी त्या प्रश्नाला तुला सगळे गुण दिले. अखेर परीक्षेने विद्यार्थ्यांच्या ज्ञानाची खोलीच तर मोजायची असते."

त्याची ती कथा ऐकून माझे डोळे पाण्याने भरून आले. त्याला 'ए' ग्रेड मिळाली म्हणून मला आनंद झाला नव्हता, तर त्याचा ज्या तत्त्वांवर विश्वास होता,

ती तो आचरणात आणत होता. वेगवेगळ्या प्रसंगी माझे स्वत:चे विद्यार्थीसुद्धा असेच वागलेले आहेत. त्यात त्यांना कधीतरी स्वत:चं नुकसानसुद्धा सोसावं लागलेलं आहे. काही लोकांच्या दृष्टीने हा शुद्ध मूर्खपणा असेल. आपल्या पुढील आयुष्यात कदाचित ही अशी मुलं फार पैसा नाही मिळवू शकणार. जगाच्या दृष्टीने फार मोठा मानसन्मान, यश किंवा कीर्ती त्यांच्या पदरी येणारही नाही; परंतु मला मात्र असंच वाटतं, की आयुष्यात त्यांनी जी नीतिमूल्ये शिकून आत्मसात केली आहेत, तीच कोणत्याही आपत्तीच्या प्रसंगी त्यांच्या मदतीला येतील व तीच त्यांना तारुन नेतील.

◆

१०
अम्मा, हे तुझं कर्तव्य नाही का ?

त्या वेळी माझी मुलगी अक्षता लहानच होती. विशीच्या आतली - टीन एजर-होती. ती त्या वेळी पंधरा वर्षांची असेल; पण तिच्या बरोबरीच्या इतर मुलांपेक्षा ती फारच वेगळी होती. स्वभावत: ती अत्यंत संवेदनशील मनाची होती. बंगलोरच्या रमण महर्षी अंध मुलांच्या अनाथाश्रमात जाऊन ती त्या मुलांबरोबर वेळ घालवत असे, त्यांना गोष्टीची पुस्तकं वाचून दाखवत असे. त्यांच्यासाठी लेखनिकाचं कामसुद्धा ती करत असे. हे ती स्वत:च्या मनानंच करत असे. रोज घरी आली की ती मला त्या अंध मुलांच्या जगात घडणाऱ्या गोष्टी वर्णन करून सांगायची. पुढे तिने त्यांच्यावर एक निबंधसुद्धा लिहिला होता - 'मी मेरीच्या दृष्टिहीन नेत्रांमधून जग पाहिलं.' मेरी ही त्याच अनाथाश्रमात राहणारी एक अंध विद्यार्थिनी. ती आता लवकरच प्री-युनिव्हर्सिटी परीक्षेला बसणार होती. एक दिवस जरा वातावरणात बदल म्हणून अक्षता या मेरीला घेऊन लालबागमध्ये फेरफटका मारत होती. त्या दोघींमध्ये त्या वेळी जे संभाषण झालं, ते जरा जगावेगळंच होतं,

"मेरी, या बागेत वेगवेगळ्या प्रकारची लाल गुलाबाची फुलं फुलली आहेत.'' अक्षता म्हणाली.

त्यावर मेरी बुचकळ्यात पडली. "अक्षता, लाल म्हणजे काय गं ?''

लाल म्हणजे काय हे मेरीला कसं समजावून सांगायचं, हे काही अक्षताला कळेना. मग तिने एक गुलाबाचं फूल आणि एक मोगऱ्याचं फूल मेरीच्या हातात दिलं.

"मेरी, मी आत्ता तुझ्या हातात जी दोन फुलं दिली आहेत ना, त्या दोन्ही

फुलांना वेगवेगळा गंध आहे. त्यातलं हे जे पहिलं आहे, ते आहे गुलाबाचं. ते लाल रंगाचं आहे. हे दुसरं आहे मोगऱ्याचं. ते पांढऱ्या रंगाचं आहे. मेरी... अगं, आता लाल म्हणजे काय आणि पांढरं म्हणजे काय, ते समजावून सांगणं जरा कठीण आहे. पण एक सांगू... या जगात नानाविध रंग असतात; पण त्या रंगांची ओळख फक्त डोळ्यांनाच होऊ शकते. हाताने स्पर्श करून त्यातला फरक आपण नाही सांगू शकत. आय ॲम् सॉरी.''

हा प्रसंग मला सांगून अक्षता म्हणाली, ''अम्मा, अंध व्यक्तींसमोर रंगांविषयी कधी बोलू नये. त्यांना वाईट वाटतं. मी मेरीला रंग म्हणजे काय ते स्पष्ट करून सांगण्याचा प्रयत्न केला आणि मला इतकं अगतिक वाटलं. म्हणून आता मी त्यांना जेव्हा या जगातील गोष्टींचं वर्णन करून सांगते, तेव्हा मी बोलताना वास, आवाज... अशा त्यांना समजणाऱ्या संकल्पना वापरते.''

याच अंधांच्या शाळेत आनंद शर्मा नावाचा बुद्धिमान मुलगा होता. तो बिहारमधील एका शाळाशिक्षकांचा एकुलता एक मुलगा. तो बुद्धिमान, कुशाग्र तर होताच, पण खेळकर वृत्तीचाही होता. तोही लवकरच प्रीयुनिव्हर्सिटी परीक्षेला बसणार होता.

एक दिवस आमच्या परीक्षा कमिटीची मीटिंग होती व मी त्या मीटिंगला जाण्याच्या गडबडीत होते. त्या वेळी मी एका स्थानिक कॉलेजात कॉम्प्युटर सायन्स विषयाची विभागप्रमुख होते. फेब्रुवारी महिना संपत आला होता. हिवाळा संपून उन्हाळ्याची नुकतीच सुरुवात होऊ लागली होती. या सुमाराला बंगलोरची हवा अत्यंत आल्हाददायक असते. रस्त्यांच्या दुतर्फा लावलेल्या झाडांवरही तेव्हा फुलं फुललेली होती. सगळं शहर जांभळ्या, पिवळ्या आणि लाल फुलांनी बहरून गेलं होतं.

मी मीटिंगला जाण्याची तयारी करत होते. त्यामुळे जुनं सिलॅबस, प्रश्नपत्रिका व संदर्भ ग्रंथ असं जमा करून घेण्याच्या गडबडीत होते. अक्षता वरच्या मजल्यावर माझ्या खोलीत आली. तिचा चेहरा थकलेला होता. चेहऱ्यावर चिंता स्पष्ट दिसत होती. त्या वेळी ती दहावीत शिकत होती. मला वाटलं, परीक्षेचा अभ्यास करून थकली असेल ! आपल्या मुलांवर फार - जास्त - अभ्यास करण्याची सक्ती मी आजपर्यंत कधीच केलेली नाही. माझ्या आईवडिलांनीही माझ्या बाबतीत तसं कधी केलं नव्हतं. मुलाने स्वत:ची जबाबदारी स्वत: घ्यायची असते, अशा मताचे ते होते. ज्या मुलीला जबाबदारीची जाणीव असते, ती स्वत:हूनच अभ्यास करायला बसते.

मी अक्षताला म्हणाले, ''परीक्षेची काळजी नको करू. प्रयत्न करणं तुझ्या हातात आहे. परीक्षेचा निकाल काय लागेल, ते काही तुझ्या हातात नाही.'' माझा उपदेश ऐकून ती जराशी वैतागली. ती म्हणाली, ''अम्मा, मी आत्ता परीक्षेविषयी

काही बोलले तरी आहे का ? तू उगीच का मला त्याची आठवण करून देत आहेस ?''

ती अशी एकदम चिडली, ते पाहून मला जरा नवलच वाटलं; पण मी जुन्या प्रश्नपत्रिका गोळा करण्यात इतकी गर्क होते, की मी काहीच बोलले नाही. मी नुसतं निर्विकार चेहऱ्याने तिच्याकडे पाहिलं. तिच्या चेहऱ्यावर दुःखाची छटा उमटली आहे, असं मला वाटलं. का तो नुसता भासच होता ?

''अम्मा, तुला तो आनंद शर्मा माहीत आहे ना ? तो एकदा आपल्या घरी आला होता बघ. तो खूप हुषार आहे. तो वार्षिक परीक्षेत नक्कीच चांगलं करून दाखवेल, माझी खात्री आहे. तशी खात्री तर त्यालासुद्धा आहे. त्याची पुढे शिकायची इच्छा आहे.''

ती बोलता बोलता थांबली. एव्हाना मी शोधत असलेल्या जुन्या प्रश्नपत्रिका मला सापडल्या होत्या, पण अजून सिलॅबस काही सापडला नव्हता. माझं शोधणं चालूच होतं. अक्षता ते पाहत उभी होती. ती म्हणाली, ''अम्मा, त्याची दिल्लीच्या सेंट स्टीफन्स कॉलेजात शिकायची इच्छा आहे. पण त्याला कोणीच नाही आणि तो परिस्थितीनं खूप गरीब आहे. शिवाय ते कॉलेज फार महागडं आहे. मग त्यानं काय करावं ? त्याला कोण मदत करणार ? मला खूप काळजी वाटते.''

इकडे माझ्या मीटिंगला उशीर होत होता. मी फारसा विचार वगैरे न करता सहज बोलून गेले, ''मग अक्षता, तूच का नाही मदत करत ?''

''अम्मा, एका मुलाचा दिल्लीच्या हॉस्टेलमध्ये राहाण्याचा खर्च मी कसा काय करणार ? तेवढे पैसे तरी असतात का माझ्याकडे ?''

इकडे माझी शोधाशोध चालूच होती.

''तू असं कर... तुझ्या वाढदिवसाची पार्टी देऊ नको. त्यातून पैसे वाचव आणि कर त्याचा खर्च.''

आमच्याकडे अजूनही आमच्या दोन्ही मुलांना आम्ही पॉकेटमनी देत नाही. त्यांना कशाचीही गरज लागली, की ती माझ्याकडे पैसे मागतात आणि मी ते त्यांना देते. आमच्याकडे वाढदिवसांच्या पार्ट्यासुद्धा काही फार मोठ्या वगैरे नसतात. अक्षताची बर्थडे पार्टी असली की ती तिच्या चार मित्रमैत्रिणींना घरी बोलावते. जवळच्या 'शांतिसागर' या फास्ट फूड जॉईंटमधून काहीतरी खायलाप्यायला मागवण्यात येतं, बस्.

''अम्मा, तुझ्यासारख्या शिकलेल्या, एवढा प्रवास केलेल्या, एवढं वाचन केलेल्या व्यक्तीला... ज्या व्यक्तीला पैशाचा जरासुद्धा लोभ नाही... अशा व्यक्तीलाही गरीब लोकांना मदत करायची नसेल, तर मग इतर कोणी त्यांना मदत करेल, अशी तर अपेक्षाच करायला नको. पण या दुर्दैवी माणसांना काहीतरी मदत करणं व त्या

मार्गाने समाजाचे ऋण फेडणं, हे तुझं कर्तव्य नाही का ? तुला आयुष्यात नक्की काय मिळवायचंय् ? कीर्ती ? नाव ? प्रसिद्धीचं वलय ? तू स्वत: एका डॉक्टरची मुलगी आहेस, एका शाळाशिक्षकाची नात आहेस आणि फार मोठ्या अध्यापकांच्या घरातून तू आली आहेस. जर गरीब लोकांना तू मदत करू शकणार नसशील, तर मग इतर कोणी ती करेल, अशी अपेक्षाच ठेवण्यात अर्थ नाही.''

तिचे ते शब्द ऐकून मी माझी शोधाशोध थांबवली. मी मागे वळून माझ्या मुलीकडे पाहिलं. तिच्यात एक तरुण संवेदनशील मुलगी मला दिसली, एका अंध तरुणाच्या भविष्याविषयी कळकळीने वाद घालणारी, मला माझ्या सामाजिक बांधिलकीची, कर्तव्याची जाणीव करून देणारी. या समाजाकडूनच मला एवढं उदंड मिळालं होतं, या देशाकडून एवढं मिळालं होतं आणि त्याची परतफेड मी कशी बरं करत होते ? क्षणभर मी थिजल्यासारखी उभी राहिले. नंतर माझ्या लक्षात आलं - एवढा वेळ जो सिलॅबस मी शोधत होते, तो माझ्या हातात होता आणि माझ्या मीटिंगला उशीर होत होता.

अक्षता तेथून निघून गेली. तिच्या डोळ्यात संताप होता तर मनात वेदना. मी गोंधळलेल्या मनोवस्थेत कॉलेजला जायला निघाले.

मी तिथे पोचले, तर नेहमीप्रमाणेच मीटिंगला उशीर झालेला होता. मी थोडावेळ एकटी बसून होते. सेंट्रल कॉलेजच्या त्या भल्यामोठ्या खोलीत मी माझ्या आरामशीर खुर्चीत निवांत बसले होते. एकटेपणा आणि एकांत यात फार मोठा फरक आहे. एकटेपणा कंटाळवाणा असतो तर एकांताची माणसाला गरज असते. एकांतात माणूस आत्मपरीक्षण करतो, आपली कृत्यं व आपले विचार पारखून बघू शकतो.

मी बसून आज दुपारी घडलेल्या घटनांची मनातल्या मनात उजळणी केली. अक्षताचे शब्द माझ्या कानात अजूनही पिंगा घालत होते.

त्या वेळी मी पंचेचाळीस वर्षांची होते. या वयात माझं कर्तव्य काय बरं होतं ? मला आयुष्याकडून काय हवं होतं ?

मी आयुष्याला जेव्हा सुरुवात केली तेव्हा गाठीला फार पैसा नव्हता. आज आम्ही ज्या स्थितीला येऊन पोचलो होतो, त्यासाठी आम्हाला अतोनात परिश्रम करावे लागले होते. माझं आयुष्य हा एक खडतर प्रवास होता; पण या प्रवासाने मला काय शिकवलं होतं ? मी खरंच पैसा, नाव, कीर्ती यासाठी काम करत होते का ? नाही. मी त्यासाठी निश्चितच काम करत नव्हते. या गोष्टी मला अपघाताने लाभल्या होत्या. सुरुवातीला मी जे कष्ट केले, ते माझ्या स्वत:साठी. मला शिक्षणात दैदिप्यमान यश मिळवायचं होतं. त्यानंतर मी स्वत:ला 'इन्फोसिस'च्या उभारणीत वाहून घेतलं आणि उरलेलं माझ्या कुटुंबासाठी वाहून घेतलं ! या दोनच गोष्टींवर

माझं आयुष्य आत्तापर्यंत केंद्रित झालेलं होतं. मग आता उर्वरित आयुष्य समाजातील दुर्दैवी लोकांसाठी घालवणं माझं काम नव्हतं का ? अवतीभवती असे कितीतरी लोक होते, जे त्यांचा स्वत:चा काहीएक दोष नसताना दु:खे भोगत होते. मग त्यांना मदत करणं माझं कर्तव्य नव्हतं का ? अचानक मला जे. आर्. डीं.चे निरोपाचे शब्द आठवले, ''समाजाचं ऋण परत करा !''

मग आता उर्वरित आयुष्य आपण हेच करत घालवायचं, असं मी ठरवलं. माझ्या मनावरचं फार मोठं ओझं उतरून मला खूप हलकं वाटू लागलं. कित्येक वर्षांनी तरुण झाल्यासारखं वाटू लागलं.

कोणताही निर्णय कधी भावनेच्या भरात घेऊ नये, असं माझं ठाम मत आहे. निर्णय घेताना शांत मनाने घ्यायला हवा. आपल्या त्या निर्णयाचे काय परिणाम होणार आहेत, याची पूर्ण कल्पना आपल्याला हवी. त्यानंतर एका आठवड्याने मी माझ्या विभागप्रमुखाच्या पदाचा राजीनामा दिला व केवळ अध्यापनाचं काम तेवढं करत राहण्याचं ठरवलं.

कदाचित ही आमच्या घराण्याचीच परंपरा असावी. आमच्याकडे मोठ्या माणसांनी लहानांकडून काहीतरी शिकायचं, असा प्रघातच आहे. मी माझ्या आजीला कन्नड लिहायला, वाचायला शिकवलं. आता माझ्या मुलीकडून एका जबाबदार नागरिकाची कर्तव्य कोणती, ते मी शिकण्याची वेळ आली होती.

माझ्या जीवनात आणि माझ्या कार्यात हा एवढा आनंद निर्माण झाला, तो केवळ अक्षतामुळेच आणि त्याबद्दल मला नेहमीच कृतज्ञता वाटेल. माझ्या शैक्षणिक यशापेक्षा आणि धनसंपत्तीपेक्षा या गोष्टी कितीतरी मोठ्या आहेत.

एखाद्या अनाथ, परित्यक्त व्यक्तीच्या डोळ्यात मला जेव्हा आशेचा किरण दिसतो किंवा एके काळी असहाय असलेल्या लोकांच्या चेहऱ्यावर समाधानाचं हास्य विलसताना दिसतं, तेव्हा मला पण खूप समाधान वाटतं. मी या जगात काहीतरी बदल घडवून आणत आहे, हे हेच लोक अप्रत्यक्षपणे मला सांगतात. सुवर्णपदकं, पैसा किंवा इतर काहीही संपादन केल्याने हा आनंद काही मिळू शकत नाही.

यानंतरच मी इन्फोसिस फौंडेशनची फाऊंडर ट्रस्टी झाले व माझ्या कामाला सुरुवात केली.

'इन्फोसिस फौंडेशन'ने आजवर भारतातील विविध राज्यांमध्ये मानवतेच्या कल्याणाचे उपक्रम हाती घेऊन असंख्य गोरगरिबांना मदतीचा हात दिला आहे. या सर्व राज्यांमधलं ओरिसा हे राज्य माझ्या हृदयात घर करून बसलं आहे.

मला आजपर्यंत वेळोवेळी अनेक पुरस्कार प्राप्त झाले आहेत. त्यातील एक म्हणजे इन्फोसिसला देण्यात आलेलं इकॉनॉमिक टाईम्स ॲवॉर्ड. एक ट्रस्टी या नात्याने मी हा पुरस्कार घेण्यासाठी गेले. परंतु या पुरस्काराची घोषणा होताच मला

माझ्या 'गुरूं'ची आठवण झाली. आता अक्षता यू. एस.मध्ये शिकत होती. मी तिला फोनवर सांगितलं, ''या पुरस्कारवितरणाच्या सोहळ्यासाठी तू निदान एक दिवसासाठी तरी मुंबईला आलंच पाहिजेस. तू मला जर योग्य वेळी जागं केलं नसतंस, तर आज मी या ठिकाणी येऊन पोचले नसते. तू तिथे मला हवी आहेस. माझ्या दृष्टीनं ते फार महत्त्वाचं आहे.''

मी या बाबतीत अक्षताची आजन्म ऋणी राहीन.

◆

११
ॲनेस्थेशियाची कथा

माझी बहीण सरकारी हॉस्पिटलमध्ये डॉक्टर आहे. तिला फार परिश्रम करावे लागतात. वेळेचा तर काही हिशोबच नसतो. अनेकदा तिला नाईटड्यूटी करावी लागते व त्याने खूप थकायला होतं. आपल्या सरकारी रुग्णालयांमध्ये फार अद्ययावत सोयी-सुविधा नसतीलही; पण निदान गोरगरिबांवर मोफत उपचार तरी होतात. श्रीमंत देशांमध्ये जर मेडिकल इन्शुअरन्स केलेला नसेल, तर कोणालाही मोफत उपचार मिळत नाहीत.

एकदा अशीच तिची नाईटड्यूटी लागलेली असताना तिला रात्री बरीच ऑपरेशन्स करावी लागली आणि घरी यायला तिला बराच उशीर झाला. तिने घरात पाऊल टाकलं आणि तिला हॉस्पिटलमधून फोन आला - परत एकदा तातडीची शस्त्रक्रिया करण्यासाठी तिला बोलावणं आलं होतं. ती लगेच जायला निघाली. तिचा चेहरा इतका थकलेला दिसत होता की मी म्हणाले, "डॉक्टरलोकांच्या दृष्टीने रुग्ण फार महत्त्वाचे असतात वगैरे सगळं खरं आहे; पण गेले चोवीस तास तू हॉस्पिटलमधे होतीस. तूही अखेर माणूसच आहेस ना - तुलाही विश्रांतीची गरज आहेच की. तू असं कर, दुसऱ्या कोणालाही हे ऑपरेशन करायला सांग आणि तू आता थोडी विश्रांती घे बघू !"

त्यावर तिनं स्मितहास्य केलं आणि म्हणाली, "अगं, मी काही अशी एकटीच नाही. माझ्याबरोबर इतर कितीतरी डॉक्टर्स इतकीच मेहनत करत असतात. त्यांनाही विश्रांतीची गरज असतेच की. पण दुसऱ्याच्या हितासाठी आपण थोडा त्रास सहन करायलाच हवा. तुला ती ॲनेस्थेशियाची गोष्ट आठवत नाही वाटतं ?" एवढंच

बोलून ती हॉस्पिटलला निघून गेली.

मला ती ॲनेस्थेशियाची कथा आठवली. माझ्या बहिणीनंच ती काही वर्षांपूर्वी मला सांगितली होती. आता ही कथा कितपत खरी आहे, ते काही मला सांगता यायचं नाही. पण त्यापाठीमागची जी भावना आहे, ती मला अजून आठवते.

अनेक वर्षांपूर्वी इंग्लंडमध्ये एक डॉक्टर पिता-पुत्र राहत होते. वडील अत्यंत नावजलेले डॉक्टर होते, ते संशोधक वृत्तीचे होते. मुलगा तरुण होता, उत्साही होता. त्या काळी ॲनेस्थेशियाविषयी कोणालाही काहीही माहीत नव्हतं आणि कोणाही रुग्णावर शल्यक्रिया करायची असली, की त्याला क्लोरोफॉर्म हे गुंगीचं औषध देण्यात येत असे.

जे मोठे डॉक्टर (वडील) होते, ते या क्षेत्रात सतत काही ना काही प्रयोग करत असत. अखेर त्यांनी एक औषध शोधून काढलं. ज्या भागावर शस्त्रक्रिया करायची त्या जागी शस्त्रक्रियेपूर्वी काही काळ हे औषध टोचलं, की तेवढीच जागा फक्त बधीर होत असे. म्हणजेच रुग्णाला भूल देण्याची काही आवश्यकता नसे. आज यालाच आपण 'लोकल ॲनेस्थेशिया' म्हणतो.

डॉक्टरांनी अनेक प्रयोग केले. आपल्या औषधामध्ये आणखी काही विशिष्ट रसायने घातल्यानंतर ते औषध अत्यंत प्रभावी ठरेल, अशी त्यांची खात्री पटली; पण त्यांच्यापुढची समस्या वेगळीच होती. या अशा तऱ्हेने त्या औषधाचा वापर करून स्वतःवर शस्त्रक्रिया करून घेण्यास, तेही पहिल्या प्रथमच, कोण तयार होणार ? आणि मानवावरील चाचणी यशस्वी झाल्याखेरीज हे औषध बाजारात आणणं काही शक्य नव्हतं.

या डॉक्टरांचा जो तरुण मुलगा होता, त्याच्या डाव्या हाताला सहा बोटं होती. एक दिवस तो आपल्या वडिलांना म्हणाला, ''तुमचं हे नवं औषध अत्यंत प्रभावी आहे, हे मला माहीत आहे. मग तुम्ही असं करा, तुम्ही हे औषध इंजेक्शनद्वारे माझ्या सहाव्या बोटात टोचा आणि ऑपरेशन करून ते बोट काढून टाका. नाहीतरी मला ते बोट काढून टाकायचंच आहे. आपण असं करू - मोठमोठ्या डॉक्टरांना बोलावून घेऊ आणि त्यांच्यासमोर ते ऑपरेशन करू. भूल दिल्याखेरीज ऑपरेशनच्या वेदना सहन करणं कोणालाही शक्य नसतं. त्यामुळे ते जेव्हा माझ्या चेहऱ्याकडे पाहतील, तेव्हा ही गोष्ट त्यांना कळून चुकेल, की तुमच्या औषधाने ती ऑपरेशनची जागाच तेवढी बधीर झालेली असून मला काहीही वेदना होत नाहीयेत.''

ही सूचना तर उत्तमच होती. हे करणं सहज शक्य होतं. मग मोठ्या डॉक्टरांनी 'ॲकॅडमी ऑफ मेडिकल सायन्स'च्या सदस्यांना तसा निरोप पाठवला. कारण ह्या औषधाला त्यांनी मान्यता दिल्यावर मगच जनसामान्यांपर्यंत ते नेऊन पोचवता येणार होतं.

ऑपरेशनचा दिवस उजाडला. अनेक शास्त्रज्ञ, डॉक्टर्स आणि इतर महत्त्वपूर्ण व्यक्ती हा इंजेक्शनचा चमत्कार स्वत:च्या डोळ्यांनी पाहण्यासाठी जमा झाल्या. वडिलांनी आपल्या मुलाचं सहावं बोट सर्वांना दाखवलं व ते औषध त्या बोटाला टोचले. ते म्हणाले, "आता मी ऑपरेशनला सुरुवात करत आहे. तुम्ही रुग्णाच्या चेहऱ्याचं नीट निरीक्षण करा."

त्या मुलाच्या चेहऱ्यावर स्मितहास्य होतं. ऑपरेशन व्यवस्थित पार पडलं, चांगलं यशस्वी झालं. सर्व वेळ त्याच्या चेहऱ्यावरचं ते हास्य तसंच टिकून होतं. लोकांचा तर स्वत:च्या डोळ्यांवर विश्वास बसेना. त्यांनी मोठ्या डॉक्टरांचे पुन:पुन्हा तोंडभरून कौतुक केलं. त्यांचं अभिनंदन केलं.

त्यानंतर सर्वजण निघून गेले. त्या तरुण मुलाच्या जखमेचं ड्रेसिंग चालू होतं. पण त्याच्या वडिलांचे डोळे मात्र पाण्याने भरले होते. त्यांनी आपल्या मुलाला घट्ट मिठी मारली आणि ते हुंदके देऊन रडू लागले. त्यांना अश्रू अनावर झाले.

"सॉरी, अरे, ऑपरेशन चालू असताना तुला किती वेदना होत आहेत हे मला समजत होतं रे. पण तू लोकांना ती गोष्ट कळूसुद्धा दिली नाहीस."

ते इंजेक्शन तयार करण्यासाठी एकंदर चार रसायनांचं मिश्रण बनवावं लागे; परंतु ऑपरेशनच्या वेळी घाईघाईत आणि अतिरिक्त मानसिक ताणामुळे वडील ते चौथं रसायन त्यात घालायला विसरले होते. त्याच कारणामुळे ते इंजेक्शन पूर्णतया प्रभावहीन ठरलं होतं. ऑपरेशन चालू असताना मुलाला अनन्वित वेदना होत होत्या. परंतु आपले वडील कोणतीतरी एक गोष्ट विसरले असावेत, हे त्या मुलाच्या लक्षात आलं. आता आपण जर चेहऱ्यावर वेदना दिसू दिली तर चार लोकांसमोर आपल्या वडिलांचा प्रयोग फसेल व त्यांची नाचक्की होईल, असा विचार त्याने केला. हे औषध शोधून काढण्यासाठी आपल्या वडिलांनी किती अपार मेहनत केलेली आहे, ह्याची त्याला कल्पना होती. ते औषध खरं तर अत्यंत परिणामकारी आहे, हेही त्याला माहीत होतं. आत्ता या क्षणी दुर्दैवाने काहीतरी गडबड झाली होती खरी... परंतु आत्ता आपण चेहऱ्यावर वेदना मुळीच दिसू द्यायची नाही, असा त्याने निश्चय केला. ऑपरेशन चालू असताना मध्येच वडिलांच्या लक्षात आलं... चौथं रसायन मिसळायचं राहिलं होतं... औषध प्रभावहीन होतं; पण ही गोष्ट चारचौघांत सांगणं कसं शक्य होतं ? आपल्या मुलाच्या चेहऱ्यावर जरी हास्य दिसत असलं, तरी प्रत्यक्षात त्याला आत्ता काय यातना भोगाव्या लागत आहेत, याची त्यांना कल्पना होती. त्यामुळे सगळे निघून गेल्यानंतर ते रडू लागले.

त्यावर मुलाने वडिलांची समजूत काढली, "पपा, तुम्ही काळजी करू नका. इतरांच्या कल्याणासाठी मी माझ्या वेदना सहन करायला तयार आहे."

ही कथा खरी आहे का नाही, याची काही मला कल्पना नाही. परंतु माझ्या बहिणीची स्वत: करत असलेल्या कामावर जी निष्ठा आहे, ती पाहून वैद्यकीय व्यवसायातील लोक केवढा स्वार्थत्याग करत असतात, याची एक छोटीशी झलक मला दिसली.

◆

१२
वाटणी

आमच्या कॉलेजात आम्हाला आमच्या विद्यार्थ्यांची वेगवेगळ्या गटात विभागणी करावी लागते. प्रोजेक्ट आणि लॅबवर्क करण्यासाठी ही विभागणी असते. प्रत्येक वर्गामधील विद्यार्थ्यांची विभागणी करत असताना त्यात सारखेपणा असावा, अशी आमची इच्छा असते. प्रत्येक गटातील मुलांची व मुलींची संख्या शक्यतो सारखी राहावी, हे पाहिलं जातं. एवढंच नव्हे तर सगळीच हुषार मुले एका गटात व जरा सर्वसामान्य मुले सगळी एका गटात, असं करूनही चालत नाही. त्यांच्यातही आम्हाला विभागणी करावी लागते.

ही विभागणी करण्याचं काम जिकीरीचं तर असतंच; पण पुष्कळदा वाईटपणाही पदरी पडतो. बऱ्याच मुलामुलींची आपापल्या मित्रमैत्रिणींबरोबरच राहण्याची इच्छा असते. जी मुलं अतिबुद्धिमान असतील आणि त्यांना जर सामान्य मुलांच्या जोडीने काम करावं लागलं, तर आपला वेळ निष्कारण वाया जात असल्याची भावना त्यांना होते. जी मुलं मेहनती असतात त्यांना वाटतं, बाकीचे सर्वजण आळशी असून ते आपला गैरफायदा घेत आहेत. जी मुलं सर्वसामान्य बुद्धीची असतात, त्यांना वाटतं इतर लोक आपल्याला सहकार्य करत नाहीत.

हे सगळं खरं तर मला समजत असतं, पण तरीही दर वर्षी आम्ही हे गट पाडतोच. त्यामुळे नवीन ओळखी होतात, नवीन लोकांशी मैत्री होते, मुलांना एकामेकांशी मिळूनमिसळून सहकार्याने वागण्याची व देवाणघेवाणीची सवय होते. सर्वांनी मिळून सामंजस्याने काम करणं - टीम वर्क - म्हणजे काय, हे त्यांना कळतं.

कुटुंबामध्येसुद्धा असंच चित्र दिसतं. एकाच घरात समजा दोन मुलगे असले,

तर सुरुवातीला त्यांचं नातं भावाभावाचं असतं; परंतु ते जसजसे मोठे होतात, तसे ते एकमेकांचे प्रतिस्पर्धी बनतात आणि त्यांच्यात आईवडिलांच्या मालमत्तेची वाटणी करावी, अशी इच्छा निर्माण होते.

खेडेगावात अशा मालमत्तेच्या समस्या उद्भवल्या की गावातील पंचायत त्या मालमत्तेची वाटणी कशी करावी, यासंबंधी निर्णय देते. मी लहान असताना माझ्या आजोबांबरोबर अशा तऱ्हेच्या पंचायतीच्या बैठकांना हजर राहत असे. एखाद्या गावकऱ्याच्या मालमत्तेच्या विभागणीच्या खटल्याची चर्चा या बैठकीत होत असे. गावातील वयोवृद्ध मंडळी एकत्र जमत. ज्या भावाभावांमध्ये मालमत्तेच्या वाटणीसंबंधी वाद चालू असेल, त्यांना पंचांसमोर बोलावून घेण्यात येई. जर तीन भाऊ असतील, तर मालमत्तेच्या तीन वाटण्या केल्या जात आणि प्रत्येक भावाला साधारण सारख्याच किंमतीचा वाटा मिळावा, याकडे पाहिले जात असे. उदाहरणार्थ, प्रत्येकाच्या वाट्याला थोडं सोनं, थोडी चांदी व काही भांडीकुंडी येत असत. या ज्या वाटण्या झाल्या असतील त्यापैकी प्रत्येकाच्या वाट्याला आलेल्या प्रत्येक चीजवस्तूची अंदाजे किंमत गावातील वडीलधारी मंडळी ठरवत. अर्थात प्रत्येकाचा वाटा बरोबर दुसऱ्याच्या वाट्याइतक्याच किंमतीचा असेल, हे सांगणं फार कठीण होतं. मग अशा वेळी आधी वाटे केले जात आणि सर्वांत धाकट्या भावाला बोलावून स्वत:च्या पसंतीचा वाटा निवडण्यास सांगितलं जात असे. त्यामागचं तर्कशास्त्र असं असायचं, की धाकट्या मुलाला आपल्या आईवडिलांचा सहवास सर्वांत कमी मिळालेला असतो. त्या काळी गावाकडे अशी समजूत होती, की आपल्या आईवडिलांचा सहवास मिळणं हीसुद्धा एकप्रकारची दौलतच असते.

गावात वडीलधाऱ्या माणसांचा आदर होत असे. ही माणसं कधीच भेदभाव करणार नाहीत, अशी गावच्या प्रत्येकाला खात्री होती. त्यांचे निर्णय अंतिम असत आणि त्यांनी दिलेल्या निकालाविरुद्ध कोणीही कोर्टात जात नसे. या असल्या कारणासाठी कोर्टात जाणं म्हणजे निव्वळ काळाचा अपव्यय, अशी त्या काळी लोकांची समजूत होती. गावात असं म्हणत - जर दोन्ही पक्ष कोर्टात गेले तर त्या दोघांचाही पैसा जातो आणि केवळ वकिलाचं उखळ पांढरं होतं.

एकदा एका कुटुंबामध्ये मालमत्तेची वाटणी कशी करायची, असा वाद उद्भवला. सरपंचांनी त्या भावाभावांना रुचेल, पटेल अशा वाटण्या घालून द्यायचा खूप प्रयत्न केला; पण त्यांना काही तो निर्णय मान्य होईना. मग अखेर सरपंच सोमेगौडा यांनी एक जुनी कथा सांगितली. गावातील सर्वांनीच ती लक्षपूर्वक ऐकली.

ती कथा अशी होती - ''खूप खूप वर्षांपूर्वी आपल्याच गावात एक धनाढ्य माणूस राहत होता. त्याला तीन मुलगे होते. त्या तीनही मुलांचं कोणत्याच बाबतीत आपल्या वडिलांशी पटत नसे. त्या धनिक माणसाचा एक जवळचा मित्र होता,

सुमंत. तो अत्यंत विद्वान तर होताच पण तो फार शांत होता, धीराचा होता. हा सुमंत आपल्या मित्राला नेहमी सांगे, काळच त्यांना सगळं काही शिकवेल. तू कसलीही घाई करू नको.

एक दिवस त्या धनिक माणसाचं वृद्धापकाळाने निधन झालं. त्याने आपल्या मुलांसाठी सतरा घोडे, भरपूर सोनंनाणं व जमीनजुमला ठेवला होता. त्याने मृत्युपत्रही करून ठेवलं होतं. परंतु ते मात्र फार विचित्र होतं. त्याने सोनंनाणं व जमीन यांचे तीन सारखे वाटे केले होते; परंतु घोड्यांची वाटणी कशी करावी हे सांगण्यासाठी मात्र त्याने एक कोडं घातलं होतं. त्या कोड्याचं उत्तर कोणालाच सांगता येईना. त्यात असं म्हटलं होतं : "एकंदर जेवढे घोडे आहेत त्यापैकी निम्मे मोठ्या मुलाला देण्यात यावे. उरलेल्या अर्ध्यापैकी दोन तृतियांश दुसऱ्या मुलाला देण्यात यावे आणि त्या दोन तृतियांशांमधून जेवढे उरतील तेवढे तिसऱ्या मुलाला देण्यात यावे.''

एकंदर सतरा घोडे होते. त्यांच्यापैकी अर्धे, याचा अर्थ मोठ्या मुलाच्या वाट्याला साडेआठ घोडे येत होते. याचा अर्थ त्या घोड्यांची बरोबर वाटणी करायची म्हणजे एका घोड्याला मारून त्याचे दोन तुकडे करायचे ! अशाच प्रकारे उरलेल्या आठ घोड्यांपैकी दोनतृतियांश घोडे, याचा अर्थ आणखी एका घोड्याला मारावं लागलं असतं. त्या धनिक माणसाचं आपल्या घोड्यांवर अत्यंत प्रेम होतं. त्यांच्यापैकी काही घोडे मारून टाकण्याचा विचारही त्याने केला नसता. मग त्याला नक्की काय सुचवायचं होतं ? त्या तिन्ही भावांनी ते मृत्युपत्र घेऊन काही दिवस भरपूर डोकी खाजवली; पण त्यांना काही ते कोडं सोडवता येईना. अखेर ते भाऊ आपल्या वडिलांचे मृत्युपत्र घेऊन आपल्याच वडिलांच्या मित्राकडे, म्हणजे सुमंत याच्याकडे गेले. सुमंतने ते मृत्युपत्र वाचलं आणि तो गालातल्या गालात हसला.

तो म्हणाला, "हे तर फारच सोपं आहे. उद्या सकाळीच मी येतो आणि त्या घोड्यांची वाटणी करतो.''

दुसऱ्या दिवशी सगळे गावकरी गावच्या मैदानावर गोळा झाले. सर्व सतरा घोड्यांना एका ओळीत उभं केलं होतं. सुमंत आपल्या स्वतःच्या घोड्यावर बसून तिथे आला. त्याने उतरून आपला घोडा त्या सतरा घोड्यांच्याशेजारी उभा केला.

तो म्हणाला, "आता येथे एकंदर अठरा घोडे आहेत. मी तुमच्या वडिलांच्याच ठिकाणी आहे. तेव्हा आता मृत्युपत्रात सांगितल्याप्रमाणे आपण या घोड्यांची विभागणी करू.''

परंतु या गोष्टीला त्या तिघाही मुलांनी विरोध केला. "तुम्ही आमच्या घोड्यांमध्ये तुमचाही एक घोडा मिळवलाय. पण आमच्या वडिलांची काही तशी इच्छा नव्हती.''

सुमंत म्हणाला, "काळजी करू नका. ही वाटणी पुरी होईपर्यंत थांबा. मी माझा

घोडा परत घेणारच आहे. मृत्युपत्रात म्हटल्याप्रमाणे या अठरा घोड्यांपैकी निम्मे मोठ्या मुलाला मिळतील. अठराच्या निम्मे म्हणजे नऊ - तेव्हा मोठ्या मुलाला नऊ घोडे मिळतील. आता उरले नऊ घोडे, नऊपैकी दोनतृतियांश म्हणजे सहा घोडे दुसऱ्या मुलाला मिळतील. आता उरले तीन घोडे. तीनच्या दोन तृतियांश, म्हणजे तीनपैकी दोन घोडे तिसऱ्या मुलाकडे जातील. एक घोडा उरतो, तो नाहीतरी तुमचा नाहीच आहे. तो माझा आहे आणि तो घेऊन मी आता घरी जातो.

जमलेले सर्व गावकरी आता बुचकळ्यात पडले. एकाही घोड्याला ठार न मारता ही विभागणी कशी काय अचूक झाली, हे काही त्या भावांना कळेना. ते सुमंतकडे गेले आणि म्हणाले, ''काका, तुम्ही एकाही घोड्याला न मारता हे सगळं कसं काय साध्य केलं ?''

सुमंत हसून म्हणाला, ''अनुभवाने मला आयुष्यात पुष्कळ काही शिकवलंय. तुमच्या वडिलांनाही ते माहीत होतं. अनेकदा एखादं काम आपल्याला अशक्य कोटीतील वाटत असतं. पण एखाद्याने आपल्याला अगदी छोटीशी सूचना केली तर त्यामुळे ते काम सोपं होऊ शकतं. त्यामुळेच तुमच्या वडिलांनी मुद्दामच हे मृत्युपत्र अशा तऱ्हेने लिहिलं, की तुम्हाला दुसऱ्या एका व्यक्तीचा सल्ला घेणं भाग पडलं. आयुष्यात आपल्याला असा सल्ला घेण्याची गरज पडते. आपल्याला असं वाटत असतं, की आपल्याला सारं काही कळतं; पण आपण हे लक्षात ठेवलं पाहिजे, की आपण एक विद्यार्थी आहोत. जीवन हा एक चिरंतन शिक्षक आहे; परंतु हे समजण्यासाठी आपल्या मनाची कवाडं खुली असली पाहिजेत.''

ही कथा सांगून झाल्यावर सरपंच सोमेगौडा म्हणाले, ''याच पद्धतीने वडीलधाऱ्यांनी आम्हाला शिकवलं. अनुभव हा माणसाचा सर्वांत मोठा शिक्षक असतो. वडीलधाऱ्यांनी जीवनातील बरेच उतारचढाव पाहिलेले असतात, असंख्य लोकांशी त्यांचा संबंध आलेला असतो. या अनुभवप्रक्रियेमध्ये त्यांनी जे काही ज्ञान संपादन केलेलं असतं, ते कोणत्याही शाळाकॉलेजात मिळत नाही. ते संपादन करण्यासाठी कित्येक वर्षं जावी लागतात. त्यामुळे आता यावर काय निर्णय घ्यायचा, हे तुम्ही लोकांनी ठरवायचं आहे.''

ही कथा ऐकल्यानंतर त्या तिघाही भावांनी वडीलधाऱ्यांचा निर्णय मान्य केला आणि त्यांनी घालून दिलेली वाटणी स्वीकारली.

◆

१३

निदान एकातरी वाचनालयासाठी पुस्तकं...

मी एका मध्यमवर्गीय शिक्षकाच्या घरातली मुलगी. त्यामुळे कोणत्याही शिक्षकाच्या घरी जे असेल, तेच आमच्याही घरी होतं - पुस्तके आणि ज्ञान हीच खरी संपत्ती असं आमच्याकडे मानण्यात येई.

लहानपणी मी माझ्या आजीआजोबांजवळ एका लहानशा खेड्यात राहत असे. तेव्हा गावचे लोक माझ्या आजोबांना कसा मान द्यायचे, ते अजूनही मला आठवतं. आमच्या घरासमोर एक मोठं वडाचं झाड होतं. त्याच्या सावलीत चटई अंथरून आमचे आजोबा बसलेले असायचे. त्यांच्या हातात कायम एक पुस्तक असायचं. संध्याकाळच्या वेळी लोक त्यांच्याकडे सल्ला मागायला यायचे. गावातला सर्वांत श्रीमंत माणूस जरी आमच्या दारावरून जात असला, तरीसुद्धा तो आजोबांना आदराने नमस्कार करून जाई. मी एकदा त्यांना विचारलं, "शिक्षकांना एवढा मान का द्यायचा असतो ?"

त्यावर ते हलकंसं हसले आणि त्यांनी मला एक गोष्ट सांगितली, "महाभारतातील महापराक्रमी योद्धा अर्जुन त्याच्या मित्रांसमवेत बसला असताना त्याला त्याच्या मित्रांनीही हाच प्रश्न विचारला, "आपले गुरू द्रोणाचार्य यांच्याविषयी तुला एवढा आदर का वाटतो ?" कारण द्रोणाचार्य वृद्ध होते, निर्धन होते आणि त्यांच्या मालकीचं कोणतंही राज्य वगैरे नव्हतं; पण तरीही अर्जुन मात्र नेहमीच नम्रपणे त्यांच्या पायाशी बसत असे. 'असं का ?' असं विचारताच अर्जुन म्हणाला, "या जीवनात सर्वच गोष्टी नाशवंत आहेत. आपण आपल्याजवळील कोणतीही गोष्ट इतरांना दिल्याने ती आपल्याकडून जाते, कमी होते... मग ती हिरेमाणकं असोत,

सोनंनाणं असो, नाहीतर जमीन असो... एवढंच काय, सौंदर्यसुद्धा कालांतराने कमी होत जाते. फक्त एकच गोष्ट अविनाशी आहे. ती म्हणजे ज्ञान. तुम्ही जेवढं ते भरभरून दुसऱ्याला देत राहाल, तेवढं ते वाढत जातं. गुरू हा शिष्याला सतत ज्ञान देत असतो, म्हणून माझ्या दृष्टीने गुरू हा सर्वांत श्रीमंत असतो आणि म्हणूनच गुरुजींना किंवा शिक्षकांना एवढा आदर मिळतो; तो त्यांच्याकडे किती धनसंपत्ती आहे याच्यावर अवलंबून नसतो. शिक्षक हे ज्ञानाचं निधान असतं.''

माझे आजोबा अत्यंत साधे आणि शिस्तप्रिय होते. त्यांच्याकडून मी खूप काही शिकले. लहानपणी घराबाहेर पडून मी सर्वांत लांबची चक्कर पहिल्यांदा मारली ती आमच्या गावच्या वाचनालयात. आमच्या गावात एका छोट्याशा दुमजली इमारतीत हे वाचनालय होतं. त्याच्या तळमजल्यावर एक दुकान होतं आणि वरच्या मजल्यावर वाचनालय. लायब्ररीच्या जवळच एक भलंमोठं वडाचं झाड होतं. त्या झाडाभोवती एक विस्तीर्ण सिमेंटचा पार होता. कन्नड भाषेत आम्ही त्याला 'कट्टे' (कट्टा) म्हणतो. या पारावर सायंकाळच्या वेळी गावातली वडीलधारी मंडळी येऊन बसत. त्यात एक माझे आजोबाही असत. मी त्यांच्याबरोबर तिथे जायची. ते मला वरच्या मजल्यावर सोडायचे आणि मग पारावर जाऊन बसायचे.

मी पुढे आयुष्यात ज्या अनेक वाचनालयांमध्ये पाऊल ठेवलं, त्यातील हे पहिलंच होतं. वाचनालयात मोठमोठी कपाटं होती. त्यांची दारं काचेची होती. त्यामुळे आत ओळीने मांडून ठेवलेल्या पुस्तकांची नावं सहज वाचता येत. एका बाजूला वृत्तपत्रं आणि नियतकालिकांचा गठ्ठा नीट रचून ठेवलेला असे. लोकांना व्यवस्थित बसून वाचता यावं म्हणून तिथे टेबलखुर्च्या मांडलेल्या असत. वाचनालयात कमालीची शांतता असायची. मी तिथे जाऊन लहान मुलांची गोष्टींची पुस्तके वाचण्यात गर्क होऊन जायची. अखेर आजोबा खालून हाका मारायचे.

बघता बघता वर्षं गेली. मी आता बारा वर्षांची झाले होते. एव्हाना आमच्या गावच्या त्या छोट्याशा वाचनालयातल्या जवळपास सर्वच पुस्तकांचा मी फडशा पाडला होता. अलिकडे मला वाचनालयात जायचा कंटाळा येऊ लागला होता. कारण तिथे नवीन काहीच पुस्तकं नव्हती. पण तरीही मी नेमानं आजोबांबरोबर रोज संध्याकाळी तिथे जात असे.

असंच एकदा सायंकाळच्या वेळी मी आणि आजोबा घरी परत निघालो होतो. त्या दिवशी तर मला त्या वाचनालयात फारच कंटाळा आला होता. रस्त्यावर अंधार पडला होता. रस्त्याच्या कडेला मिणमिणते दिवे होते तेवढेच. माझ्या आजोबांना अंधारात नीटसं दिसत नसे, त्यामुळे मी त्यांना हाताला धरून नेत होते.

त्यांनी अचानक मला विचारलं - "हे बघ, मी आता कवितेची एक ओळ म्हणतो - तू ती कविता पूर्ण करशील ? चांगली प्रसिद्ध कविता आहे....''

मी म्हणाले, "मी प्रयत्न करीन." आम्ही हा खेळ खूपदा खेळायचो. त्यामुळे माझ्या कितीतरी कविता पाठ झाल्या होत्या. ते म्हणाले, "जर मला पंख असतील तर...."

मी डोळ्यांची पापणीही न हलवता क्षणार्धात म्हणाले, "...मी शेजारच्या गावच्या वाचनालयात जाईन आणि खूप खूप पुस्तकं वाचीन."

माझ्या तोंडचे शब्द ऐकून माझे आजोबा चालता चालता थांबले. ते म्हणाले, "परत म्हण बघू."

मी परत तीच वाक्यं उच्चारली, "...मी शेजारच्या गावच्या वाचनालयात जाईन आणि खूप खूप पुस्तकं वाचीन."

त्यावर त्यांना हसू आलं. "काय मजेशीर पद्धतीने कविता पूर्ण केलीस गं तू ! पण काय गं, तुला मूळ कविता माहिती आहे का ?"

"हो, आहे ना....

जर मला पंख असतील तर
मी निळ्याभोर विस्तीर्ण आकाशात उडेन
या धरतीवरची सुंदर ठिकाणे पाहीन
या भूमीवरच्या थोर लोकांना भेटीन
मी गुप्त खजिन्याचा शोध घेईन..."

माझे आजोबा एकदम अबोल झाले. आम्ही घरी पोचल्यावर त्यांनी चटई अंथरली. त्यावर ते बसले आणि त्यांनी मला जवळ बोलावलं. ते खूप थकलेले होते, तरीपण त्यांचा चेहरा उजळून निघाला होता. त्यांनी माझा चिमुकला हात हातात घेतला आणि म्हणाले, "तुला माहिती आहे ?.. अमेरिकेत अँड्र्यू कार्नेजी नावाचा एक फार थोर माणूस होऊन गेला. शंभर वर्षांपूर्वीच तो कोट्याधीश होता; पण त्याने आपल्या मृत्युपत्राद्वारे आपली सगळी धनसंपत्ती आपल्या मुलांना नाही ठेवली. त्या पैशाचा वापर करून अमेरिकेतील जास्तीत जास्त खेडेगावांमधे वाचनालये बांधण्यात यावी, असं त्यानं लिहून ठेवलं होतं. मी काही अमेरिका पाहिलेली नाही. पण असं म्हणतात - तिथे कुठल्याही खेड्यात गेलं, तरी तिथे या अँड्र्यू कार्नेजीच्या पैशांमधून बांधण्यात आलेलं एक तरी वाचनालय असतंच.

"मी अजून किती वर्षे जगेन, ते काही सांगता यायचं नाही; पण आज तू ज्या पद्धतीने ती कविता पूर्ण केलीस त्यावरून तुला वाचनाची किती आवड आहे, हे माझ्या लक्षात आलं. मला एक वचन दे - तू मोठी झालीस आणि समजा, तुझ्या सर्व गरजा भागून तुझ्याकडे जास्तीचे पैसे शिल्लक उरले, तर तू निदान एका तरी वाचनालयाला पुस्तकं घेऊन देशील !"

हिवाळ्यातील ती काळोखी रात्र होती. आजोबांच्या भल्या मोठ्या तळव्याचा तो

उबदार स्पर्श मला अजून आठवतो. ते म्हातारे झाले होते. रोज फळ्यावर खडूने वाक्यंच्या वाक्यं लिहून त्यांचे हात खरखरीत झाले होते. त्यांवर सुरकुत्या पडल्या होत्या. आम्ही काही त्या कार्नेजीसारखे श्रीमंत नव्हतो; परंतु माझ्या आजोबांजवळ ज्ञान आणि अनुभवाने आलेली संपन्नता होती.

पुढील आयुष्यात माझी सांपत्तिक स्थिती सुधारली. मी आजोबांना वचन दिलं होतं - एकातरी वाचनालयासाठी पुस्तके देईन. आजोबांच्या मृत्यूनंतर कितीतरी वर्षांनी ते वचन मला आठवलं. आज इन्फोसिस फौंडेशनच्या माध्यमातून आम्ही अशी दहा हजार वाचनालये बांधली आहेत.

◆

१४

वाळवंटातील प्रवास

काही वर्षांपूर्वीपर्यंत मला ड्रायव्हर नव्हता आणि मी सगळीकडे स्वत:च गाडी चालवत जात असे. मी नेहमी एका विशिष्ट पेट्रोल पंपावर जाऊन पेट्रोल टाकत असे. या पंपाच्या बाजूलाच एक सर्व्हिस स्टेशनही होतं. कधीकधी शनिवारचा दिवस असला की मी माझी गाडी सर्व्हिसिंगसाठी तेथे घेऊन जात असे आणि सर्व्हिसिंगचं काम पूर्ण होईपर्यंत तेथेच थांबत असे. तेथे दोन लहान मुलं कामाला होती. तेरा-चौदा वर्षांची असतील ! ते दोघं जुळे भाऊ होते, दिसण्यास अगदी सारखे होते. एकाचं नाव होतं राम तर दुसऱ्याचं गोपाल. त्यांची परिस्थिती अत्यंत गरिबीची होती, त्यामुळे ते शाळेत जात नसत; परंतु त्यांना बऱ्याच भाषा अवगत होत्या.

बंगलोर ही जरी कर्नाटकची राजधानी असली, तरी येथे फक्त कन्नड भाषाच बोलण्यात येते असं नाही. येथे इतर प्रांतातून येऊन स्थायिक झालेले लोकही बरेच आहेत. त्यामुळे बंगलोर हे मिश्र लोकवस्तीचं शहर बनलेलं आहे. या सर्व्हिस स्टेशनमध्ये काम करत असताना त्या दोघा मुलांना इतके वेगवेगळ्या प्रकारचे लोक रोज भेटत की त्या मुलांना आपल्या कन्नड या मातृभाषेखेरीज तामीळ, तेलगू आणि हिंदी एवढ्या भाषा बोलता येत.

माझ्या गाडीचं सर्व्हिसिंग होण्यास साधारण दोन तास तरी लागत. ती मुलं माझ्यासाठी एक खुर्ची आणत. मग मी झाडाच्या सावलीत बसून निवांत वाचन करत असे. राम आणि गोपाल हे दोघं तेथे हरकाम्याप्रमाणे पडेल ते काम करीत. ते नेहमी आनंदी आणि उत्साही असल्यामुळे सर्वांनाच ते आवडत असत.

काही काळाने माझी पण त्यांच्याशी चांगली मैत्री झाली आणि त्या दोघांनी मला

त्यांच्या आयुष्याविषयी सर्व काही सांगितलं. त्या दोघांना वडील नव्हते. त्यांची आई मोलमजुरी करे. हे दोघे जवळच्या झोपडपट्टीत आपल्या काकांकडे राहत. घरच्या गरिबीमुळे शाळेत जाणं तर शक्यच नव्हतं आणि त्यांना घरी शिकवायलासुद्धा कोणी नव्हतं. याआधी ते दोघं एका दुकानात मदतनिसाचं काम करत होते व त्यानंतर आता त्यांना या सर्व्हिस स्टेशनमध्ये नोकरी लागली होती. त्यांना पगार तसा काही जास्त नव्हता. पण इथे सकाळचा नाश्ता आणि दुपारचं जेवण फुकट मिळायचं. शिवाय कधीतरी गाडी सर्व्हिसिंगला घेऊन येणारे लोक हातावर किरकोळ बक्षिसी द्यायचे. त्या दोघांच्या कामाचे निश्चित तास असे काही ठरलेले नव्हते. ते रोज सकाळी आठच्या सुमाराला येत आणि त्यांना घरी परतायला रात्रीचे आठ वाजत. फक्त रविवारी तेवढी त्यांना सुट्टी असे.

खरं तर त्या दोघा मुलांचं आयुष्य इतकं कष्टाचं होतं... तरीपण त्यांचे चेहरे कायम हसरे असत. त्यांना कोणीही काही काम सांगितलं तरी ती मुलं कधी नाही म्हणत नसत, की कधी कुरकुर करत नसत. कधी कधी अगदी चांगल्या सधन परिस्थितीतील मुलं सगळं काही असून लांब चेहरा करून दु:खी मुद्रेनं बसलेली दिसतात. त्यांना आपण काही काम सांगायला गेलं, तर हजार सबबी पुढे करतात आणि ते काम करायची टाळाटाळ करतात. मला वाटतं आयुष्यातील समाधान हे जातपात, धर्म किंवा बँकेच्या खात्यातील पैशांवर अवलंबून नसतं.

या मुलांच्या उत्साहाबद्दल मला त्यांचं कौतुक वाटत असे. क्वचित कधीतरी मी त्यांच्यासाठी थोडाफार खाऊ आणि थोडे जुने शर्ट घेऊन जात असे. ते कपडे पाहून त्यांना इतका आनंद होई, जसे काही ते गर्भरेशमी कपडे आहेत ! पण मी दिलेले कपडे त्यांनी कधीही घातल्याचं दिसलं नाही. मी त्याबद्दल त्यांना विचारताच ती मुलं म्हणाली, "मॅडम, आम्ही इकडे कामावर येताना नेहमी खराब कपडे घालून येतो, कारण इथे काम करताना त्याला वंगणाचे डाग पडतात.''

एक दिवस मी त्यांच्यासाठी थोडी गोष्टीची पुस्तकं घेऊन गेले. म्हटलं, रात्री वाचायला होतील त्यांना. एकीकडे या मुलांच्याच वयाची इतर मुलं शाळेत जात होती आणि उरलेल्या वेळात हॉकी नाहीतर बुद्धिबळाच्या सामन्यांमधे भाग घेत होती. आणि इकडे ही मुलं मात्र पोटाची खळगी भरण्यासाठी राबत होती. पण मी जेव्हा ती पुस्तकं त्यांच्या हातात दिली तेव्हा त्यांचे चेहरे उदास झाले. आज पहिल्यांदाच त्यांच्या चेहऱ्यावर विषाद स्पष्ट दिसत होता. ती मुलं म्हणाली, "मॅडम, आम्हाला वाचायला खूप जास्त वेळ लागतो.. खूप कष्ट पडतात एकेक वाक्य वाचायचं म्हणजे... आम्हाला वाचायची सवय नाही ना. तुम्हीच आम्हाला त्यातली गोष्ट सांगाल का ?''

"अरे... पण मी इथे कशी काय तुम्हाला गोष्ट सांगणार ? तुम्ही तर सारखे

कामात असता !''

''आम्हाला चार वाजता थोडावेळ विश्रांतीसाठी सुट्टी मिळते. तुम्ही तुमची गाडी सर्व्हिसिंगला त्या वेळेत जर आणलीत, तर आम्ही इथे तुमच्याजवळ बसू आणि तुम्ही आम्हाला गोष्ट सांगा, आम्ही ऐकू.'' त्या दोन डोळ्यांच्या जोड्या माझ्याकडे इतक्या अपेक्षेने बघत होत्या, की मला 'नाही' म्हणणं शक्यच झालं नाही. माझी स्वत:ची मुलंसुद्धा लहान असताना अशीच गोष्टीसाठी हट्ट धरून बसायची, त्याची मला आठवण झाली. मग मी तसं करण्यास राजी झाले.

त्यामुळे मग शनिवारी दुपारी तिथे जायचं आणि त्या मुलांना गोष्टी सांगायच्या, असा शिरस्ताच होऊन बसला. जरी माझ्या गाडीचं सर्व्हिसिंग करण्याची गरज नसली, तरीसुद्धा मी नुसती त्या मुलांसाठी तिथे जाऊ लागले. माझ्या गोष्टी ती मुलं अगदी लक्षपूर्वक ऐकत आणि पुढे काय घडतं, यासाठी उत्सुकतेनं जिवाचा कान करून बसत. हे असं कित्येक महिने चालू होतं. काही दिवसांनी मी स्वत: गाडी चालवणं बंद केलं आणि ड्रायव्हर ठेवला. त्यानंतर गाडीची सर्व्हिसिंग करायची वेळ आली, की माझा ड्रायव्हरच ती घेऊन जाई. त्यामुळे परत काही माझं त्या सर्व्हिस स्टेशनकडे जाणं झालं नाही व राम आणि गोपाल यांची नंतर भेटच झाली नाही.

काळ तर पाण्यासारखा वाहत असतो. अशी जवळपास दहा वर्षं लोटली. एक दिवस माझी गाडी खराब झाली होती व ड्रायव्हर त्याबद्दल तक्रार करत होता. मी त्याला ती गाडी दुरुस्तीला देण्यास सांगितलं आणि नंतर ते विसरूनसुद्धा गेले. गाडी जुनी झाली होती. तिनं बरीच वर्षे चांगली सेवा केली होती. अजूनही ती चालत होती. माझा ड्रायव्हर ती गाडी दुरुस्त करून परत घेऊन आला. तो म्हणाला, ''या गाडीकडे बघून मेकॅनिकनं तुमची चौकशी केली. 'गुड लक् गॅरेज'चे मालक तुमच्या ओळखीचे आहेत का ?

मी तर काही ते नाव कधी ऐकलं नव्हतं. ''हे गॅरेज नवीन आहे का ?''

''हो, तसं नवंच आहे. मी नेहमी तरुण माणसांनी चालवलेल्या गॅरेजमधेच गाडी नेतो. हा तरुण मुलगा पण अगदी चांगला आहे, प्रामाणिक आहे. तो तुम्हाला बऱ्याच वर्षांपासून ओळखतो. तुम्ही अजूनही कॉलेजात शिकवता का, असं तो विचारत होता.''

माझ्या ओळखीचा गॅरेजचा मालक कोण बरं असू शकेल ? काही केल्या डोक्यात येत नव्हतं. माझ्या ड्रायव्हरला त्याचं नाव माहीत नव्हतं, त्यामुळे हा तरुण कोण असावा ते काही मला आठवेना. म्हटलं - कदाचित आपलाच एखादा जुना विद्यार्थी असेल; पण मी तर कॉम्प्युटर सायन्स शिकवते. मग माझ्या विषयाचा विद्यार्थी अचानक ऑटोमोबाईल इंजिनिअरिंगकडे कसा काय वळला असावा, हे कोडं काही सुटेना. त्यानंतर परत एकदा माझा ड्रायव्हर येऊन मला म्हणाला, ''त्या

गॅरेजचा मालक तुमची सारखी चौकशी करत होता.'' मग मात्र म्हटलं, काही झालं तरी आपण स्वत: जाऊन त्याला भेटायला हवं. ज्या माणसाला आपली एवढी चौकशी करावीशी वाटते, तो आहे तरी कोण ?

दुसऱ्याच दिवशी मी त्या 'गुड लक् गॅरेज'मध्ये गेले. ते गॅरेज तसं आधुनिक होतं. चांगलं सुसज्ज होतं. आतल्या बाजूला काचेचं एक छोटंसं केबिन होतं. गॅरेजचा मालक आत बसला असणार, असा मी अंदाज केला. मी गॅरेजमध्ये पाऊल टाकताच मेकॅनिकचे निळे कपडे केलेला एक तरुण देखणा माणूस पुढे आला आणि त्यानं माझं स्वागत केलं. त्याच्या हातात स्पॅनर आणि स्क्रूड्रायव्हर होता.

''मॅडम, या ना... आत या... अशा इकडे केबिनमध्ये बसा. मी हात धुवून एका मिनिटात येतो.''

त्याच्या ऑफिसातील सोफ्यावर मी बसले. ऑफिस छोटंसंच, पण नीटनेटकं होतं. त्या तरुणाला कुठेतरी पाहिल्यासारखं वाटत होतं. याला आपण नक्कीच कुठेतरी पाहिलं आहे... पण कुठे बरं ?... काही केल्या आठवेना. मी स्मरणशक्तीला ताण देऊन पाहिला... आपण याला प्री-युनिव्हर्सिटीच्या वर्गात तर शिकवायला नव्हतो ? त्या वेळी मुलं सोळासतरा वर्षांची असतात, उत्साहानं सळसळत असतात. नंतर काही वर्षांनी त्यांची गाठ पडली की ती प्रौढ झालेली असतात आणि मी काही त्यांना ओळखू शकत नाही. आज हा तरुण फारच ओळखीचा वाटत होता. इतक्यात तो एका हातात कॉफीने भरलेला कप आणि दुसऱ्या हातात पाण्याचा ग्लास घेऊन आला.

''मॅडम, तुम्ही खूप बदलला आहात. तुम्ही आता जरा वयस्कर दिसता आणि थकलेल्या दिसता.''

''सॉरी, पण मला तुझं नाव नाही आठवत. रागावू नको... पण काय नाव तुझं ? तू म्हणालास ते बरोबर आहे. मी आता म्हातारी होत चालले आहे.''

त्यावर तो हसला. त्याच्या गालाला छानशी खळी पडली आणि मला एकदम आठवलं. दहा वर्षांपूर्वी गॅरेजमध्ये ती जी दोन मुलं काम करायची, त्यांच्यापैकी एक होता हा.. नक्कीच ! पण हा राम होता.. की गोपाल ? त्या काळीसुद्धा मला त्यांच्यातला कोण कुठला, ते कधी ओळखायला येत नसे. मग मी सरळ त्यालाच विचारलं, ''तू राम की गोपाल ?''

''मी राम, मॅडम.''

''जरा इथे बस बघू. आज तुला इथे बघून मला फार फार आनंद झाला आहे.''

माझ्या गाडीची ओळख पटल्यामुळे रामने माझी इतकी का चौकशी चालवली होती, हे आत्ता मला कळलं.

''मॅडम, त्या काळी तुम्ही आम्हाला जी मदत केली, त्याबद्दल मला फार

कृतज्ञता वाटते तुमच्याबद्दल.''

"मदत ? मी कुठे काय मदत केली रे ? मी जुने कपडे आणि खाऊ घेऊन येत असे... आणि थोड्याफार गोष्टी सांगत असे.''

"मॅडम, तुम्हाला कल्पना नसेल, पण तुम्ही सांगितलेल्या गोष्टींनी माझं सगळं आयुष्यच बदलून गेलं. तुम्ही आम्हाला कोणत्या गोष्टी सांगायचात, ते आठवतंय तुम्हाला ?''

मला काही आठवत नव्हतं. माझ्या डोक्यात भरलेल्या कथासागरातून काही वर्षांपूर्वी मी काही कथा सांगितल्या होत्या.

"नाही रे बाबा. काही नाही आठवत.''

मग तो माझ्यासमोर बसला, त्याने डोळे मिटले आणि आपली स्वत:ची कथा सांगू लागला.

"मॅडम.. आमचं आयुष्य फार खडतर होतं. तुम्हाला त्याची कल्पना होतीच. आमच्या आयुष्यातील एकमेव आनंद, ज्याची आम्ही आतुरतेनं वाट बघायचो. तो म्हणजे आठवड्यातला शनिवार. तुम्ही दर शनिवारी यायचात आणि आम्हाला गोष्टी सांगायचात. आम्ही तेव्हा आमच्या काकांकडे राहायचो. आम्हाला जे काही पैसे मिळत, ते सगळे आमचे काका काढून घ्यायचे. आमच्या त्या रटाळ आणि कंटाळवाण्या जीवनापासून थोडी सुटका म्हणजे तुमच्या त्या गोष्टी. आम्हाला दिवसभर काम करावं लागायचं. मला वाटायचं आपण पुन्हा शाळेत जायला लागावं, परत शिक्षण सुरू करावं; पण आम्ही जिथे राहत होतो, तिथून रात्रीच्या शाळा फारच लांब होत्या. शिवाय घरातून काहीच आर्थिक मदत नव्हती, की पाठिंबाही नव्हता. आमचं शिक्षणाचं स्वप्न हे स्वप्नच राहणार की काय... असं वाटू लागलं होतं. पण त्याच वेळी तुम्ही आम्हाला एक गोष्ट सांगितलीत. ती गोष्ट ऐकून आमचं सगळं आयुष्यच बदलून गेलं.''

आता यानंतर काय घडलं हे त्याच्या तोंडून ऐकण्याची मला उत्सुकता लागून राहिली होती.

"कोणती कथा होती ती ? मला तरी सांग.'' आता आमच्या भूमिका बदलल्या होत्या. आता तो कथा सांगू लागला आणि मी ऐकू लागले.

"एका गावात खूप गरीब लोक होते. त्या सगळ्यांची एकच इच्छा होती - वाळवंट पार करून नशीब काढायला पलीकडच्या गावी जायचं. तिथे आपल्याला चांगला भविष्यकाळ लाभेल, चांगलं आयुष्य घालवता येईल, असं त्यांना वाटे.

"अनेक तरुण मुलांनी तिकडे जाण्यासाठी मनाची तयारी केली. गावातील वडीलधारी माणसं त्यांना सांगायची, तुम्हाला जर आयुष्यात काही कमवायचं असेल तर त्या पलीकडच्या गावाला जा. जाताना वाळवंटात दुर्मिळ खडे मिळतील ते

गोळा करा. पलीकडच्या गावी ते खडे विकत घेणारा कोणीतरी भेटेल.

''अशाच एका सकाळी दोन तरुण मुलं त्या गावाला जायला निघाली. त्यांनी बरोबर खाण्यासाठी शिदोरी आणि पाणी घेतलं होतं. सुरुवातीला वाळवंटातील वाळू अजून थंडच होती, सूर्याचं ऊनही तापलं नव्हतं. प्रवास तर छानच चालला होता. त्यांना जराही थकवा जाणवत नव्हता. ते वेगानं पुढे निघाले. काही वेळाने सूर्य डोक्यावर आला. वाळू तापू लागली. ते बराच वेळ चालत होते. त्यांना वाटलं - आता बहुतेक आपण वाळवंटाच्या पलीकडच्या बाजूला पोचलो असू ! म्हणून त्यांनी जवळची शिदोरी उघडून जेवून घेतलं आणि पोटभर पाणी पण प्यायलं; पण लवकरच त्यांच्या लक्षात आलं - अजून निम्मं वाळवंटसुद्धा पार करून झालं नव्हतं.

''एकीकडे चालता चालता ते रस्त्यात सापडलेले दुर्मिळ खडे वेचत होते. पलीकडच्या गावी नेऊन विकण्यासाठी ! लवकरच त्यांच्या जवळच्या थैल्या खड्यांनी भरून जड झाल्या. त्यांच्यातील एका मुलाने विचार केला - हे काही खरं नाही. आपण हे खडे फेकून द्यावे आणि परत जावं, हे बरं; पण तो दुसरा मुलगा त्याला म्हणाला, आपण आपल्या वडीलधाऱ्यांचं ऐकलं पाहिजे. काय वाट्टेल ते झालं, तरी आपण हे वाळवंट पार करून पलीकडच्या गावी जायलाच हवं.

''परंतु त्या पहिल्या मुलानं ते काही ऐकलं नाही आणि तो परत फिरला. दुसरा मुलगा मात्र त्या गावाच्या दिशेने चालतच राहिला. प्रवास खडतर होता. एकतर खडे गोळा करायचे, शिवाय एकट्याने चालायचं.. आणि प्यायला पाणीसुद्धा नाही. कधीतरी त्याला वाटायचं, आपल्या मित्राचंच बरोबर होतं. त्या गावात गेल्यावर तिथे तरी काय असेल, कोणास ठाऊक ! त्यापेक्षा सरळ परत फिरावं आणि आपल्या गावी जावं; पण श्रद्धा आणि आशा या दोन गोष्टींच्या बळावर तो तसाच चालत राहिला. दीर्घकाळ चालल्यानंतर अखेर तो पलीकडच्या गावी जाऊन पोचला. त्या गावात शिरल्यावर मात्र त्याची घोर निराशा झाली. इतर कोणत्याही गावासारखंच गाव होतं ते. जवळच एक धर्मशाळा होती. अंधार होत चालला होता आणि तो खूप थकला होता. मग त्याने रात्र तिथेच घालवायची ठरवली.

''दुसरा दिवस उजाडला. त्याला वाटलं - हे जड खड्यांचं ओझं द्यावं फेकून आणि सरळ आपल्या गावचा रस्ता धरावा ! त्याने आपली थैली उघडली. बघतो तर काय... त्या सगळ्या मोठमोठ्या खड्यांचे आता हिरे झाले होते. क्षणार्धात तो कोट्याधीश झाला होता.

''मॅडम, तुम्हाला आठवतं.. त्या वेळी तुम्ही आम्हाला या गोष्टीचा खरा अर्थ समजावून सांगितला होता. विद्यार्थीदशा ही वाळवंटासारखी असते. परीक्षा म्हणजे सूर्याचा दाह. आयुष्यात येणाऱ्या अडचणी या तप्त वाळूसारख्या असतात. अभ्यास

म्हणजे तहान आणि भूक. विद्यार्थी असताना एकट्यानेच प्रवास करावा लागतो, ज्ञान आणि कौशल्याचे हिरे जमा करावे लागतात. आपण हे जितके जास्त जमा करू, तितकं आपलं पुढील आयुष्य सुखात जातं.

"तुमची ही गोष्ट ऐकल्यावरच मी ठरवलं, कितीही अडचणी आल्या तरी आपण शिकायचं. मी दृढ निश्चयाने सर्व संकटांचा सामना करत शाळेचं शिक्षण पूर्ण केलं. सर्व्हिस स्टेशनच्या मालकानेही खूप मदत केली मला. मला जेव्हा उत्तम गुण मिळाले, तेव्हा त्याने माझ्या ऑटोमोबाईल डिप्लोमाच्या शिक्षणाची फी भरली. मी एकीकडे शिकत होतो आणि एकीकडे काम करत होतो. पुढे मी बँकेकडून कर्ज घेऊन हे गॅरेज सुरू केलं. ईश्वराच्या कृपेने मला यश मिळत गेलं. मी माझं सर्व कर्ज फेडलं आहे. मी आता पूर्णपणे कर्जमुक्त आहे.

"मॅडम, त्याचं असं आहे.. श्रीमंत माणसांना काहीही नवीन सुरू करायचं, म्हणजे भीती वाटते. त्यांना वाटतं, नवीन धंदा चालला नाही तर आपले सगळे पैसे पाण्यात जातील. पण मला काही गमावण्याची मुळी भीतीच नव्हती !"

हे तर मी माझ्या स्वतःच्या आयुष्यातील अनुभवानेसुद्धा शिकले होते.

"मग आता गोपाल कुठे असतो ?"

"त्याने तुम्ही सांगितलेल्या दुसऱ्याच एका गोष्टीचा पाठपुरावा केला."

रामचा चेहरा दुःखी दिसत होता.

"का ? काय झालं ?"

"तुम्ही आम्हाला अजून एक गोष्ट सांगितली होती. गोपालची स्थिती आज त्या गोष्टीसारखीच आहे. एका वाळवंटात एक लांडगा राहत होता. एक दिवस सकाळच्या वेळी तो चालला असताना त्याचं स्वतःच्या सावलीकडे लक्ष गेलं. ती सावली त्याच्याहून बरीच मोठी दिसत होती. ती सावली इतकी प्रचंड मोठी होती, की त्याने विचार केला - आज दुपारच्या जेवणासाठी आपण एखाद्या उंटाची शिकार करावी. मग तो उंटाच्या शोधात बराच वेळ भटकत राहिला. वाटेत त्याची नजर कितीतरी छोट्या प्राण्यांवर पडली; पण त्याने त्यांच्याकडे दुर्लक्ष केलं. खरं तर छोटे छोटे प्राणी पकडणं त्याला सहज शक्य होतं. अखेर सायंकाळ झाली तरी त्याला उंट काही मिळाला नाही. एव्हाना त्याची सावली त्याच्यापेक्षा खूपच लहान झाली होती. अखेर त्याने उंटाऐवजी उंदराचा शोध घेण्यास सुरुवात केली.

"गोपालच्या बाबतीतही हेच घडलं. तो नेहमी स्वतःच्या आवाक्याबाहेरच्या गोष्टी करायला जायचा आणि त्यात त्याला अपयश यायचं. त्याची तर माझ्याबरोबर येथे काम करायचीसुद्धा इच्छा नाही. आता तो एका ऑफिसात पट्टेवाला आहे."

मी आश्चर्याने थक्क झाले. मी कधी काळी सांगितलेल्या एका छोट्याशा गोष्टीने त्यांच्या आयुष्यात केवढं विलक्षण परिवर्तन घडून आलं होतं. मी त्यांना त्या गोष्टी

जेव्हा सांगत असे तेव्हा त्याचा एवढा मोठा परिणाम घडेल, अशी तर मी कधी कल्पनाही केली नव्हती. मुळात या कथा काही मी स्वत: लिहिलेल्या नाहीत. त्या मला नक्की कुणी सांगितल्या, हेही मला आता आठवत नाही. या कथा ज्या कुणाला सुचल्या असतील, त्याला मी मनोमन वंदन करते. आज इतक्या वर्षांनंतर मुलांच्या मनावर त्या गोष्टींचा एवढा सखोल परिणाम होईल, असं त्या लेखकाला किंवा लेखिकेला वाटलं तरी असेल का ?

◆

१५
यांच्यातील महान कोण ?

मी जेव्हा वर्गात शिकवते तेव्हा प्रश्नोत्तरांच्या कार्यक्रमात आमच्या सर्व मुलांनी सहभागी व्हावं, असा माझा प्रयत्न असतो. साधारणपणे मी एक सलग चाळीस मिनिटं शिकवते व त्यानंतर शेवटची वीस मिनिटं मी वादविवाद आणि प्रश्नोत्तरांसाठी राखून ठेवते. त्यामुळे इतरांसमोर आपलं मत मांडण्याची सवय मुलांना तर लागतेच, शिवाय, आपण शिकवलेलं त्यांना किती समजलंय हे शिक्षकाला-सुद्धा कळतं. या प्रश्नोत्तरांमधून अनेकदा मी स्वतः-सुद्धा खूप काही शिकले आहे. त्यांचे काही काही प्रश्न तर इतके अवघड असतात, की त्याची उत्तरं मलासुद्धा माहिती नसतात. अशी परिस्थिती उद्भवली तर मी त्यांना सांगते - ''आत्ता काही मला या प्रश्नाचं उत्तर देता येणार नाही, पण मी संदर्भग्रंथ वगैरे वाचून उद्या याचं उत्तर तुम्हाला सांगीन.''

कधीकधी आमचा तास संपला की मी एखादी छोटीशी गोष्ट त्यांना सांगते. मग त्यातून चर्चा वादविवाद सुरू होते. एकदा मी असंच एक विधान केलं : ''कित्येकदा एखाद्या प्रश्नाचं अगदी शंभर टक्के बरोबर उत्तर नसतंच. अशा वेळी त्या प्रश्नाला काही उत्तरंच नाही, हेच त्याचं उत्तर असू शकतं. तुमचा त्या गोष्टीकडे पाहण्याचा दृष्टिकोन कसा आहे, यावरसुद्धा बरंचसं अवलंबून असतं. मग आपला जो काही दृष्टिकोन असेल त्याच्या आधारावर आपण इतरांच्या वागण्याबद्दलचे निष्कर्ष काढतो. त्यांचं वागणं बरोबर की चूक असा न्यायनिवाडा करतो.''

माझं बोलणं ऐकून आमची मुलं लगेच तावातावाने उठली. त्यांनी माझ्या मुद्द्याला जोरदार हरकत घेतली. ती म्हणाली, ''आम्हाला तुमचं म्हणणं पटवून द्या.''

"ठीक आहे. मी तुम्हाला एक छोटी, साधीशी गोष्ट सांगते. खूप खूप शतकांपूर्वी ही गोष्ट घडलेली आहे. एक रत्नप्रभा नावाची तरुण मुलगी होती. दिसण्यास अत्यंत सुंदर, श्रीमंत आणि शिवाय बुद्धिमान. तिने आपलं सर्व शिक्षण पूर्ण केलं आणि नंतर आपल्या गुरुजींना विचारलं,

"मी गुरुदक्षिणा म्हणून आपल्याला काय देऊ ?"

त्यावर गुरुजी म्हणाले, "तुझ्या वडिलांनी मला सर्वकाही दिलं आहे. तू त्याची काही चिंता करू नको."

पण रत्नप्रभेने हट्टच धरला. आता गुरुजींना जरासा राग आला. ते मनात म्हणाले, "आता मला या मुलीच्या धैर्याची परीक्षा घ्यायलाच हवी. आता हिला अशी अवघड अट घालतो, की तिला ती पूर्ण करताच येणार नाही. म्हणजे मग सारखी त्रास देणार नाही ही !"

मग ते रत्नप्रभेला म्हणाले, "अमावस्येच्या रात्री तू नखशिखांत दागदागिन्यांनी मढून, सजून एकटी माझ्या घरी ये."

रत्नप्रभेच्या आणि गुरुजींच्या घराच्या मधोमध एक घनदाट अरण्य होतं. रस्ता अत्यंत खराब होता. अरण्यात हिंस्र श्वापदं होती; वाटेत एक नदी पार करावी लागत असे. रत्नप्रभेने क्षणभर विचार केला आणि ती आपल्या घरी निघून गेली. गुरुजी मनोमन खूष झाले. त्यांना वाटलं, आपण बरं हिला गप्प केलं.

अखेर अमावस्येची रात्र आली. रत्नप्रभेने अंगावर दागदागिने चढवले आणि ती गुरुगृही जाण्यासाठी सज्ज झाली. तिच्या वडिलांनी ते पाहिलं व ते अतिशय अस्वस्थ झाले. "तू आत्ता अशी अवेळी कुठे निघाली आहेस ?" त्यांनी विचारलं. त्यावर रत्नप्रभेने घडलेली हकीकत त्यांना सांगितली. तिच्या वडिलांना धक्काच बसला.

ते म्हणाला, "तुझे गुरुजी सज्जन, सत्शील आहेत. तू त्यांना इतका त्रास दिला असशील, की तुला धडा शिकवण्यासाठी त्यांनी तुला असं करायला सांगितलं असेल. माझी आणि त्यांची चांगली ओळख आहे. मी उद्या जाऊन भेटेन त्यांना आणि सारं काही स्पष्ट करून सांगेन. तू आत्ता काही जाऊ नको. ते नक्की समजून घेतील. ते तुला क्षमासुद्धा करतील. तू त्यांच्या मुलीसारखी आहेस."

पण रत्नप्रभेला ते काही पटलं नाही. तिने जाण्याचा हट्ट धरला - तेही गुरुजींना वचन दिल्याप्रमाणे एकटीनंच जाण्याचा ! अरण्यात हिंस्र श्वापदं होती, तरीपण ती एकटी चालू लागली.

अरण्यात अचानक तिला कोणीतरी थांबवलं. तो एक तरुण चोर होता. त्याने आयुष्यात एवढे मौल्यवान दागदागिने कधीच पाहिलेले नव्हते. आज आपली चांगलीच कमाई होणार, या विचाराने तो खूष झाला. त्याने रत्नप्रभेला थांबवून

आपल्या मनात काय आहे, ते स्पष्टच सांगितलं.

पण रत्नप्रभा क्षणभरही विचलित झाली नाही. ती म्हणाली,"मी नखशिखांत दागिन्यांनी मढून तुमच्या घरी येईन,' असं वचन मी माझ्या गुरुजींना दिलं आहे आणि मी दिलेला शब्द नेहमीच पाळते." पण मी माझ्या गुरुंना भेटून परत येताना हे सर्व दागिने तुम्हाला देईन.

तिचं उत्तर ऐकून त्या चोराला फार आश्चर्य वाटलं. त्याने तिला जाऊ दिलं, पण तिच्यामागोमाग गुपचुप तिचा पाठलाग करत तोही निघाला. आता नक्की काय होणार, हे त्याला बघायचं होतं. रत्नप्रभा गुरुजींच्या घरी जाऊन पोचली. तिनं त्यांचा दरवाजा ठोठावला. गुरुजींनी दार उघडलं. दागिन्यांनी मढलेल्या रत्नप्रभेला पाहून त्यांना आश्चर्याचा धक्का तर बसलाच, पण खेदही वाटला. ते म्हणाले, "मला वाटलं, तू माझं बोलणं विनोद समजून हसण्यावारी नेशील. तुला नाउमेद करण्यासाठी मी आपलं तसं म्हणालो. या एवढ्या संकटांना तोंड देऊन तू इथे येशील, असं मला मुळीच वाटलं नव्हतं. तू घरी जा, पोरी. माझे आशीर्वाद तुझ्या पाठीशी आहेत. तू आपला शब्द पाळणारी स्त्री आहेस."

रत्नप्रभा माघारी फिरली, तेवढ्यात तो चोर तिच्यासमोर येऊन उभा राहिला. ती त्याला म्हणाली, "मी तुम्हाला हे सगळे दागिने द्यायचं कबूल केलं होतं ना ? तुम्ही ते घ्या."

त्यावर तो चोर हसून म्हणाला, "तुमच्यासारखी स्त्री सापडणं विरळाच. मला तुमच्याकडून काहीसुद्धा नको. तुमच्यासारखी माणसं काही नेहमी भेटत नसतात."

रत्नप्रभा घरी पोचली. दारात तिचे वडील तिची वाट पाहत होते. तिला पाहून त्यांचा ऊर अभिमानाने भरून आला. अत्यानंदाने ते तिला म्हणाले, "तू मोठ्या धीराची आहेस. तू दिलेला शब्द पाळलास. आता घरात ये आणि विश्रांती घे बघू. आज तू खूप मोठा प्रवास करून आली आहेस."

माझी कथा सांगून संपली, पण मुलांना ती मुळीच आवडलेली दिसली नाही. मुलं म्हणाली, "एवढं मोठं असं काय आहे या गोष्टीत ? एक हट्टी, दुराग्रही मुलगी, मूर्ख शिक्षक, अव्यवहारी चोर आणि बेजबाबदार वडील... या असल्या कथेतून आम्ही काय मोठा बोध घ्यायचा ?"

मी त्यांना म्हणाले, "हा तुमचा त्या गोष्टीकडे पाहण्याचा दृष्टीकोन आहे, पण मी या कथेचं विश्लेषण वेगळ्या दृष्टीने करेन. धैर्यशाली रत्नप्रभा, कनवाळू व सहृदय शिक्षक, उदार मनाचा चोर आणि आपल्या मुलीच्या शब्दांना व मताला किंमत देणारे जबाबदार वडील. आता मला असं सांगा, तुमच्या मते या गोष्टीतील सर्वांत महान व्यक्ती कोण ?"

त्यानंतर वर्गात एकच दंगा सुरू झाला. मुलं आपापसात वाद घालू लागली.

मी नुसतं हसून त्यांच्याकडे पाहत पाहिले.

त्यानंतर त्यांच्यातील एक गट उठून उभा राहिला व त्यांचं म्हणणं असं पडलं, "मॅडम, आमच्या मते यात रत्नप्रभेलाच थोर म्हणावं लागेल, कारण आपल्यापुढे कोणती संकटं वाढून ठेवली आहेत, याची तिला पुरेपूर कल्पना होती; पण तरीही ती विचलित झाली नाही. तिच्या वडिलांनी तिला विरोध केला, चोराने तिला घाबरवलं, अरण्यातील श्वापदांची भीती तर होतीच, पण तरीही तिला असं वाटत होतं - आपल्या गुरूंना गुरुदक्षिणा तर दिलीच पाहिजे. पण मॅडम, आमच्याकडून तुम्ही मात्र असली काही गुरुदक्षिणा मागू नका हं !" यावर हास्याचा एकच कल्लोळ उठला. मी मात्र त्यांच्या या स्पष्टीकरणावर काहीच प्रतिक्रिया व्यक्त केली नाही.

यानंतर दुसरा गट उठून तावातावाने वाद घालू लागला. "आम्हाला नाही हे पटत. त्या रत्नप्रभेने काय असं मोठं करून दाखवलं ? ती हट्टी आणि दुराग्रही मुलगी होती. आमच्या मते तो चोरच सगळ्यात थोर म्हणायला हवा; कारण नेहमी चोर दुसऱ्याला लुटत असतात. मग त्या माणसांना ते काही स्पष्टीकरण विचारत नाहीत की नंतर त्या माणसांचं काय झालं, याची पर्वाही करत नाहीत. रत्नप्रभा आणि तिचे गुरू किंवा रत्नप्रभा आणि तिचे वडील यांच्यात निदान काहीतरी नात्याचे बंध तरी होते. त्यांचा एकमेकांशी काही संबंध होता, परस्परांविषयी निष्ठा होती; पण त्या चोराचा तर या सगळ्याशी काहीच संबंध नव्हता. त्यामुळे त्या चोराला तर महात्माच म्हटलं पाहिजे."

त्या गटाचं म्हणणं पुरं होण्याआधीच पुढचा गट उठून आपलं म्हणणं मांडू लागला. ते त्या गुरुजींच्या बाजूचे होते. "खरं तर सर्वांत थोर ते गुरुजीच होते. आपल्याला गुरुदक्षिणा देण्याची चिंता रत्नप्रभेने करू नये, असं त्यांनी तिला स्पष्ट सांगितलं होतं; पण ती हट्टीपणाने त्यांचे ऐकेना, तेव्हा त्यांनी मुद्दामच अशी अवघड अट तिला घातली. ती त्यांच्या दारात येऊन उभी राहिली तेव्हा त्यांना आश्चर्याचा धक्का बसला आणि तिची काळजी वाटली. त्यांनी तिला काहीच मागितलं नाही. उलट तिला प्रेमाने आशीर्वाद दिले."

यावर शेवटच्या गटाने अर्थातच विरोध नोंदवला, कारण त्यांच्यामते ते वडील सर्वांत थोर होते. "त्या वडिलांनी रत्नप्रभेला स्वत:चा निर्णय स्वत: घेण्याचं स्वातंत्र्य दिलं. आज तरी आपल्या मुलीला असं वागू देणारे किती वडील असतील बरं ? मॅडम, आपल्या वर्गात तरी किती मुली स्वतंत्रपणे स्वत:चे निर्णय घेतात ?"

यानंतर वर्गात फारच गोंधळ उडाला. कारण आता हा वाद वैयक्तिक पातळीवर उतरला होता. अखेर आपणच हस्तक्षेप करायला हवा, हे मला कळून चुकलं.

मी म्हणाले, "खरं तर या कथेत अमुक एक व्यक्तीच थोर आहे, असं निश्चितपणे कोणालाच सांगता येणार नाही. कारण आपण कोणाकडे कशा दृष्टिकोनातून

बघतो, त्यावर ते अवलंबून राहील. त्याचप्रमाणे कोणताही प्रश्न समोर येऊन उभा राहिला, की आपण त्या प्रश्नाकडे वेगवेगळ्या दृष्टिकोनातून पाहून त्याच्या विभिन्न पैलूंचा विचार केला पाहिजे. त्यामुळे आपण त्यानंतर ज्या निर्णयाला येऊन पोचू, ते वेगवेगळे असू शकतील. आपली उत्तरं निरनिराळी असू शकतील. आपण कधीही एखाद्या व्यक्तीवर दोषारोप करतो किंवा त्या व्यक्तीचा धिक्कार करतो, तेव्हा खरं तर आधी आपण त्या व्यक्तीच्या मनात शिरून पाहिलं पाहिजे. त्या विशिष्ट परिस्थितीत ती व्यक्ती तसं का बरं वागली असेल, हे समजून घेण्याचा प्रयत्न आपण केला पाहिजे व त्यानंतरच आपण त्या व्यक्तीचं वागणं योग्य होतं की अयोग्य, हा निर्णय दिला पाहिजे.''

आता मात्र माझं म्हणणं संपूर्ण वर्गाला पटलं.

◆

१६

आम्ही ते करून दाखवलं...

तो तसा उंचीनं बेताचा. पण अत्यंत कुशाग्र बुद्धीचा. त्याच्या वर्गातील तो सर्वांत बुद्धिमान मुलगा होता. त्याच्यापेक्षा वरच्या वर्गात शिकणारी मुलं विज्ञानविषयातील शंका घेऊन त्याच्याकडे येत. माणसांच्या गर्दीत तो कधी वेगळा उठून दिसणारा नव्हता. पण त्याला भौतिकशास्त्र नाहीतर गणित विषयातील एखादी शंका विचारली की त्याचे डोळे चमकून उठत. विज्ञान विषयातील त्याची गती तर अक्षरश: प्रकाशाच्या वेगाहूनही अधिक म्हणावी लागेल.

तो गरीब घराण्यातील होता. पण घराणं सुशिक्षितांचं होतं. त्याचे वडील उच्चमाध्यमिक शाळेत शिक्षक होते आणि त्यांचं इंग्रजी विषयाचं वाचन आणि व्यासंग अफाट होता.

त्याच्या वर्गातील सर्वच मुलं कोणत्या ना कोणत्यातरी इंजिनिअरिंग कॉलेजात प्रवेश मिळवण्याच्या खटपटीत होती. त्यांच्यातील जी खूप बुद्धिमान मुलं होती, त्यांची इंडियन इन्स्टिटयूट ऑफ टेक्नॉलॉजी - आय्. आय्. टी.मध्ये शिकण्याची इच्छा होती. आय्. आय्. टी.मध्ये शिकण्यासाठी प्रवेशपरीक्षा द्यावी लागत होती. आपल्या मित्रांबरोबर यानेही आय्. आय्. टी.च्या प्रवेश परीक्षेचा अर्ज भरला होता. पण त्या मुलांना मार्गदर्शन करणारं कोणी नव्हतं, की काही खास पुस्तकंही नव्हती त्यांच्याजवळ. म्हैसूर शहराजवळ असलेल्या चामुंडी हिल्सपाशी एका दगडांच्या बांधलेल्या मंडपाखाली सावलीत ही सर्व मुलं बसायची आणि आय्. आय्. टी.च्या प्रवेश परीक्षेचा अभ्यास करायची. सगळ्या मुलांना मार्गदर्शन करण्याचं कामही याचंच होतं. सगळी मुलं प्रश्नपत्रिकांमधले प्रश्न सोडवण्याची धडपड करत; पण

ते सर्व प्रश्न हा मात्र लीलया सोडवून द्यायचा. नुसतं मंद स्मित करून ! कधीतरी तो एकटाच झाडाखाली बसून आय्. आय्. टी.त शिक्षण घेण्याची स्वप्नं बघायचा. कोणत्याही बुद्धिमान मुलाची जी महत्त्वाकांक्षा असते, तशीच त्याचीही ही महत्त्वाकांक्षा होती. त्या वेळी तो फक्त सोळा वर्षांचा होता.

प्रवेश परीक्षेचा दिवस. तो बंगलोरला खास तेवढ्यासाठी आला होता. आपल्या नातेवाईकांकडे उतरला होता. त्याला परीक्षा फारच चांगली गेली. पण कुणी त्याविषयी विचारलं, की तो म्हणे - ''ठीक गेली.'' पण 'स्वयंपाक कसा झालाय ?' असं त्याला कुणी विचारायला जावं... जर तो म्हणाला असेल... 'ठीक आहे,' तर त्याच्या अर्थ समजावा, 'मुळीच चांगला झालेला नाही !', तो म्हणाला 'छान,' तर त्याचा अर्थ असायचा, 'ठीक झाला आहे' आणि तो जर म्हणाला, 'अप्रतीम, सुंदर' तर समजावं 'चांगला झाला आहे.'

त्याचं तत्त्वच मुळी असं होतं - कधीही कोणाला दुखवायचं नाही. कदाचित त्याच्या अंगच्या याच गुणवैशिष्ट्यामुळे त्याचं पुढील आयुष्य असामान्य नेतृत्वगुणांनी उजळून निघालं.

यथावकाश आय्. आय्. टी.च्या प्रवेश परीक्षेचा निकाल लागला. त्याने सतरावा क्रमांक मिळवला होता. कोणत्याही विद्यार्थ्याच्या आयुष्यातील किती अत्युच्च आनंदाचा क्षण ! त्याचाही आनंद गगनात मावत नव्हता. तो आपल्या वडिलांकडे गेला. ते वर्तमानपत्र वाचत बसले होते.

''अण्णा, मी सतरावा आलो.''

''अरे वा ! फारच छान... पोरा !''

''मला आय्. आय्. टी.त जायचंय.''

त्याचे वडील पेपर वाचता वाचता थांबले. त्यांनी मान वर केली आणि जड स्वरात म्हणाले,

''तू खूप बुद्धिमान आहेस, पोरा. तुला आपली आर्थिक परिस्थिती कशी आहे, याची कल्पना आहेच. मला पाच मुलींची लग्नं करायची आहेत आणि तीन मुलांची शिक्षणं. माझी साधीशी नोकरी... तुला आय्. आय्. टी.त शिकायला पाठवणं मला नाही झेपायचं. तू म्हैसूरमध्येच राहून जेवढं शिकायचं तेवढं शीक.''

आपल्या इतक्या बुद्धिमान मुलाला या कारणासाठी 'नाही' म्हणावं लागणं.. कोणत्याही पित्याच्या दृष्टीनं किती कठीण असेल ते ! पण परिस्थितीच तशी होती. त्या काळात मोठं कुटुंब आणि कमावता माणूस एकच असं दृश्य समाजात सर्वत्र दिसून येई.

आपल्याला हे कटुसत्य आपल्या मुलाला सांगावं लागत आहे, या गोष्टीचं त्याच्या वडिलांना अतीव दुःख झालं. पण काही इलाजच नव्हता. आपल्या मुलाला

वस्तुस्थितीची जाणीव करून देणं, त्यांचं कामच होतं.

सोळा-सतरा वर्षांच्या त्या कोवळ्या मुलाची निराशा झाली. त्याच्या स्वप्नांची राखरांगोळी झाली. आय्. आय्. टी.चं स्वप्न हातात गवसेल असं वाटत असतानाच निसटून ते दूर गेलं. त्याचं हृदय वेदनेनं भरून गेलं.

पण तो काही बोलला नाही. आपल्या मनातील आनंद किंवा दुःख दुसऱ्या कोणाजवळ बोलून दाखवण्याचा स्वभावच नव्हता त्याचा. मुळातच तो फार अबोल. त्याचं हृदय रक्तबंबाळ झालं होतं; पण त्याला कोणाचाही राग मात्र आला नव्हता.

अखेर तो दिवस उजाडला. त्याचे वर्गमित्र मद्रासला निघाले होते *(आता मद्रासला चेन्नई म्हणतात)*. ते सर्वजण म्हैसूरहून ट्रेनने मद्रासला जाणार होते. शाळा आणि कॉलेजातील वर्षं एकमेकांच्या सहवासात फार आनंदात गेली होती. तो आपल्या मित्रांना पुढील आयुष्यासाठी शुभेच्छा द्यायला आणि त्यांचा निरोप घ्यायला रेल्वे स्टेशनवर गेला.

स्टेशनवर मित्र जमा झालेलेच होते. सगळे आनंदात होते. मोठमोठ्या आवाजात हास्यविनोद चालले होते. जणू पाखरांची किलबिलच ! सगळ्यांच्याच आनंदाला नुसतं उधाण आलं होतं... नवीन होस्टेलमध्ये राहाणं... नवीन अभ्यासक्रम. पण त्या सर्वांशी त्याचा संबंध येणार नव्हता. तो तिथे शांतपणे उभा होता. कोणातरी एकाचं त्याच्याकडे लक्ष गेलं आणि तो उद्गारला, "तुला खरं तर प्रवेश मिळायला हवा होता !"

त्यावर त्यानं काहीच उत्तर दिलं नाही. त्यानं फक्त त्या सर्वांना शुभेच्छा दिल्या. गाडीनं स्टेशन सोडलं. हा मात्र प्लॅटफॉर्मवर उभं राहून हात हालवत सर्वांना निरोप देत होता.

गाडी बघता बघता दूर निघून गेली. हलणारे हात दिसेनासे झाले, तरी तो तसाच उभा होता. १९६२ साली म्हैसूर शहरात घडलेला हा प्रसंग. पावसाळ्याची सुरुवात होती. अंधारून आलं होतं. पावसाची थोडी भुरभूरही चालू होती. तो तसाच तिथे उभा होता... निश्चलपणे.

त्याच्या मनात द्वेष, राग अशा काही भावना नव्हत्या. तो स्वतःच्या मनाशीच विचार करत होता, "आय्. आय्. टी.मध्ये शिकून बाहेर पडलेली मुलं आयुष्यात खूप मोठी होतात, यश मिळवतात हे तर खरंच. पण खरं तर आपलं आयुष्य पूर्णपणे बदलून त्याला वेगळं वळण लावणं हे कोणत्याही संस्थेच्या नव्हे, तर केवळ आपल्या हातात असतं."

भगवत्गीतेतही हेच तत्त्वज्ञान सांगितलेलं आहे, याची त्या वेळी त्याला बहुदा कल्पनाही नसेल. गीतेत म्हटलं आहे : तुमचा सर्वांत चांगला मित्रही तुम्हीच असता आणि तुमचा सर्वांत मोठा शत्रूही तुम्हीच !

त्यानंतर त्याने अपार मेहनत केली. आपलं सर्व लक्ष फक्त या गोष्टींवर केंद्रित केलं. आपल्या खाजगी आयुष्याची, आरामाची, चैनीची कशाचीही पर्वा नव्हती त्याला. त्याने आपली धनसंपत्ती इतरांसाठी उपयोगात आणली. आयुष्यात वर येण्यासाठी मात्र त्याला जात, धर्म, संप्रदाय किंवा राजकीय हितसंबंध इत्यादी गोष्टींची गरज कधीच भासली नाही.

एका शाळाशिक्षकाच्या मुलानं आपल्या देशबांधवांना एक गोष्ट दाखवून दिली, 'माणसाला कायदेशीर मार्गाने आणि नीतीधर्माचं पालन करून संपत्ती मिळवणं शक्य असतं.' त्याने आपल्यासारख्याच सुस्वभावी व मेहनती लोकांना गोळा करून त्यांच्यासमवेत काम केलं.

भारतातील सॉफ्टवेअर इंडस्ट्रीज्‌चा तो प्रणेता बनला. त्याने येथे इन्फर्मेशन टेक्नॉलॉजीची लाट आणली. आज तो साधेपणाचे, उत्कृष्टतेचे आणि न्याय्यतेचे प्रतीक बनलेला आहे. मानवजातीवर असणारं त्याचं प्रेम आदर्श ठरलं आहे. 'बुद्धिमत्तेची शक्ती आणि नीतिमूल्यांची प्रेरणा' असं त्याचं घोषवाक्य आहे.

हा मुलगा म्हणजेच इन्फोसिस कंपनीचे फाऊंडर आणि आत्ताचे चेअरमन... व माझे पती श्री. नागराव रामराव नारायण मूर्ती.

आमच्या तरुणपणी एखादी मुलगी उपवर झाली, की तिची आई तिला उपदेशाच्या चार गोष्टी सांगत असे. त्या गोष्टी साधारणपणे अशा असत, "तू आपल्या नवीन घराशी, सासरच्या माणसांशी मिळतंजुळतं घेऊन राहा. त्यांना काय आवडतं ते रांधायला शीक... त्यांच्यासाठी स्वयंपाक कर... आवर्जून सर्वांच्या मदतीला धावून जा... इत्यादी."

माझी आई विमला कुलकर्णी हिनं पण माझ्या लग्नाच्या वेळी मला असाच उपदेश केला होता. पण त्याचबरोबर त्या वेळी तिनं मला आणखीही एक गोष्ट सांगितली होती... व नेमक्या त्याच गोष्टीचा मला पुढील आयुष्यात प्रचंड उपयोग झाला. ती म्हणाली होती, "हे बघ, आयुष्यात खडतर दिवस कधी येतील, काही सांगता येत नाही. अचानक तुला पैशाची गरज पडेल. अशा दिवसांसाठी तू जो काही पगार मिळवशील, त्यातून थोडेतरी पैसे शिल्लक टाकत जा. जर तू मिळवती नसशील, तर तुझ्या नवऱ्याच्या पगारातून शिल्लक टाकत जा. जर हजार रुपये मिळवत असशील, तर त्यातल्या किमान पन्नास नाहीतर शंभर रुपयांची बचत करत जा. काही झालं तरी दागिने, कपडे... असल्या चैनीच्या वस्तू घेताना या पैशांना कधीच हात लावायचा नाही. तरुण वयात आपल्याला वाटतं... हे घ्यावं... ते घ्यावं. खरेदीची हौस असते. पण लक्षात ठेव... कठीण प्रसंगात फारच कमी गोष्टी आपल्या कामाला येतात. तुझ्या अंगीचं धैर्य, नवीन परिस्थितीशी मिळतंजुळतं

घेण्याची वृत्ती आणि हा साठलेला पैसा... एवढंच काय ते उपयोगाचं. बाकी कोणी मदतीला धावून येणार नाही.''

तिचं बोलणं ऐकून मला हसू आलं. अशा प्रकारचे कठीण दिवस कधी माझ्या आयुष्यात येतील, ही गोष्ट तेव्हा मला अशक्य वाटली. माझं तरुण वय होतं. आयुष्यात फक्त प्रत्येक दिवशी लख्ख सोनेरी ऊनच असतं, अंधारून येतच नाही असं मला वाटे. पण मी नेहमीच आईचं ऐकत आले. मी बचतीची सवय लावून घेतली. मी माझ्या स्वयंपाकघराच्या कपाटात एका बाजूला पैसे शिल्लक टाकू लागले. ते मी कधी मोजतही नसे.

लग्नानंतर आम्ही मुंबईत राहत होतो. सुरुवातीचे काही दिवस आयुष्य सुरळीत चाललं होतं. आम्हाला एक मुलगी होती.. सर्व मध्यमवर्गीयांसारखंच छोटंसं, सुखी कुटुंब होतं आमचं. तेव्हा आम्ही बांद्र्याला एका फ्लॅटमध्ये राहायचो. मी टेल्कोत नोकरी करत होते. माझं ऑफिस फोर्टमध्ये होतं. माझे पती, नारायण मूर्ती त्या वेळी पी. सी. एस्.मध्ये होते. त्यांचं ऑफिस होतं नरीमन पॉईंटला.

एक दिवस मूर्ती ऑफिसातून घरी आले. त्यांचा चेहरा चिंताग्रस्त दिसत होता. मुळात फारसं बोलण्याचा त्यांचा स्वभावच नाही.. ते तसे अंतर्मुखच आहेत. पण आज मात्र त्यांचा नूर काही वेगळाच वाटला. मी स्वयंपाकघरात पोळ्या करत होते.

''आज तुम्ही असे काळजीत का दिसताय?'' मी विचारलं.

ते म्हणाले, ''येत्या काही वर्षांत सॉफ्टवेअरचा धंदा हा सर्वांत मोठा उद्योगधंदा होणार आहे. आपल्या देशात बुद्धिमान लोकांची काहीही कमतरता नाही. सॉफ्टवेअर लिहिण्यासाठी तर्कशुद्ध विचार करणारं मन हवं आणि मेहनत हवी. ह्या दोन्ही गोष्टी तर भारतात मुबलक प्रमाणात आहेत. मला वाटतं या लोकांच्या बुद्धिमत्तेचा जर मी उपयोग करून घेतला तर...? मला एक सॉफ्टवेअर कंपनी काढायची आहे.''

ते ऐकून मला धक्का बसला. आम्ही कधी स्वत:ची कंपनी काढायचा विचार करू, अशी मी कल्पनाही केली नव्हती. माझ्या माहेरी किंवा इकडे सासरी मूर्तींच्या कुटुंबियांपैकी कोणीही स्वत:चा व्यवसाय करणारं नव्हतं. मूर्ती कायम पी. सी. एस्.मध्ये काम करत राहतील, मी टेल्कोत काम करत राहीन आणि आम्ही असंच सुखी आयुष्य घालवत राहू, असंच मला वाटायचं. त्यामुळे माझी पहिली प्रतिक्रिया 'नाही' अशीच होती.

त्यावर मूर्तींनी त्यांच्या मनातील योजना आणि त्यांचं स्वप्न मला व्यवस्थित स्पष्ट करून सांगण्यास सुरुवात केली. ते म्हणाले, 'तुला इतिहासाची आवड आहे, त्यामुळे मी जी काही कारणमीमांसा देईन, ती तुला पटते का ते पाहा. जेव्हा जगात औद्योगिक क्रांती झाली, तेव्हा भारताची ती संधी हुकली. कारण त्या वेळी

आपल्यावर ब्रिटिशांची सत्ता होती. आता संपूर्ण जग हे बौद्धिक क्रांतीच्या उंबरठ्यावर उभं आहे. आपण या संधीचा पूर्ण उपयोग करून घेतला पाहिजे. ही क्रांती आपण आपल्या देशात आणली पाहिजे. ही संधी जर हातची गेली तर आपल्याला आयुष्यात काहीही करून दाखवता येणार नाही. मला हे जे पाऊल उचलायचं आहे, त्यात काही केवळ पैसा मिळवणं हा एकमेव उद्देश नाही. ही इच्छा गेले काही दिवस माझ्या मनात घर करून आहे. मला हे पाऊल आत्ताच उचलू दे. एकतर आत्ताच, नाहीतर पुन्हा कधीच नाही.''

माझं मन भूतकाळात, बालपणात परतलं. आमच्या नातेवाईकांपैकी एकाने असंच काहीतरी 'स्वत:चं' सुरू केलं होतं; परंतु त्याचा शेवट म्हणजे त्याला प्रचंड आर्थिक नुकसान सोसावं लागलं. त्यामुळे 'स्वत:चा व्यवसाय सुरू करणं' आणि 'आर्थिक नुकसान' या दोन्ही गोष्टी माझ्या दृष्टीने समानार्थी होत्या.

आमच्याही बाबतीत हे असंच होईल अशी भीती मला वाटत होती. शिवाय धंद्यात जर नुकसान झालं, तर ते भरून कसं काढायचं? आमची स्वत:ची काही मालमत्ताही नव्हती. त्यामुळे ती विकून पैसा वगैरे उभा करण्याचा तर प्रश्नच नव्हता. शिवाय आम्हाला एक मुलगी होती. मी गोंधळून गेले.

कदाचित माझ्या मनाची ही अवस्था मूर्तींनी जाणली असावी. ते म्हणाले, 'हे बघ, हा धंदा एकदम नवीनच प्रकारचा आहे. त्याला भांडवल लागतं ते फक्त बुद्धिमत्तेचं... त्यामुळे फार मोठा पैसा उभा करण्याची गरज नसते. फक्त मला तुझा मनापासून पाठिंबा हवा आहे.''

त्यांच्या आवाजात तळमळ आणि प्रामाणिकपणा भरला होता. त्यांच्या प्रामाणिकपणाविषयी मला नेहमीच आदर वाटे आणि कौतुकही.

योग्य काय, अयोग्य काय... अशा संभ्रमात मी तिथे बसले असताना स्वयंपाकघरातून पोळी करपल्याचा वास आला. आज रात्रीच्या जेवणात पोळी नसली तरी चालवून घ्यावं लागणार होतं..

मी तशीच बसून राहिले. या सर्व प्रकारात काय धोके पत्करावे लागतील.. त्याचे काय परिणाम होतील... याचा विचार करत! मूर्तींचं कुटुंब मोठं होतं. ते सर्वजण त्यांच्यावर अवलंबून होते. अजून बहिणींची लग्नं व्हायची होती. अशा परिस्थितीत जर त्यांनी स्वत:ची कंपनी सुरू केली तर आमचं आर्थिक स्थैर्य चांगल्यापैकी धोक्यात येणार होतं. मला खूप काळजी वाटत होती. पण त्याचबरोबर माझा त्यांच्यावर पूर्ण विश्वास होता.... आत्ता जर आपण यांना मन:पूर्वक पाठिंबा दिला नाही, तर त्यांना नवीन व्यवसाय सुरू करताना नक्कीच अवघडल्यासारखं वाटेल... धंद्यात तर नफा आणि नुकसान या गोष्टी चालतातच. जर आपल्याला यात

नुकसान झालं, तर अनेक वर्षे मेहनत करून साठवलेली गंगाजळी संपुष्टात येईल... पण एवढं सगळं असूनही मला मनोमन वाटत होतं... आपलं सगळं व्यवस्थित होईल !

मी मूर्तींना विचारलं,

"यात तुम्ही एकटेच आहात का ?"

मूर्ती फारसं कधी हसत नाहीत, पण आता त्यांच्या चेहऱ्यावर मंद स्मित झळकलं.

"नाही. माझे सहा तरुण सहकारी पण यात येत आहेत. पैसा राजमार्गाने, कायदेशीरपणे आणि नीतिमूल्यांचं पालन करून मिळवण्याची ही एक संधी आहे. माझं एक स्वप्न आहे : या धंद्यात भारताने जगाचं नेतृत्व करावं. त्यामुळे आपल्या देशाची मान उंच होईल. आपल्या देशात पैसा येईल. पण मला यात तुझी मदत पाहिजे. तू मला थोडे पैसे देऊ शकशील का ? तू जर मला आत्ता मदत केली नाहीस, तर माझं हे स्वप्न कायमचं अपूर्ण राहील."

मला एक गोष्ट माहीत होती. यांना जर मी आत्ता पैसे दिले नाहीत, तर यांना स्वत:ची कंपनी कधीच सुरू करता येणार नाही. मला त्या वेळी माझ्या आईचे शब्द आठवले - 'काही पैसे शिल्लक टाक आणि अगदी अत्यंत निकडीच्या वेळीच ते बाहेर काढ.' आत्ताची परिस्थिती तशीच तर होती. पण तरीही मी मनात उलटसुलट विचार करत बसले होते. काय करावं, काही सुचत नव्हतं. अखेर मी मनाशी पक्कं ठरवलं. मी उठून स्वयंपाकघरात गेले आणि माझी बचतपेटी उघडली. गेले कित्येक महिने यात मी नेमाने पैसे जमा करत होते, ते काढून मोजले. ते दहा हजार रुपये होते. मी ते हातात घेतले, मनोमन ईश्वराची प्रार्थना केली आणि ते पैसे मूर्तींच्या स्वाधीन केले.

"ऑल द बेस्ट, मूर्ती. तुम्हाला द्यायला ही एवढीच रक्कम आहे माझ्याजवळ. या नवीन कंपनीची जी काही जबाबदारी पडेल, ती मी अगदी आनंदाने उचलीन. बरं... पण हे सांगा... तुमच्या या नव्या कंपनीचं नाव काय असणार आहे ?"

"इन्फोसिस ! आणि तू मला जो काही आधार दिलास आणि सुरुवात करण्यासाठी भांडवल दिलंस... त्याबद्दल थँक यू - इथून पुढे येणारी काही वर्षे तुला माझ्याबरोबर तुझ्या आयुष्यातील सर्वांत झंजावाती प्रवास करायचा आहे... त्यासाठी तयार राहा."

त्यांच्या या नवीन साहसात त्यांना संपूर्णपणे साथ देण्याचं मी ठरवलं होतं. मला एका कन्नड कवितेची आठवण झाली :

मुसळधार पाऊस असो
किंवा थंडीचा कडाका
सूर्याचा दाह असो

असो नुकसान... नफा
मी असेन सदा तुझ्या साथीला
हसऱ्या चेहऱ्याने...

कधी न हसणाऱ्या मूर्तीच्या चेहऱ्यावर परत एकदा स्मितहास्य पसरलं. ते म्हणाले, "थँक्स अगेन." पण हे पैसे माझ्याकडे कुठून आले, हे मात्र त्यांनी मला कधीच विचारलं नाही.

आता त्या सर्व गोष्टींचा विचार केला की वाटतं त्या वेळी मी माझ्या आईच्या बहुमोल उपदेशाचं पालन केलं आणि आमचं आयुष्यच बदलून गेलं.

आमची ही कहाणी मी माझ्या मुलांना आणि माझ्या विद्यार्थ्यांना नेहमी सांगत असते. आयुष्यात कधी मुसळधार पाऊस येईल... सांगता येत नाही आणि तसा जेव्हा येईल, तेव्हा माझ्या आईचे शब्द चिरंतन सत्य होऊन राहतील.

✦

१७

स्वत:च्या मनाप्रमाणे वागता येणं, हेच स्वातंत्र्य!

एक दिवस मी बंगलोरहून रेल्वेने बेळगावला निघाले होते. रात्रभराचा प्रवास होता. बंगलोरला उत्तर कर्नाटकाशी जोडणारी ही एकमेव ट्रेन आहे. मी दुसऱ्या वर्गाच्या डब्यात होते. इथे नेहमी खूप वेगवेगळ्या प्रकारचे लोक भेटतात. ते आपल्याशी बोलायला उत्सुक असतात. प्रवासाचं तिकीट जेवढं महागडं तेवढे प्रवास करणारे लोक एकमेकांशी बोलायला नाखूष असतात.

मी स्वत:च्या जागी येऊन बसले आणि माझं लक्ष समोरच्या बर्थकडे गेलं. समोर एक तीन जणांचं छोटं कुटुंब होतं - पती, पत्नी आणि त्यांचा एक मुलगा. मुलगा बहुदा अठरा-एकोणीस वर्षांचा असावा. कॉलेजात जाणारा दिसत होता. तिघंही चांगल्या झकपक कपड्यातले होते. चांगले सधन परिस्थितीत असल्यासारखे वाटत होते. माझं आपलं समोर बसून निरीक्षण चालू होतं. ते दोघंही पती-पत्नी आपल्या मुलाला सारख्या सूचना देत होते.

"किती थंडी आहे... तू स्वेटर का नाही घालत ?"

"भूक लागली आहे का ? जेवायला वाढू का ?"

"हे सगळे बर्थ आपलेच आहेत... वरचा... मधला आणि खालचा. तुला कुठला हवा ?"

"तू बाथरूममध्ये घालायच्या सपाता बरोबर आणल्या आहेस की नाही ? बाथरूममधे जाताना त्या घालत जा..." असं आणखी बरंच काही.

त्या एवढ्या सगळ्या सूचना.. व त्याही एका परक्या व्यक्तीसमोर चालल्या होत्या... म्हणून बहुदा त्या तरुण मुलाला अवघडल्यासारखं झालं असावं. पण

तरीही तो आज्ञाधारकपणे वागत होता आणि नाराजीनेच का होईना, पण त्यांच्या प्रश्नाला उत्तरं देत होता.

त्यानंतर त्याचे वडील आईकडे वळून म्हणाले, "अगं, एखादं जुनं फडकं वगैरे आणलं आहेस का ? या सीट्स किती घाण आहेत बघ. जरा पुसून घेतो."

त्यावर आई म्हणाली, "मी तुम्हाला कितीदा सांगितलं, रिझर्वेशन आधी करून ठेवा; पण तुम्ही कधी माझं ऐकतच नाही. तुम्ही जर आधी तिकिटं काढून ठेवली असतीत, तर आपण फर्स्ट क्लासनं किंवा सेकंड ए. सी.नं नसतो गेलो ? तिथे आपल्यासारखे लोक असतात, शिवाय त्या डब्यांची स्थितीसुद्धा खूप चांगली असते. या सेकंड क्लाससारखं नाही... आपलं कुण्याही ऐऱ्यागैऱ्यानं शिरावं."

ते वडील खाली मान घालून म्हणाले, "आजकाल वरच्या वर्गानं प्रवास करणाऱ्यांची संख्या इतकी वाढली आहे, माझ्या आधी हे लक्षात आलं नाही. आपण नेहमी विमानानेच जातो, त्यामुळे ही गोष्ट काही मी लक्षात घेतली नाही. पण या बेळगावला जायला सोयीचं विमानच नाही ना ?"

यावरून मला एक गोष्ट समजली - हेही माझ्यासारखेच बेळगावला निघाले होते. म्हणजेच उद्या सकाळी आठ वाजेपर्यंत आम्ही बरोबरच प्रवास करणार होतो. मग मी त्यांच्याशी संभाषण सुरू केलं.

"तुम्ही काय बेळगावला निघालात वाटतं ?"

त्यांनी एकदम चमकून माझ्याकडे पाहिलं. पण ती स्त्री मात्र माझ्याशी बोलायला उत्सुक दिसली.

"होय. आम्ही आधी कधी गेलेलो नाही बेळगावला. माझ्या मुलाला बेळगाव मेडिकल कॉलेजात प्रवेश मिळालाय. ते कॉलेज खूप चांगलं आहे, असं ऐकलंय. तुम्हाला काही कल्पना आहे का त्याच्याविषयी ?"

"हो. अगदी चांगलं कॉलेज आहे."

"तुम्हाला कसं माहीत ?"

"कारण मी इकडचीच आहे."

माझे हे शब्द ऐकल्यावर ते दोघंही अधिरतेने माझ्याशी बोलू लागले. त्या गावाविषयी जेवढी माहिती मिळेल तेवढी त्यांना हवीच होती.

त्या वडिलांनी आपली ओळख करून दिली. "मी राव. मी बंगलोरला असतो. मी सी. ए. आहे. ही माझी पत्नी रागिणी. तिनं होमसायन्समध्ये एम. ए. केलंय आणि हा आमचा मुलगा पुनीत. हा आता मेडिकलला जाणार." असं म्हणून त्यांनी मला त्यांचं कार्ड दिलं.

एव्हाना गाडी सुटली होती. बंगलोर शहरसुद्धा मागे पडलं असेल नसेल, एवढ्यात त्यांनी आपला जेवणाचा डबा उघडला. एक तीन-चार पुडाचा भलामोठा

डबा होता. वेगवेगळ्या पदार्थांनी भरलेला. आईने बर्थवर आधी टेबल मॅटस् मांडली आणि त्यावर स्टीलच्या थाळ्या. जणू काही स्वत:च्या घरी जेवणाच्या टेबलावरच ती जेवायला वाढत होती. दोन भाज्या, दोन प्रकारच्या आमट्या, पोळी, भात... झालंच तर गोडधोडसुद्धा होतं. अगदी साग्रसंगीत जेवण चाललं होतं. मी मनातल्या मनात आश्चर्याने थक्क झाले. मुलगा निमूटपणे जेवायला बसला; पण तो पहिला घास तोंडात घालणार इतक्यात ती आई म्हणाली, ''तो डेटॉलचा साबण घे, बाथरूममध्ये घालायच्या चपला घाल, हा टॉवेल घे... आणि जा हात धुवून ये. मगच बस जेवायला.''

तो उठला आणि गेला. मग त्याच्या वडिलांनी मला स्पष्टीकरण दिलं, ''पुनीत आमचा एकुलता एक मुलगा आहे. आम्ही त्याला फार चांगल्या रीतीनं वाढवलंय. खरं तर त्यानं बंगलोरमधल्याच मेडिकल कॉलेजात शिकावं, अशी आमची इच्छा होती. पण दुर्दैवानं त्याला बेळगावच्या कॉलेजात प्रवेश मिळाला. आम्ही त्याला आजपर्यंत एकटं कुठेही पाठवलेलं नाही. या वेळी पहिल्यांदा आम्ही त्याला एकटं सोडून येणार आहोत. आमचा काय विचार चाललाय... की जर त्याला होस्टेल नाहीच मानवलं... तर मग माझी पत्नी येऊन राहील इकडे बेळगावला. आम्ही पुढच्या पाच वर्षांसाठी एखादं लहानसं घर घेऊ भाड्यानं. मी बंगलोरलाच राहीन.. आणि आठवड्यातून एकदा येऊन भेटीन यांना... मुलांसाठी आईवडिलांना त्याग करावाच लागतो.'' बोलता बोलता त्यांना गहिवरून आलं. त्या आईच्या डोळ्यातही पाणी तरारलं.

एकुलता एक मुलगा दुसरीकडे राहणार म्हणून त्यांना किती दु:ख होत असेल, याची मला कल्पना होती. खरं तर आईवडिलांच्या दृष्टीने असा वियोगाचा क्षण नेहमीच फार अवघड असतो. पण हा वियोग अटळही असतो. पाखरांचे पंख मजबूत होऊन ती जेव्हा स्वत:च्या ताकदीवर उडण्यासाठी सिद्ध होतात... तेव्हा त्यांना पिंजऱ्यात तरी अडकवून कसं ठेवायचं ? आपण मुलांना जीवनात अत्यावश्यक असलेल्या अशा दोनच गोष्ट देऊ शकतो... घट्ट मुळं आणि मजबूत पंख. त्यानंतर ती मुलं स्वबळावर कोठेही भरारी घेऊ शकतात, स्वतंत्रपणे जगू शकतात. आयुष्यात ज्या काही सुखसुविधा असतात, त्यामध्ये पैसे किंवा चैनीच्या गोष्टींचं स्थान मुळीच वरचं नाही, तर योग्य प्रकारचं स्वातंत्र्य हेच सर्वांत महत्त्वाचं आहे. या स्वातंत्र्यामुळेच माणूस परिपक्व बनतो. अशी परिपक्व माणसं आयुष्यात योग्य ते निर्णय घेतात व त्यामुळे त्यांच्या अंगी जो आत्मविश्वास निर्माण होतो, तीच खरीखुरी संपत्ती आहे.

आता ती आईसुद्धा आमच्या संभाषणात सहभागी झाली. आईवडील दोघेही अत्यंत अस्वस्थ होते, चिंताग्रस्त होते, हे तर उघडच दिसत होतं. त्यांना आपल्या मनातील व्यथा कोणापुढे तरी बोलून दाखवायची होती. मन मोकळं करायचं होतं...

अगदी माझ्यासारख्या परक्या व्यक्तीपुढेसुद्धा !

"आमचा मुलगा आमचा फार लाडका आहे. मी एका कॉलेजात लेक्चररची नोकरी करत होते. पण याच्या जन्मानंतर मी ती नोकरी सोडली. माझ्या बरोबरचे सहकारी आता प्राचार्यसुद्धा झाले आहेत; पण मला माझ्या मुलाला फार उत्तम रीतीनं वाढवायचं होतं."

ते वडील म्हणाले, "माझी तुमकूर जिल्ह्यात फार चांगली प्रॅक्टिस चालली होती. आमच्या मालकीची बरीच जमीनसुद्धा आहे तिकडे; पण पुनीतच्या शिक्षणासाठी आम्ही बंगलोरला येऊन स्थायिक झालो. मी कधीतरी आमच्या शेतावर जाऊन येतो. आम्ही मुद्दाम त्याच्या शाळेच्या अगदी जवळच फ्लॅट घेतलाय. मी माझ्या घरच्यांना सोडून कुठेही जात नाही."

"रोज दुपारी मी त्याच्या शाळेत जेवणाचा डबा घेऊन जाते. तिथे त्याच्या शिक्षकांनाही भेटणं होतं... त्याच्या प्रगतीची चौकशी करता येते. संध्याकाळच्या वेळी आम्ही त्याला वेगवेगळ्या क्लासला घातलंय. तो बुद्धिबळाच्या क्लासला जातो. ते बुद्धीसाठी चांगलं असतं. कराटे शिकतो, कारण स्वसंरक्षण करता यायला हवं ना... आणि शिवाय क्रिकेट... कारण या एका खेळाला समाजात बराच मान आहे."

आता मात्र मला हसू आवरेना. मला त्या मुलाची दया आली. मी विचारलं, "मग संगीत, सामान्यज्ञान, वक्तृत्व आणि वादकौशल्य यांचं काय ?"

"ओ ! त्याची काही गरज नाही. जेव्हा त्याचा जन्म झाला, तेव्हाच आम्ही ठरवून टाकलं - याला डॉक्टरच करायचं."

"पण त्याला कसली आवड आहे ?"

"जे आम्हाला आवडेल तेच त्याला आवडतं. तो तर काय, अजून लहानच आहे. त्याला बाहेरच्या जगातलं काय समजतंय ?"

एवढ्यात तो 'लहान' मुलगा आला आणि ते तिघे जेवायला बसले. जेवण झाल्यानंतर आईवडिलांनी ठरवलं, त्याला सर्वांत खालच्या बर्थवर झोपवायचं. लगेच वडिलांनी त्याचं अंथरूण घालून दिलं. पांढरी शुभ्र चादर बर्थवर अंथरण्यात आली. हवेची उशी ठेवण्यात आली त्यावर तो मुलगा झोपल्यावर वडिलांनी गरम काश्मिरी शाल त्याला पांघरूण म्हणून घातली.

"मी हे दिवे बंद केले तर चालतील ना ? माझ्या मुलाला दिव्याच्या उजेडात झोप लागत नाही." असं म्हणून त्यांनी दिवे मालवून टाकले. मी हो म्हणते की नाही याविषयी त्यांना काही देणंघेणं नव्हतं. मी न जेवता उपाशीपोटी एकटी बसून राहिले. मला मुळीच झोप आली नव्हती.

ह्या पुनीतचं लग्न झाल्यावर त्याची आई काय बरं करेल ? आपला मुलगा

म्हणजे एक स्वतंत्र व्यक्ती आहे, याचा त्या पतीपत्नींना विसर पडलेला दिसत होता. थोडं प्रेम आणि थोडं मार्गदर्शन एवढ्या जोरावर खरं तर त्याला स्वत:चे निर्णय स्वत: घेता आले असते. त्याऐवजी स्वत:च्या कल्पनांचा आणि मतांचा मारा ते त्याच्यावर करत होते. प्रेमाचासुद्धा अतिरेक झाला की त्याचा सोनेरी गळफास बनतो. ह्या पुनीतच्या अंगी आत्मविश्वास कसा काय येणार ?

रात्रीचे फक्त दहा वाजले होते. मी इतक्या लवकर कधीच झोपत नाही. एवढ्यात त्या अंधुक प्रकाशात मला माझी एक जुनी मैत्रीण पॅसेजमधून चालत जाताना दिसली. अशी अचानक गाठ पडल्यावर दोघींनाही विलक्षण आनंद झाला.

"काय गं ? अशी अंधारात का बसून आहेस ?" ती म्हणाली, "काय कोणाचं पैशाचं पाकीट वगैरे मारायचा विचार आहे की काय ? दहाला झोपणार तू... ? चल माझ्या डब्यात. इथे शेजारीच आहे. जरा वेळ गप्पा मारू या. नाहीतरी बंगलोरमध्ये तू हातात सापडणं कठीणच आहे." असं म्हणून स्वत:च्याच विनोदावर ती जोरजोरात हसली.

उत्तर कर्नाटकातील दोन लोक जर हळुवारपणे एकमेकांशी बोलू लागले तर उच्चभ्रू लोकांना ते प्रचंड मोठ्यांदा आरडाओरडा करत आहेत, असंच वाटेल.

"पण माझं रिझर्वेशन इथेच आहे ना."

"तू कशाला काळजी करतेस ? आपण टी. सी. आला की त्याला सांगू. नाहीतरी माझ्या कंपार्टमेंटमधला एका बर्थ मोकळाच आहे." मी लगेच दलबदलूपणा केला आणि तिच्या मागोमाग निघाले.

पलीकडच्या डब्यात लोकांचे मोठमोठ्यांदा हास्यविनोद चालू होते. माझी आणखीही काही मित्रमंडळी तिकडे भेटली. आम्ही एकत्र बसून कॉलेजातल्या आठवणी काढल्या आणि एकमेकांची खिल्ली उडवत भरपूर गप्पा मारल्या.

आम्हा सर्व मध्यमवयीन लोकांच्यात एकच तरुण मुलगा बसला होता. तो छान हसतमुख होता... सर्व चेष्टामस्करीत तोही सहभागी झाला होता. उत्साही होता. मग आम्ही सर्वांनी आपापले डबे उघडले. त्या मुलाने स्वत:ची पिशवी उघडून त्यातली केळी काढून आमच्यापुढे धरली. त्याची आणि आमची खरं तर काहीसुद्धा ओळख नव्हती. पण चांगला चुणचुणीत होता तो... आणि खुषीत दिसत होता.

मी त्याला विचारलं, "तुझं नाव काय ? कुठे निघाला आहेस ?"

"माझं नाव शरद. मी बेळगावला चाललोय."

"कशासाठी ?"

"मला तिथल्या मेडिकल कॉलेजात प्रवेश मिळालाय. मी तिकडेच चाललोय."

"तू पाहिल्यांदाच चाललायस् ? मग मोठं कुणी बरोबर नाही वाटतं तुझ्या ?"

"हो. पहिल्यांदाच चाललोय; पण मी एकटाच निघालोय."

माझा जेवणाचा डबा उघडा आहे हे मी विसरले. मला एकदम तिकडे असलेल्या पुनीतची आठवण झाली. तोही वयाने एवढाच तर होता.

"तुझे आईवडील कुठे असतात ?"

"माझे वडील पोस्टमन आहेत आणि आई शाळेत शिक्षिका आहे. मी कोलारजवळच्या एका खेड्यात राहतो."

"तुला भावंडं किती ?"

"मी एकटाच आहे."

"मग तुला कधी एकटं, एकाकी नाही वाटलं ?"

"कधीच नाही. माझे आईवडील दोघंही नोकरीला जातात. सगळ्या शेजारी-पाजाऱ्यांशी माझी एकदम दोस्ती आहे. रोज संध्याकाळी शाळेतून आलो की मी यातल्या एका कोणाकडे तरी जातो. त्या सगळ्यांची मुलं मला माझ्या स्वतःच्या भावाबहिणींसारखीच वाटतात."

त्याचे शाळेतले विषय काय काय होते, छंद कोणते होते, ते जाणून घ्यावेसे मला वाटले.

"माझे वडील पोस्टमन होते, त्यामुळे मी खूप लहान वयात सायकल चालवायला शिकलो. संध्याकाळच्या वेळी मी इतर बरेच उद्योग करायचो. माझे वडील मला एक गोष्ट नेहमी सांगत आले आहेत - आयुष्यात कोणत्याही गोष्टीचा अतिरेक नेहमी वाईट. माणसानं सर्वांतून मध्यम मार्ग काढावा. प्रत्येकाला संगीत, खेळ, सामाजिक कामे यांपैकी सर्वांतले थोडे थोडे आलेच पाहिजे. मला याचा खूप उपयोग झाला. आता मी कुठेही एकटा प्रवासाला जाऊ शकतो, मला कोणतीही अडचण येत नाही. कारण मला चार भाषा येतात. इंग्रजी, कन्नड, हिंदी आणि तेलगू. मला पोहायला येतं आणि गाता येतं. मी एन्. सी. सी.त होतो, त्यामुळे आम्हाला खूप प्रवास करावा लागे.

"तुझा परीक्षेचा निकाल कसा काय लागला ?"

"चांगला लागला. मला बेळगाव मेडिकल कॉलेजात प्रवेश मिळाला."

"पण मेडिकलचं शिक्षण महागडं असतं नां ?"

"हो. महागडं तर असतंच. माझ्या आईवडिलांनी खूप त्याग केलाय माझ्यासाठी. आता मी बँकेचं कर्ज घेतलंय. एकदा मी काम करायला लागलो, की मी हां हां म्हणता ते कर्ज फेडून टाकीन."

"हे बघ हं... तू तर अजून तरुण आहेस. मग मला असं सांग- तुझ्या दृष्टीनं आयुष्यात सर्वांत महत्त्वाची गोष्ट कुठली ?"

"माझ्या मते स्वातंत्र्य. आपलं आयुष्य आपल्या स्वतःच्या मनाप्रमाणे जगण्याचं

स्वातंत्र्य. आपल्या आवडत्या गोष्टी करण्याचं, आपले स्वत:चे छंद पुरवण्याचं स्वातंत्र्य... अर्थात ते करत असताना त्याचा समाजातील इतर लोकांना त्रास होणार नाही, हे मात्र पाहणं महत्त्वाचं आहे. मला वाटतं - मी खरंच नशीबवान आहे. मला घरातून भरभरून स्वातंत्र्य मिळालं. रानात मुक्तपणे वाढणाऱ्या झाडासारखा मी वाढलो !''

हे ऐकून मला वाटलं - आपण शेजारच्या कंपार्टमेंटमध्ये एक वाढ खुंटलेलं, खुरटलेलं बॉन्सॉयचं झाड पाहिलं होतं.

◆

१८
वांझ

भारतात, विशेषत: खेड्यांमध्ये अगदी गेल्या काही दशकांपूर्वीपर्यंत अशी स्थिती होती, की मूलबाळ नसलेल्या स्त्रियांना समाजात जरा खालच्या दर्जाची वागणूक मिळायची. अशा स्त्रियांना कोणी बारशाच्या कार्यक्रमाला बोलावत नसे. शिवाय त्यांना 'वांझोटी' म्हणून आडून आडून टोमणेसुद्धा ऐकून घ्यावे लागत. या स्त्रियांच्या वेदनेची, दु:खाची कोणालाही जाणीव नसे.

मी लहान असताना आम्हाला शिकवायला एक शिक्षिका होत्या - गौरम्मा नावाच्या. त्या स्वभावाने प्रेमळ आणि मायाळू होत्या. त्या उंच होत्या, देखण्या होत्या आणि त्यांचा चेहरा नेहमीच प्रसन्न असायचा. त्या आम्हाला संस्कृत शिकवायच्या. त्या अतिशय सुंदर शिकवत आणि संस्कृतच्या तासाला आम्हाला खूप गोष्टी सांगत. संस्कृत हा त्या वेळी पर्यायी विषय होता. त्यात अगदी गणितासारखे भरपूर गुण मिळत, त्यामुळे बरीच मुलं संस्कृत घ्यायची. त्या मुलांना काही या गौरम्मांच्या जुन्यापुराण्या महाकाव्यात आणि कथांमधे रस नसे. संस्कृतचा तास संपला की मुलं वर्गाबाहेर पळून जायची. उगीच त्या गौरम्मांच्या लांबलचक कहाण्या ऐकायला नकोत. पण मला मात्र त्यांच्या गोष्टी ऐकायला खूप आवडे, त्यामुळे मी तास संपला तरी त्यांच्यापाशी त्या कथा ऐकत बसायची.

कथाकथन हीसुद्धा एक कला आहे. ती काही सर्वांनाच जमते, असं नाही. गोष्ट सांगण्याच्याही कितीतरी तऱ्हा आहेत. एखाद्या विशिष्ट प्रसंगानुरूप आवाजात चढउतार करणं... आपण पाहिलेल्या व्यक्तींचं अचूक, चित्रदर्शी वर्णन करणं...

गौरम्मा भगवान कृष्णाचं वर्णन करताना म्हणत - कृष्णदेव उंचापुरा, देखणा

आणि सतेज, सावळ्या कांतीचा होता-- त्याच्या चेहऱ्यावर कायम खोडकर हास्य असे... पण तो सहृदय होता. नंतर पुढे मी टी. व्ही.वर 'महाभारत' ही मालिका पाहिली. त्यात कृष्णाचं काम करणारा अभिनेतासुद्धा अगदी गौरम्मांनी केलेल्या कृष्णाच्या वर्णनाला शोभेल असाच होता. पण मी टी. व्ही.वर जेव्हा 'रामायण' ही मालिका पाहिली, तेव्हा त्यात रामाचं काम करणारा अभिनेता मात्र माझ्या कल्पनेतील रामापेक्षा बराच वेगळा निघाला. आपण ज्या कथाकाराकडून कथा ऐकलेली असते, त्या कथाकाराच्या वर्णनशैलीचा आपल्या मनावर परिणाम झालेला असतो. त्यामुळे कथेतील विशिष्ट व्यक्तिरेखा कशी असेल, कशी दिसेल, याची ठाम प्रतिमा आपल्या मनात असते.

गौरम्मांच्या बऱ्याचशा गोष्टी 'कथासरितसागर'मधून घेतलेल्या असत. कथांच्या त्या सागरातून एखादी कथा निवडून त्या, ती कथा माझ्या डोळ्यासमोर जशीच्या तशी उभी करत. त्या काही क्षणांपुरता काळ स्तब्ध उभा राहत असे. आम्ही दोघी त्या कथेत इतक्या गुंग होऊन जायचो की शाळेचा शिपाई आम्हाला येऊन ओरडायचा, ''वेळ संपली. तुम्ही दोघी सोडून आता फक्त शाळेचं भूत तेवढं इथे उरलंय. तुम्हाला नसेल भुताची भीती. पण मला आहे. आता उठा.''

मग मात्र गौरम्मा आणि मी जड अंत:करणाने उठून चालू लागायचो.

मी सातव्या इयत्तेत जाईपर्यंत हे असं चालू होतं. नंतर मी ती शाळा सोडून दुसऱ्या शाळेत गेले. काही दिवस मला गौरम्मांची आठवण येत राहिली; पण नंतर नव्या शाळेच्या गडबडीत, इतर उद्योगात मी त्यांना विसरून गेले. पुढे क्वचित कधीतरी त्या मला बाजारात भेटायच्या. भेटल्या की प्रेमाने माझ्या अभ्यासाची चौकशी करायच्या.

घरी मी कधीही पुस्तक उघडून वाचनात गर्क होऊन गेले, की घरची माणसं मला चिडवायची - 'गौरम्मांची एकुलती एक खरीखुरी विद्यार्थिनी' माझी आई कधीतरी सुस्कारा टाकून म्हणायची, ''बिचारी गौरम्मा... इतकी सुंदर... सुस्वभावी. पण तिचं नशीबच खोटं ! तिला मूल होत नाही, म्हणून तिच्या नवऱ्यानं तिला टाकलं. त्यानं दुसरं लग्न केलंय. त्या दुसऱ्या बायकोला मुलं झाली हे जरी खरं असलं, तर गौरम्माची सर नाही हो तिला !'' हे आईचे शब्द ऐकल्यावर मला कळलं, गौरम्मांच्या डोळ्यांत नेहमी करूण भाव का असत ते.

एखादं तृणपातं झपाट्यानं उडून जावं, तसा वेगानं काळ गेला. मी इंजिनिअरिंगची पदवी घेतली, माझं लग्न झालं, मुलं झाली... पुढे मी 'इन्फोसिस फौंडेशन'ची चेअरपर्सन झाले. भारतभर माझे दौरे सुरू झाले. मोठमोठ्या प्रकाशाच्या झोतातील व्यक्ती भेटू लागल्या, गोरगरिबांशीही भेट होऊ लागली. माझं आयुष्य सार्वजनिक झालं.

माझ्या कामामुळे अनेक लोकांशी माझी गाठभेट होई. इन्फोसिसच्या सुरुवातीच्या खडतर काळाविषयी बरेच लोक मला विचारत. इन्फोसिस फौंडेशन कसं सुरू करण्यात आलं, याविषयीसुद्धा ते प्रश्न करीत. मी शक्य तेवढ्या प्रश्नांची उत्तरं देत असे... कारण माझं मन एखाद्या खुल्या पुस्तकासारखं ठेवायचं होतं मला.

अशीच एकदा मी युनिव्हर्सिटीत भाषणासाठी गेले होते. माझ्या भाषणाचा विषय होता - 'बड्या उद्योगसमूहांची सामाजिक जबाबदारी.' भाषण संपल्यावर माझ्याभोवती विद्यार्थ्यांचा गराडा पडला. त्यांना बरेच प्रश्न विचारायचे होते. खरं तर माझ्या पुढच्या कार्यक्रमाला उशीर होत चालला होता; पण मला विद्यार्थ्यांशी बोलायला नेहमीच आवडत असे, त्यामुळे त्यांच्या प्रश्नांची उत्तरं देत मी तिथेच थांबले. सगळे विद्यार्थी मला माझ्या मित्रांसारखेच वाटतात... माझे हे छोटे मित्र माझ्याहून बुद्धिमान असतात... फक्त अनुभवांची शिदोरी त्यांच्याजवळ नसते. एकेकाळी गुरू हा अत्यंत बुद्धिमान आणि सर्वश्रेष्ठ किंवा ज्ञानसंपन्न समजला जात असे. पण ते दिवस आता राहिले नाहीत.

हे विद्यार्थीसुद्धा मला माझ्या तरुणपणातील काळाविषयी खूप प्रश्न विचारतात. त्यामुळे आमच्यात एक वेगळं नातं तयार होतं.

त्या दिवशी त्या जमलेल्या मुलांमधल्या एका मुलीनं मला असा एक प्रश्न विचारला, ज्यानं मला काय बोलावं ते सुचेना. तिला काय उत्तर द्यावं कळेना. हा प्रश्न अत्यंत अवघड होता. ती म्हणाली, "तुमच्यासमोर जेव्हा एखादी समस्या उभी राहते, तेव्हा तुम्ही ती कशी सोडवता ? का तुम्ही ती टाळता ?"

मला या प्रश्नाचं उत्तर देता येईना. एकदा वाटलं तिच्या प्रश्नाकडे दुर्लक्ष करावं आणि दुसऱ्या कोणाच्या तरी प्रश्नाकडे मोहरा वळवावा. पण मला तसं करवेना. ती मुलगी असेल वीस वर्षांची. बुद्धिमान होती, अगदी साधी होती, तशी तडफदार वाटत होती. बुजरी किंवा लाजाळू निश्चितच नव्हती. मी क्षणभर तिच्याकडे नुसती कोऱ्या चेहऱ्याने बघत राहिले. तिनं परत तोच प्रश्न विचारला. तिच्याकडे पाहून मला माझी स्वत:ची आठवण झाली... मी जेव्हा वीस वर्षांची होते, तेव्हाची.

क्षणार्धात मला उत्तर सुचलं - "मुलांनो, या प्रश्नाच्या उत्तरादाखल मी तुम्हाला एक गोष्ट सांगते. ही गोष्ट आहे रामायणामधली. लंकेमध्ये जेव्हा रामलक्ष्मणांचं रावणाशी युद्ध चाललं होतं, तेव्हा लक्ष्मण मूर्च्छित होऊन पडला. त्याला शुद्धीवर आणण्यासाठी 'संजीवनी'नामक वनस्पतीची गरज होती. ही वनस्पती फक्त 'द्रोणागिरी' या पर्वतावर उपलब्ध होती. हा पर्वत फार मोठा होता व खूप दूर होता. तेथे जाऊन ती वनस्पती घेऊन येण्याचं काम करणं फक्त हनुमानालाच शक्य होतं. तो उडत तिथे गेला खरा... पण आता संजीवनी वनस्पती ओळखायची कशी ? वेळ तर फार कमी होता. यातून केवळ एकच मार्ग होता - आख्खा द्रोणागिरी पर्वत उचलून

रामाकडे घेऊन जायचा. पण तो पर्वत इतका प्रचंड मोठा. हनुमान तो उचलणार तरी कसा ? पण हनुमानाकडे एक दिव्य शक्ती होती - स्वत:चा देह पाहिजे तेवढा मोठा करण्याची शक्ती. मग तो पर्वताहूनही मोठा झाला. अखेर तो पर्वत त्याच्यापुढे एका वाळूच्या खड्यासारखा दिसू लागला. मग त्याने तो पर्वत उचलून आपल्या तळहातावर घेतला आणि लंकेला परत गेला. पुढची सगळी कथा तर तुम्हाला माहितीच आहे.''

पण ती मुलगी हे ऐकून अस्वस्थ झाली.

ती म्हणाली, ''मी तुम्हाला वेगळाच प्रश्न विचारला आणि तुम्ही मात्र सर्वांना माहीत असलेली जुनीपुराणी कथा सांगितलीत.'' मी हसून तिला म्हणाले, ''थांब. जरा धीर धर. अजून मी माझं उत्तर पुरं केलेलं नाही. समजा, तुमच्यासमोर अडचणी उभ्या राहिल्या तर तुम्ही स्वत:ला त्या सर्व समस्यांपेक्षा मोठं करायचं. तुम्ही मोठे झालात, तर त्या अडचणी तुम्हाला छोट्या, किरकोळ वाटू लागतील. मग त्या सोडवणं अगदीच सोपं वाटेल तुम्हाला; पण जर का तुम्ही त्या अडचणींहून लहान झालात, तर त्याच अडचणी तुम्हाला पर्वतासमान भासतील व त्या तुम्हाला मोडून टाकतील. मी आयुष्यभर याच सिद्धांताचं पालन करत आले.''

माझं उत्तर ऐकून त्या मुलांचं समाधान झालं. त्यांनी टाळ्यांचा कडकडाट केला. मी त्यांना त्यात मधेच थांबवलं. एका आठवणीनं माझे डोळे ओलावले होते व स्वर गहिवरला होता. मी म्हणाले, ''मी तुम्हाला हे उत्तर दिलं, त्याचं श्रेय खरं तर माझ्या शाळेतल्या बाई गौरम्मा यांना आहे. मी लहान असताना त्यांनीच मला हा धडा शिकवला. त्या मला असंख्य गोष्टी सांगायच्या. त्या गोष्टींचं मोल पैशात नाही करता येणार. त्या गोष्टींनी मला खूप काही शिकवलं. पण या कथा समजून घेण्यासाठी गौरम्मासारखी कथाकथनाची विलक्षण हातोटी असणारं माणूस हवं. मी लहान असताना त्यांनीच या गोष्टीचं वेड मला लावलं. त्यांच्यावर प्रेम करायला शिकवलं.''

कार्यक्रम संपला आणि मी बंगलोरला परतले. नेहमीसारखी गडबड, धावपळ यात पुरती बुडून गेले. मी तो सगळा प्रसंग विसरूनही गेले.

मग एक दिवस माझ्या नावे एक पत्र आलं. माझी सेक्रेटरी माझ्यापाशी येऊन म्हणाली, ''हे पत्र तुमच्या ओळखीच्या कोणीतरी लिहिल्यासारखं वाटतंय. कदाचित हे खाजगी पत्र असेल, म्हणून मी ते वाचलं नाही.'' असं म्हणून ते पत्र माझ्या पुढ्यात ठेवून ती गेली. कोणाचं असावं बरं ते पत्र ? मी बुचकळ्यात पडले. ते थरथरत्या हातानं लिहिल्यासारखं वाटत होतं. मग मी पत्राखाली लिहिलेलं नाव नीट वाचलं आणि मला आश्चर्याचा धक्का बसला. ते पत्र गौरम्मानं पाठवलं होतं.

त्यात लिहिलं होतं : ''माझ्या नवऱ्यानं खूप वर्षांपूर्वी मला टाकलं होतं, हे तुला माहीतच असेल. त्या वेळी सर्वजण माझी हेटाळणी करत, मला 'वांझ'

म्हणत. मला कोणी किंमत देत नसे. सगळे मला हिडीसफिडीस करत. मला संस्कृतची शिक्षिका तर कोणीच म्हणत नसे. सगळे 'गोष्टी सांगणारी शिक्षिका' म्हणून माझा उल्लेख करत. कधीकधी तर लोकांनी असंही सुचवण्यास मागेपुढे पाहिलं नाही, की मी उगाच मुलांना असल्या गोष्टी सांगत बघण्यापेक्षा खाजगी शिकवण्या कराव्या म्हणजे चार पैसे तरी मिळतील. पण मी तसं केलं नाही, कारण मी करत असलेल्या कामावर माझा विश्वास होता. मला मूलबाळ होत नव्हतं, म्हणून माझा सगळे अपमान करत. तुला माहितीच आहे - माझ्या नवऱ्यानं दुसरं लग्न केलं. त्याला मुलं झाली. पण ही मुलं वाईट संगतीने बिघडली, वाया गेली. त्यांनी माझ्या नवऱ्याला मान खाली घालायला लावली. कर्ज करून ठेवलं. मग तो माझ्या दारात येऊन रडायचा. शेवटी मी जे पैसे शिल्लक टाकले होते, त्यातून त्याला मी मदत केली.''

गौरम्मानं तिची ही खाजगी गोष्ट मला पत्राने का कळवली असावी, ते काही माझ्या लक्षात येईना. तिची परिस्थिती कशी होती, काय होती.. ह्याची मला कल्पना होती. पण हे सगळं आत्ता पत्रातून मला कळवण्याचं काय बरं कारण ? पण पांढऱ्या केसांबरोबर मी आता धीर धरायला शिकले आहे; त्यामुळेच मी ते पत्र नीटपणे शेवटपर्यंत वाचलं.

“आज माझ्या नवऱ्याने मला वर्तमानपत्र आणून दाखवलं. त्याने मला हेही सांगितलं, की तू चार लोकांमधे माझा उल्लेख केलास आणि तुला मिळालेल्या यशाचं श्रेय माझ्या गोष्टी सांगण्याला दिलंस. क्षणभर मी तर गोठूनच गेले. मी काही तुझी जन्मदात्री आई नाही, पण तू जणू काही माझी मुलगी असल्यासारखी वागलीस, एका वांझ स्त्रीच्या दृष्टीने हे फार झालं. लोकांना मुलं होतात, पण ती आपापसात भांडतात, आईवडिलांच्या तोंडाला काळं फासतात. माझ्या नवऱ्यालाच त्याच्या स्वत:च्या मुलांची केवढीतरी लाज वाटते आणि इकडे मी ज्या मुलीला निरपेक्ष बुद्धीनं शिकवलं व तिनंही मन लावून एकाग्रतेनं ते सगळं ऐकलं, त्या माझ्या मुलीबद्दल मला अभिमान वाटतो. आज मी धन्य झाले आहे. माझी आता देवापाशी कोणतीच तक्रार नाही.''

माझे डोळे पाण्याने भरून आले... दोन-चार थेंब त्या पत्रावर ठिबकले व शाईत लिहिलेली अक्षरे फरकटून धूसर झाली. मला पुढे वाचणं शक्य झालं नाही.

✦

१९

संकटातही हसा...

बाळू हा माझा चुलत भाऊ. खरं तर तो कोणत्याही बाबतीत वैशिष्ट्यपूर्ण वगैरे आहे... असं नाही. पण तरीही मला तो खूप खास वाटतो. त्याचं कारण असं, की कितीही कठीण परिस्थिती ओढवली असली, तरी त्याच्या दृष्टीने ती सोपीच असते. घाबरण्यासारखं काही त्यात नसतंच. आपण त्याच्याशी बोललं, की आपल्याला वाटतं... खरं तर आयुष्य इतकं साधं, सोपं, सरळ असताना आपण उगीचच त्यात गुंतागुंत निर्माण करत आहोत.

एकदा एका बँकेत काम करणाऱ्या माझ्या मित्राची बदली झाली.. तीही कुठेतरी रानावनात असलेल्या एका छोट्याशा खेडेगावात. त्याला स्वाभाविकच आपल्या कुटुंबाची, मुलांच्या शिक्षणाची चिंता लागून राहिली. राजीनामा देणं तर काही शक्य नव्हतं. या वयात दुसरी नोकरी कुठून मिळणार ? एक दिवस असाच तो आमच्या घरी आला असताना याविषयी बोलत होता. आपल्याला किती काळजी लागली आहे हे सांगत होता. तेवढ्यात बाळू आला. हे सगळं ऐकल्यावर तो हसायलाच लागला.

"मी जर तुमच्या जागी असतो, तर मी तर आनंदानं ही बदली स्वीकारली असती. हे पाहा... तुम्ही तुमच्या मुलांना त्यांच्या आजीआजोबांजवळ ठेवू शकता. आजीआजोबा मुलांची फार नीट काळजी घेतात. त्यांना उत्तम धडे देतात. काय खरं की नाही, सुधा ?" मी काय उत्तर देते त्यासाठी न थांबता तो पुढे बोलत राहिला.

"नाहीतरी गेले काही दिवस तुमची प्रकृती काही विशेष ठीक नसते. शहरात चालायला जायचं म्हटलं, तर ते अवघडच. इथल्या प्रदूषणानं आणि रहदारीनं तर अक्षरशः आपला गळा आवळल्यासारखा होतो. तुमची प्रकृती सुधारण्याचा एक

उत्तम उपाय म्हणजे रोज पाच किलोमीटर चालायचं. हे तुम्ही इथे शहरात कसं काय करणार ? म्हणूनच तुमच्या दृष्टीनं खेड्यात राहायला जाणं फार चांगलं. तिथे भरपूर झाडी असते, हवाही शुद्ध असते. या गोष्टीचा फायदा करून घ्या. त्याचा आनंद लुटा. तुमच्या पत्नीला महिन्यातून एकदा तुमच्याकडे बोलावून घ्या आणि महिन्यातून एकदा तुम्ही इथे येत जा. कधी कधी काही काळ आपल्या कुटुंबापासून जरा दूर गेलेलंच बरं असतं म्हणजे आपला मान राहतो. हा तर माझा स्वत:चाच अनुभव आहे.''

बाळूचं ते लांबलचक भाषण ऐकल्यानंतर माझ्या मित्राला निश्चितच बरं वाटलेलं दिसत होतं. बाळूचं बोलणं हे नेहमी असंच असतं. जर कुणी परीक्षेत नापास झालेलं असलं तरी त्याचं सांत्वन करावं तर फक्त बाळूनंच.

''जीवनात अपयश हे आवश्यक असतं. माणसाला जर फक्त सतत यशच मिळत गेलं, तर त्याच्या अंगी एक प्रकारचा उद्धटपणा येतो. म्हणून क्वचित कधीतरी अपयश मिळणं गरजेचं आहे. त्यामुळे माणसाला परिपक्वता येते. ती एक विख्यात कविता ऐकली आहे ना ?''

''प्रयत्न करा... करा... करत राहा मुलांनो,
सरते शेवटी यशस्वी व्हालच !''

बाळूचा हा उपदेश त्या नापास झालेल्या मुलांच्या आईवडिलांना विशेषसा रुचत नाही, पण त्या मुलांना मात्र त्याच्या शब्दांनी खूप बरं वाटतं.

माझा अजून एक चुलत भाऊ आहे, प्रसाद. त्याची सारखी कुरबूर चालू असते. ''लोक मला नेहमी फसवतात. मला नेहमी इतरांना मदत करायची मनापासून इच्छा असते; पण लोक माझा गैरफायदा घेतात.''

यावरही बाळूचं उत्तर तयार होतं, असंच चपखल उत्तर : ''एक माणूस होता. तो सदान्‌कदा तक्रार करत राहायचा... दिवस उजाडल्यापासून रात्रीपर्यंत. कधी म्हणायचा पोट दुखतंय, कधी डोकं दुखतंय, तर कधी पाय दुखतायत. मग ती त्याला विचारलं 'सांग बघू, नक्की कुठं दुखतंय ते ?' मग त्याने बोटाने त्याच्या शरीरावरच्या अनेक जागा दाखवल्या. तेव्हा मी त्याला म्हणालो - 'अरे, तुझं फक्त बोट दुखतंय. बाकी कुठलाही अवयव दुखत नाहीये.' प्रसाद, तू जेव्हा म्हणतोस - सगळेच तुला फसवतात, तुझा गैरफायदा घेतात... तेव्हा खरंतर दोष तुझ्यातच असणार, इतरांच्यात नाही.''

बाळूकडे गोष्टी सांगण्याची विलक्षण हातोटी आहे आणि एकदा तो एखादी घटना, प्रसंग रंगवून सांगू लागला, की त्याला वेळ-काळ कशाचंही भान राहत नाही. म्हणून सगळ्या लहान मुलांमधे तो अतिशय लोकप्रिय आहे.

बाळू नेहमी सगळ्या गोष्टी खूप चढवून, वाढवून सांगतो. तो वेळ कधीही

पाळत नाही; पण तरीही मला त्याचा सहवास आवडतो. तो मुळीच लबाड नाही. तो कधी कोणाला दुखवणार नाही. तो एकवेळ न जेवता बसू शकेल, पण न बोलता बसू शकणार नाही.

त्याची मुलंबाळं आता मोठी झाली आहेत. मार्गी लागली आहेत. बाळू या गोष्टीवरूनसुद्धा विनोद करतो. "त्यांचं चांगलं झालं, कारण मी त्यांचा अभ्यास घेतला नाही ना, म्हणून !" तो जसा दुसऱ्यांची चेष्टामस्करी करू शकतो, तसाच तो स्वत:वरही विनोद करून हसतो.

बाळूने भरपूर प्रवास केलेला आहे. त्याने ज्या काही ठिकाणांना भेटी दिल्या आहेत, त्या प्रत्येक ठिकाणाबद्दल काही ना काही कथा सांगायला असतेच त्याच्याकडे. पण त्याच्या त्या गोष्टींमधला प्रत्येक शब्द खरा मानायचा नाही, हे मला कळून चुकलंय. त्याचा मुलगा अमेरिकेत असतो. त्याला जेव्हा मूल झालं, तेव्हा त्यानं आपल्या आईवडिलांना वर्षभरासाठी तिकडे बोलावून घेतलं होतं. बाळू तिकडे जाण्यापूर्वीच बाळूच्या परदेशप्रवासाची बातमी गावात सर्वांना माहीत होती. तो अमेरिकेहून परत आल्यावर त्याने गावच्या सर्वांना गावातल्या मोठ्या वडाच्या झाडाखाली गोळा केलं, आणि म्हणाला, "माझे अमेरिकेचे अनुभव तुम्हाला सर्वांना सांगण्याची माझी इच्छा आहे."

आजकाल परदेशी जाणं ही काही विशेष बाब राहिलेली नाही. पण आमच्या गावातील फार काही लोकांनी परदेशप्रवास केलेला नव्हता. जे काही थोडेफार लोक जाऊन आले होते, त्यांनी काही एवढ्या बारकाईनं सर्व गोष्टी वर्णन करून लोकांना सांगितलेल्या नव्हत्या. त्यांनी एवढंच सांगितलं होतं : 'तो एक खूप वेगळा देश आहे. त्या लोकांची जीवनमूल्ये निराळीच आहेत."

पण बाळूचं मात्र तसं नव्हतं. त्यानं आपल्या मुक्कामाच्या पहिल्या दिवसापासून सर्व गोष्टींचं तपशीलवार वर्णन करण्यास सुरुवात केली. मला बाळूचा स्वभाव आधीपासूनच माहीत होता. त्यामुळे त्या वडाच्या झाडाखाली गाव गोळा करून बाळूनं आपलं पुराण सुरू करण्याआधी मी त्याला थांबवून म्हटलं होतं, "बाळू, तू एकदा बोलत सुटलास की तुझा तुझ्या जिभेवर ताबा नाही राहत. गावातल्या लोकांसमोर तुझी थाप उघडकीला येईल. कोणतीही गोष्ट वर्णन करून सांगण्याचीही एक पद्धत असते. अतिशयोक्ती किती करावी, यालाही काही मर्यादा असते. तुला जर एखादा मुलगा खूप उंच आहे असं सांगायचं असलं, तर तो सहाफूट चार इंच होता असं सांगण्याऐवजी तू म्हणशील : 'तो चांगला दहा फूट उंच होता.' ही गोष्ट तर अशक्य कोटीतील आहे. लोक तुझी चेष्टा करतात. तू गावकऱ्यांना भोळंभाबडं समजू नको. त्यांनी टी. व्ही.वर अमेरिका पाहिली आहे."

यावर बाळूनं माझ्याशी काही वाद घातला नाही. तो म्हणाला, "खरं आहे. पण मी एकदा बोलायला लागलो, की माझा माझ्या जिभेवरती ताबा राहत नाही. मला सारखी अतिशयोक्ती करायची, वाहवत जाण्याची सवयच जडलेली आहे. तू एवढं एक काम करशील का माझं ? मी जास्त अतिशयोक्तीनं बोलायला लागलो, की तू मागून माझा शर्ट खेचत जा. मग माझ्या लक्षात येईल आणि मी माझी चूक लगेच दुरुस्त करीन.''

आमच्यात तसं ठरलं. मग बाळूने न्यूयॉर्क शहराचं, त्यातील गगनचुंबी इमारतींचं वर्णन करण्यास सुरुवात केली. त्यावर एक गावकरी उठून म्हणाला, "पण त्या ११ सप्टेंबरच्या प्रकारानंतर आम्ही टी. व्ही.वर हे न्यूयॉर्क शहर कितीदा तरी पाहिलं आहे. त्यापेक्षा तुम्ही आम्हाला त्या लोकांच्या शेतीच्या पद्धती, तिथलं चारापाणी, गवत वगैरे गोष्टींविषयी का नाही सांगत ? म्हणजे आम्हाला आपल्या इकडच्या गोष्टींशी त्यांची तुलना करता येईल.''

बाळू म्हणाला, "ओ ! मी त्यांची शेतं आणि गवत पाहिलं आहे. तिथलं गवत तर पाच फूट उंच होतं.''

मी मागून बाळूचा शर्ट ओढला.

आपण फार जास्त वाहवत चाललोय, हे त्याच्या लक्षात आलं. लगेच तो म्हणाला,

"नाही, नाही. तिथलं गवत फार म्हणजे फारच बारीक होतं.''

कोणीतरी विचारलं, "बारीक म्हणजे नक्की केवढं ?''

"बारीक म्हणजे काय... अगदी केसाइतकं बारीक !''

परत मी मागून त्याचा शर्ट जोरात खेचला. मी बाळूवर इतकी वैतागले होते, की मी शर्ट जरा जास्तच जोरात खेचला... इतका की तो फाटला. बिचारा बाळू. आयुष्यात पहिल्यांदाच, काय बोलावं, ते त्याला कळेना. पण लोकांची आपापसात कुजबूज चालली होती, "हे झालं बाळूचं वर्णन, प्रत्यक्षात अमेरिका याहून नक्कीच वेगळी असणार.''

बाळूची पत्नी मात्र फार शांत आहे. अगदी पटण्यासारखंच आहे हे. कारण जर जास्त बोलकी दोन माणसं एकत्र आली, तर त्यांना एकत्र राहणं कठीण होऊन जाईल. एकदा त्याची पत्नी फार आजारी होती. तिच्या अंगात बराच ताप होता. बाळूची तोंडाने कितीही बडबड चालू असली तरी तो तसा घाबरट आहे. लगेच घाबरून जातो. तो इतका गांगरून गेला, की त्यानं मला फोन केला.

"तू लगेच डॉक्टरला घेऊन ये. बायको तापाने फणफणली आहे.''

"काय ? तापाने फणफणलीय ? किती आहे ताप ?''

"किती म्हणजे काय... चांगला पाचशे डिग्री तरी असेल.''

''बाळू... मग डॉक्टरांचा काय उपयोग ? आगीचा बंबच बोलवायला हवा. जरा थर्मामीटर नीट बघ पाहू. ताप १०६ डिग्रीहून जास्त नक्कीच नसेल.''

एक दिवस असंच आम्ही घरी गप्पा मारत बसलो होतो, तेवढ्यात एक अनोळखी माणूस घरी आला. जर विद्यार्थ्यांना शिक्षणासाठी आर्थिक गरज असेल तर अशा गरजू विद्यार्थ्यांना 'इन्फोसिस फौंडेशन' मदत करते, याची बऱ्याच लोकांना कल्पना असते. फौंडेशनने केलेल्या मदतीच्या आधारे कितीतरी मुले आपलं शिक्षण पूर्ण करून स्वत:च्या पायावर उभी राहिली आहेत. मी कधीही गावी गेले की, गावातील अशा हुषार आणि गरजू मुलांचे पालक मला येऊन भेटतात. त्यांच्याशी प्रत्यक्ष बोलल्यानंतर मला जर वाटलं की ती खरंच गरजू आहेत, तर अशांना आम्ही मदत करतो. हा अनोळखी माणूससुद्धा याच कारणाने घरी आला होता.

मी त्याच्याशी सविस्तर बोलले. त्याच्या मुलाला मदतीची खरंच गरज आहे, अशी माझी खात्री पटली. मी म्हणाले, ''मी आमच्या ऑफिसला गेले की तुम्हाला चेक पाठवून देईन.''

हे माझं उत्तर ऐकून बाळूनं मला बाजूला बोलावलं आणि म्हणाला, ''तू असं कसं म्हणू शकतेस ? उद्या काय घडणार आहे, ते माहीत आहे का तुला ? तू हे दिलेलं वचन नक्की लक्षात ठेवशील का ? आज सायंकाळ आणि उद्याची सकाळ यामध्ये केवढं तरी अंतर आहे. आयुष्याचा काही भरंवसा नाही. केव्हाही काहीही घडू शकतं. तुला जर खरंच काही देण्याची इच्छा असेल, तर ते तात्काळ देऊन टाकत जा. काळ काही आपल्या हातात नसतो. खरं तर आपण काळाच्या कृपेवरच जगत असतो.''

''बाळू, अरे माझ्याजवळ आत्ता माझं चेकबुक नाहीये.''

''हीच तर तुझी चूक आहे. तू जेव्हा याच कारणासाठी प्रवास करत असतेस, तेव्हा तू बरोबर चेकबुकच काय, पण रोख रक्कमसुद्धा ठेवली पाहिजेस. कित्येकदा गरीब लोकांचं पोस्टात किंवा बँकत खातंसुद्धा नसतं.''

मला नेहमी बाळू हा एक अशिक्षित, विनोदी माणूस वाटायचा. पण ती माझी चूक होती. आज त्यानं मला केवढा मोठा धडा शिकवला होता. आपल्याला जर दानधर्म करायचाच असेल, तर त्याबद्दल परत परत विचार करत बसू नये किंवा त्या बाबतीत चालढकलही करू नये. काळावर विजय कोणीच मिळवू शकलेलं नाही. काळ कोणाच्याच मुठीत राहू शकत नाही.

✦

२०

सहृदय

ही खरी घडलेली हकीकत आहे. मी अमेरिकेच्या दौऱ्यावर गेले असताना तेथे रेडिओवर मी ती ऐकली. अमेरिकेतील एका अत्यंत मोठ्या शहरात ती घडली होती. *हिवाळ्याचे दिवस होते. एक दिवस संध्याकाळच्या वेळी रस्त्याच्या कडेला एक आई जुनापुराणा कोट घालून थंडीने काकडत उभी होती. तिच्या चेहऱ्यावर काळजी स्पष्ट दिसून येत होती. तिच्याबरोबर एक लहान मुलगी पण होती. ती अतिशय किडकिडीत होती, ती आजारी दिसत होती आणि तिच्या डोक्यावरचे सर्व केस काढून तिचा गोटा केलेला होता. तिच्या अंगात एक भलामोठा ड्रेस होता. कोणीतरी तिची कीव येऊन तिला तो दिलेला दिसत होता. त्या दोघी बेघर होत्या, गरीब होत्या, हे तर उघडच होतं. त्या लहान मुलीच्या हातात एक पाटी होती, त्यावर लिहिले होते : 'मी कॅन्सरग्रस्त आहे. कृपया मला मदत करा.'*

आईच्या हातात मोठी भिक्षेची कटोरी होती. ट्रॅफिक सिग्नल लाल झाला आणि रहदारी थांबली की त्या दोघी रस्त्यावर थांबलेल्या वाहनांपाशी जात आणि मदतीची याचना करत.

अमेरिका हा एक श्रीमंत देश आहे. पण तुम्ही जर आजारी पडलात आणि तुमचा मेडिकल इन्शुअरन्स नसेल तर मग काही खरं नाही. मग मात्र कोणीच मदतीला धावून येऊ शकत नाही. जर कोणी मदतीचं आवाहन केलंच, तर लोक थोडीफार मदत करतातही. अशा प्रकारचं दृश्य आपल्याला भारतात काही नवीन नाही. लहान मुलांना कडेवर घेऊन दुसऱ्या हातात कटोरी घेऊन भीक मागत हिंडणाऱ्या स्त्रियांना आपण अनेकदा बघतो. तिरूपतीसारख्या तीर्थक्षेत्राच्या ठिकाणी

तर कुष्ठरोगासारख्या दुर्धर रोगाने ग्रस्त झालेले अपंग असे कितीतरी भिकारी दिसतात. पण अमेरिकेत मात्र असं दृश्य अभावानंच आढळतं. या दुर्दैवी आई व मुलीकडे पाहून तेथील लोकांना वाईट वाटलं.

एक दिवस त्या रस्त्याने एक पोलीस चालला होता. त्याचं लक्ष त्या दोघींकडे गेलं. त्याने त्या दोघींना थोडेफार प्रश्न विचारले, त्यांची चौकशी केली. ती लहान मुलगी खरोखरच खूप आजारी दिसत होती. तिचे ते सुजलेले डोळे, डोक्याचा गोटा... त्याला वाटलं, आपण त्यांना मदत करावी, म्हणून त्यानं आपलं पैशाचं पाकीट काढलं. त्यात त्याने नुकताच बँकेतून काढून आणलेल्या नोटांचा जुडगा होता. त्याने केलेल्या उत्तम कामगिरीबद्दल त्याला भलामोठा बोनस मिळाला होता. त्याच्या मनात आलं - मला ऊबदार घर आहे, माझी काळजी घेणारी पत्नी आहे, माझ्यावर प्रेम करणारा मुलगा आहे. देवाची केवढी कृपादृष्टी आहे माझ्यावर. नाहीतर या दोघी ! यांच्यापाशी यातील एकही गोष्ट नाही. देवाची त्यांच्यावर कृपादृष्टी नाही, यात त्यांचा काय दोष ? आपला बोनस मिळाल्यावर आपण आपल्या बायको आणि मुलाला काय काय गोष्टी आणायचं कबूल केलं होतं, त्याची पण त्याला आठवण झाली. क्षणभर त्याची मन:स्थिती द्विधा झाली. एकीकडे ही कॅन्सरग्रस्त मुलगी तर दुसरीकडे स्वत:चं घरदार, स्वत:चे कुटुंबीय. काही क्षणातच त्याचा निर्णय झाला. त्याने आपल्या पाकिटातील सर्व रक्कम काढून त्या स्त्रीच्या हाती ठेवली आणि म्हणाला, "या लेकराची नीट काळजी घ्या."

तो घरी परतला तर नेहमीसारखा त्याचा मुलगा दारात वाट पाहतच होता. वडिलांना बघताच त्याने पळत येऊन त्यांना घट्ट मिठी मारली. घर ऊबदार होतं. छान होतं. आपल्या पत्नीच्यासमोर बसून खिडकीबाहेर चाललेल्या हिमवृष्टीकडे पाहत त्याने तिला घडलेली सर्व हकीकत सांगितली. त्यांचं बोलणं ऐकत असताना त्याच्या पत्नीचा चेहरा जरा उतरला; पण मग ती किंचितशी हसली. त्याच्या मुलाला मात्र राग आला. तो म्हणाला, "डॅड, तुम्हाला त्यांनी फसवलं नाही, हे कशावरून ? शिवाय तुम्हाला त्यांना पैसे द्यायचेच होते, तर थोडेसेच द्यायचे. जवळचे सगळेच्या सगळे कशाला द्यायचे ?"

त्यावर तो पोलीस हसून आपल्या मुलाला म्हणाला, "पोरा... गरिबी काय असते, ते तुला नाही कळायचं. माझ्या कामाच्या निमित्ताने मला अनेक दुर्दैवी लोक भेटतात."

असे दिवस गेले आणि सर्वजण ती घटना विसरूनसुद्धा गेले.

एक दिवस वृत्तपत्रात छापून आलेल्या एका बातमीने त्या मुलाचं लक्ष वेधलं. 'आई व मुलीला फसवेगिरी करताना पकडले.' त्यावर त्याची उत्सुकता जागृत

झाली व त्याने ती बातमी वाचली.

'एका लोभी आईने आपली चांगली सुदृढ मुलगी ही कॅन्सरग्रस्त असल्याचा बहाणा करून अनेकांना लुबाडलं. तिने त्या मुलीच्या डोक्यावरचे केस काढून टाकले. तिला उपाशी ठेवले व तिच्या अंगात फाटकेतुटके कपडे घालून तिला कॅन्सर झाल्याचे भासवले. लोकांना ते खरं वाटलं. ही युक्ती वापरून तिने अनेकांना लुबाडले. त्या आईस अटक करण्यात आली आहे.'

ते भामटे लोक कोण होते हे त्या मुलाच्या लक्षात आलं व तो फार चिडला. त्याचे वडील सायंकाळी घरी परत येताच तो त्यांना म्हणाला, "डॅड,... तुम्हाला ती मुलगी कॅन्सरची रुग्ण आहे, असं वाटत होतं ना ? बघा... तिनं आणि तिच्या आईनं तुम्हाला फसवलं. ती मुलगी चांगली ठणठणीत आहे आणि तुम्ही मात्र फुकट तुमचा सगळाच्या सगळा बोनस तिला देऊन टाकलात."

त्यावर ते वडील काहीच बोलले नाहीत. ते बसले आणि त्यांनी खिडकीबाहेर कटाक्ष टाकला. बाहेर मुलं खेळत होती. हिवाळा संपून उन्हाळ्याची चाहूल लागली होती. मग ते शांतपणे म्हणाले, "पोरा, मला हे ऐकून खूप आनंद झाला, त्या मुलीची प्रकृती व्यवस्थित आहे !"

त्या मुलाला ते ऐकून आश्चर्य वाटलं. त्याला वाटलं होतं - आपले वडील पोलिसात आहेत. ते तात्काळ पोलीस स्टेशनला फोन करतील किंवा आपण आपला सगळाच्या सगळा बोनस एका धडधाकट मुलीला दिला, आपली फसवणूक झाली, हे कळल्यावर त्यांचा संताप होईल; पण त्यांच्या चेहऱ्यावर तर तसं काहीच दिसत नव्हतं.

तो म्हणाला, "डॅड, तुम्हाला राग नाही आला ? आपली केवढी मोठी फसवणूक झाली आहे, असं नाही तुम्हाला वाटत ?"

त्यावर परत त्याच्या वडिलांनी त्याला तेच उत्तर दिलं, "ती मुलगी ठणठणीत आहे, हे ऐकून मला आनंदच झाला."

एवढ्यात त्याची पत्नी हातात कॉफीचा पेला घेऊन तिथे आली. तिने वडील व मुलाचं सगळं बोलणं ऐकलं होतं. ती आपल्या मुलाला म्हणाली, "बाळा, तू फार नशीबवान आहेस. तुझे वडील खरंच जगावेगळे आहेत. त्यांचं इतकं नुकसान होऊनसुद्धा त्याचा त्यांना मुळीच राग नाही आला. आपल्या लठ्ठ बोनसच्या रकमेपेक्षा त्यांना दुसऱ्याच्या मुलाच्या स्वास्थ्याची जास्त पर्वा आहे, याबद्दल तू देवाचे आभार मानले पाहिजेस. त्यांच्याकडून तू काहीतरी शीक. कोणत्याही परतफेडीची अपेक्षा न ठेवता लोकांना मदत करत जा." असं बोलत असताना तिच्या आवाजात आनंद दाटला होता.

✦

२१
परोपकार

'**गरिबीचं** उच्चाटन कसं करावं ?' या विषयावर एक कार्यशाळा भरवण्यात आली होती, तेथे मी गेले होते. का कोण जाणे, पण असल्या विषयावरच्या कार्यशाळा नेहमी पंचतारांकित हॉटेलांमध्ये भरवण्यात येतात. हे असले कार्यक्रम इतक्या महागड्या ठिकाणी कशाला आयोजित करायला हवेत, हे मला खरंच कळत नाही.

ती कार्यशाळा झाल्यावर मी त्या हॉटेलच्या लॉबीत आले. तिथे अंगात आर्मानीचा उंची सूट परिधान केलेला व तोंडाने पाईप ओढत असलेला एक मध्यमवयीन गृहस्थ माझ्या नजरेस पडला. त्याने अंगावर कसलासा भडक परफ्यूम उडवलेला असावा. पण तोही महागडाच असणार. खूप दुरून त्याचा वास नाकाला जाणवत होता. तो मोबाईलवर बोलत होता. बहुदा आपल्या गाडीची वाट पाहत उभा होता. त्याच्याकडे पाहिल्यावर मला वाटलं, आपण या माणसाला नक्की कुठेतरी पाहिलं आहे. एवढ्यात त्याचं फोनवरचं बोलणं संपलं आणि त्यानं माझ्याकडे निरखून पाहिलं. आम्ही दोघेही एकमेकांना नक्की कुठे भेटलो ते आठवण्याचा प्रयत्न करत होतो. अचानक मला आठवलं. तीस वर्षांपूर्वी तो माझ्या वर्गात होता. त्याचं नाव होतं सुरेश. मग मीच विचारलं, "तुमचं नाव सुरेशच ना ? माझ्या वर्गात होता का तुम्ही ?"

त्यावर तो म्हणाला, "मीही तोच विचार करतोय... तुम्ही... तू... सुधा तर नाहीस ?"

मग आम्हाला खूप हसू आलं. आम्ही एकमेकांना भेटल्याला चांगली तीस वर्षं

झाली होती. आमची दोघांची वजनं वाढली होती. कॉलेजच्या दिवसांपेक्षा कितीतरी वेगळे दिसत होतो आम्ही. सुरेशचं आणि माझं कॉलेज एकच. चार वर्षे आम्ही एकाच कॉलेजात असल्यामुळे तसा चांगला परिचय होता. कितीतरी लॅबक्लासेसना आम्ही एकत्र असायचो.

मी म्हणाले, "तू किती दिवसांत भेटला नाहीस. मी मागे ऐकलं तेव्हा तू मुंबईला होतास. मग आता इथे काय करतोयस ?"

"हो. मी मुंबईलाच असतो. माझा स्वत:चा व्यवसाय आहे. देवाच्या दयेनं फार चांगलं चाललंय माझं. आपण कधीतरी एकदा भेटून खूप गप्पा मारूया... आपल्या जुन्या कॉलेजच्या दिवसांच्या. बरं, पण तू कुठे चालली आहेस ? मी तुला गाडीनं सोडू का ?"

माझा ड्रायव्हर त्या दिवशी रजेवर होता, त्यामुळे मी लगेच तयार झाले. इतक्यात हॉटेलच्या दारात त्याची मर्सिडीज गाडी येऊन हजर झाली आणि आम्ही गाडीत बसलो.

सुरेशने स्पष्टीकरण दिलं, "माझ्या मालकीच्या काही कंपन्या मुंबईत आणि काही इथे बंगलोरमध्ये आहेत. मी मेडिकल ट्रान्सक्रिप्शनचा व्यवसायही सुरू केलाय. मी लोकांना सॉफ्टवेअरचं प्रशिक्षण देऊन त्यांना परदेशी पाठवतो. सध्या इंग्लंडमधे शिक्षकांची कमतरता आहे. त्यामुळे शिक्षकांना प्रशिक्षण देऊन, तयार करून तिकडे पाठवण्याचा माझा बेत आहे. हा व्यवसाय फार किफायतशीर आहे; कारण यात भांडवलीखर्च विशेष येत नाही... पण तू स्वत: अध्यापिका आहेस... शिवाय समाजकार्यही करतेस, असं माझ्या कानावर आलंय. ते ऐकून मला दु:ख झालं. खरं तू जर धंद्यात पडली असतीस, तर चांगलं यश मिळवलं असतंस. तू वर्गात सर्वांत हुषार होतीस."

मी जो शिक्षकाचा पेशा पत्करला त्याबद्दल त्याला खरोखरच दु:ख झालेलं दिसत होतं. मी त्याचं सांत्वन करत म्हणाले, "काळजी करू नको, सुरेश. मी हा व्यवसाय निवडलाय, तो स्वेच्छेनं, राजीखुषीनं. माझ्यावर काही कुठली जबरदस्ती नव्हती. सुरेश, एक सांगू ? आपल्याला जे आवडतं, ते काम करणं म्हणजेच स्वातंत्र्य आणि आपण जे काही करतो ते आपल्याला आवडणं हाच आनंद. तू जर अशा दृष्टीनं पाहिलंस, तर मी अत्यंत समाधानी आहे, आनंदात आहे."

एव्हाना आम्ही माझ्या ऑफिसच्या जवळ पोचलो होतो. मी गाडीतून खाली उतरण्याआधी सुरेशनं मला त्याचं व्हिजिटिंग कार्ड दिलं आणि एक दिवस मी त्याच्या घरी जेवायला किंवा नाश्त्याला गेलंच पाहिजे, असा आग्रह केला.

एका रविवारी मी मोकळीच होते. मला सुरेशच्या निमंत्रणाची आठवण झाली.

मी त्याच्या घरी फोन केला, पण सुरेश तेव्हा मुंबईत असल्याचं त्याच्या सेक्रेटरीनं सांगितलं. तिने मला पुढच्या रविवारी नाश्त्याला येण्याचं निमंत्रण दिलं, तसंच मला आणायला गाडी पाठवण्याची व्यवस्था करत असल्याचंही सांगितलं, कारण त्याचं घर सापडायला तसं कठीण होतं.

ठरल्याप्रमाणे पुढच्या रविवारी त्याचा ड्रायव्हर टोयोटा गाडी घेऊन आला व आम्ही निघालो. वाटेत मी त्या ड्रायव्हरशी थोड्या गप्पा मारल्या. मी त्याच्या बॉसची वर्गमैत्रीण होते हे त्याला माहीत असल्यामुळे तोही मोकळेपणे बोलत होता. सुरेशचं घर बंगलोर शहरापासून साठ किलोमीटरवर होतं. कावेरी नदीच्या काठी. ते खरं तर फार्महाऊस होतं. ते एका जंगलात होतं. तेथे सुरेशच्या मालकीची वीस एकर जमीन होती. त्या जमिनीत कोणत्याही असेंद्रिय, रासायनिक खतांचा वापर न करता फळं, भाज्या इत्यादी पिकवण्यात येत असे. "आमच्या मॅडम आरोग्याविषयी अत्यंत जागरूक आहेत," ड्रायव्हर म्हणाला, "त्यांनी तेथे एक खास जिम् *(आधुनिक व्यायामशाळा)* आणि पोहण्याचा तलाव बांधून घेतला आहे." सुरेशचं आणखी एक घर इंदिरानगर येथे होतं, बंगलोरच्या अगदी मध्यात. ते लोक फक्त शनिवार-रविवार या फार्महाऊसमध्ये येऊन राहत व काही खास पाहुण्यांनाच येथे निमंत्रण असे.

मी ड्रायव्हरला विचारलं, "तुम्ही सुरेशकडे किती वर्षे कामाला आहात ?"

"ओ... मी... गेली वीस वर्षे इथे नोकरी करतोय. खरं तर मी साहेबांच्या सासऱ्यांचा ड्रायव्हर होतो. त्यांचा मुंबईत मोठा बिझिनेस होता. मॅडम ही त्यांची एकुलती एक मुलगी. खरं तर मी मॅडमना त्यांच्या नावानं हाक मारली तरीपण चालतं, कारण मी त्या सर्वांना आज इतकी वर्षं ओळखतोय. पण अर्थात मी तसं करत नाही."

त्या ड्रायव्हरच्या चेहऱ्यावर एकप्रकारची आपुलकी व एकप्रकारचा अभिमानही दिसून येत होता.

आम्ही घरी जाऊन पोचलो. ड्रायव्हरने त्या घराचं वर्णन करताना काहीही अतिशयोक्ती केलेली नव्हती. जणू काही आपण राजवाड्यातच शिरलो आहोत, असं मला वाटलं. पाचसहा खोल्या खास पाहुण्यांसाठी, भलामोठा दिवाणखाना, मोठं जेवणघर जुन्या भारतीय परंपरेला अनुसरून पुढेमागे मोठमोठी फरसबंदीची अंगणं. घरात गणवेष घातलेले कितीतरी नोकरचाकर होते. जुन्या काळी जमीनदार व छोटे राजेरजवाडे कसे राहत असतील, याची त्या थाटामाटावरून कल्पना येत होती.

दोनच मिनिटांत सुरेश आला. त्याने अंगात रेशमी कपडे घातले होते. मला पाहून त्याला खरोखर आनंद झालेला दिसला. "या... या... आमच्या छोट्याशा झोपडीत. बरं झालं, तुला यायला जमलं ते. चल बैठकीच्या खोलीत जाऊ."

बैठकीच्या खोलीत तर मोठाले पुतळे, तैलचित्रं, पर्शियन गालिचे, हंड्या, झुंबरं

यांचं जणू प्रदर्शनच मांडलेलं होतं. ते घर वाटतच नव्हतं. चंदनाच्या लाकडापासून बनवलेल्या सोफ्यांवर रेशमी आच्छादनं घातली होती.

"सुरेश, एक सांग मला... कॉलेजच्या त्या दिवसांपासून या अशा घरापर्यंतचा प्रवास तू कसा काय केलास ?"

मला आठवत होतं, त्याप्रमाणे सुरेश एका गरीब घरातला मुलगा. त्याचे वडील स्वयंपाकी होते. कुटुंब मोठं आणि भरपूर मुलं. आपल्या मुलाला शिकवणं त्यांच्या ऐपतीबाहेरचं होतं. सुरेशच्या वडिलांना ओळखणारे एक सद्‌गृहस्थ होते. त्यांनी सुरेशच्या राहण्याजेवण्याची व्यवस्था करण्याची जबाबदारी घेतली. त्याला आपल्या घरी ठेवून घेतलं. त्यांचा मुलगासुद्धा आमच्याच बरोबर शिकत होता. आमच्या कॉलेजने सुरेशला पूर्ण शिष्यवृत्ती दिली. आम्हा सर्वांनाच त्याच्या आर्थिक परिस्थितीची जाणीव होती, त्यामुळे आम्ही सर्वजण आपापल्या परीने त्याला मदत करत असू. आम्ही वर्गणी करून त्याच्या पुस्तकांसाठी लागणारे पैसे जमा करायचो. आमचे लायब्ररियन मुद्दाम त्याला खास सवलत देत असत. सुरेश अभ्यासात तसा चांगला होता, कष्टाळू होता पण खूप बुजरा. तो आमच्याशी फारसं कधी बोलतही नसे. त्याचं अशा धनाढ्य आणि बडबड्या सुरेशमध्ये कसं काय रूपांतर झालं, हे मला जाणून घ्यायचं होतं.

"तुला माहीतच असेल, कॉलेजचं शिक्षण संपल्यावर मी नोकरीच्या शोधात मुंबईला गेलो. मला एक छोटीशी नोकरी मिळाली. मी खूप मेहनत केली. मला एक गोष्ट चांगली माहीत होती - आयुष्यात वर यायचं असेल, तर बुद्धी, कष्ट, धिटाई आणि हितसंबंध या चार गोष्टींची नितांत आवश्यकता आहे. पाहिले दोन गुण माझ्या अंगात होते; पण इतर दोन गोष्टी मात्र मला अंगी बाणवून घ्याव्या लागल्या. पुढे माझी व वीणाची गाठ पडली. वीणा म्हणजे माझी पत्नी. तिच्या वडिलांनी मला खूप मदत केली व आम्ही एक वेगळा धंदा सुरू केला. आज माझं फार चांगलं चाललं आहे. मी माझ्या कुटुंबियांना सर्वतोपरीने मदत केली. मी गरीब घराण्यातील होतो, याची तुला कल्पना आहेच. मी जमिनी विकत घेतल्या, दुकानं विकत घेतली, घरं बांधली व ती माझ्या आईवडिलांना आणि भावंडांना दिली. आज त्यांच्याकडे प्रत्येक घरी दोन दोन गाड्या आहेत. सर्वजण सुखात आहेत. त्यामुळे मीही समाधानी आहे. मी माझ्या कुटुंबाच्या बाबतीतलं कर्तव्य पार पाडलं आहे.

"आणि तुझी मुलं ? त्यांचं काय ?"

"मला दोन मुली आहेत. दोघी इंग्लंडमधे शिकतायत. एकीचा विषय आहे भारतीय संस्कृती तर दुसरीनं होमसायन्स घेतलंय. तुझ्या माहितीत काही स्थळं आहेत का त्या दोघींसाठी ? मुलगे उत्तम परिस्थितीतले आणि देखणे हवेत. मात्र त्यांनी आपल्या आईवडिलांजवळ राहून चालणार नाही. एकतर त्यांनी स्वतंत्र तरी

राहिलं पाहिजे, नाहीतर इथे आमच्याजवळ. तुला तर कितीतरी लोक भेटत असतील.''

''सुरेश... मला जे लोक भेटतात ते गरीब, असहाय्य, निराधार असतात. नाहीतर मग विद्यार्थी असतात. तू ज्या लोकांविषयी बोलतोयस, तशा लोकांची मला तरी माहिती नाही.''

एवढ्यात त्याच्या पत्नीने आम्हाला नाश्ता तयार असल्याचं सांगितलं. ब्रेकफास्ट समोर आला तो चांदीच्या प्लेटस्‌मधे. त्याची पत्नी वीणा सुंदर होती, बरीच तरुण दिसत होती. ती माझ्याजवळ आल्यावर माझ्या लक्षात आलं - ती वयानं माझ्या बरोबरीचीच होती; पण तिनं कौशल्यानं सौंदर्यप्रसाधन करून आपलं वय लपवलं होतं.

सुरेश ज्या सद्‌गृहस्थांच्या घरी राहायचा त्यांची मला अचानक आठवण झाली. तसंच आमच्या कॉलेजचे लायब्ररियन, आणि आमच्या कॉलेजातील इतर विद्यार्थ्यांचीही आठवण झाली.

''सुरेश, कॉलेज सोडून बाहेर पडल्यानंतर परत कधी तू आपल्या कॉलेजमध्ये गेला होतास ? आपले लायब्ररियन प्राचार्य आणि आपल्या वर्गातील इतर मुलांची कधी आठवण येते की नाही तुला ?''

त्यावर गंभीर चेहऱ्याने सुरेश म्हणाला, ''नाही. मी नंतर कधीही कॉलेजात गेलोही नाही आणि त्यांच्यापैकी कोणाला भेटलोही नाही. आपले काही वर्गमित्र कधी क्वचित भेटतातही. मी काहींना इथे बोलावलेलंसुद्धा आहे. पण परत कधी कॉलेजात जावंसं नाही वाटलं मला.''

''आणि मि. राव ? त्यांचं काय ? तू त्यांच्या घरी राहायचास ना ? त्यांना नाही भेटलास कधी ?''

''नाही. कॉलेजातील प्रत्येकानं त्या वेळी मला का मदत केली होती, माहिती आहे ? - कारण त्यामुळे त्यांना स्वत:बद्दल बरं वाटायचं. शेवटी मी एक चांगला विद्यार्थी होतो. माझी एका गोष्टीबाबत खात्री झालेली आहे - लोकं जी दुसऱ्याला मदत करतात, ती स्वार्थी हेतूने. त्यांना म्हणायचं असतं - 'हा मनुष्य माझ्यामुळे वर चढला.' आणि म्हणूनच त्यांच्यापैकी एकालाही कधी भेटावंसं मला वाटलं नाही.''

त्यावर मी मुद्दामच विषय काढला. ''मी असं ऐकलं, की मि. राव यांची सांपत्तिक स्थिती अलिकडे विशेष चांगली नाही, म्हणून.''

सुरेश भावनाशून्य आवाजात म्हणाला, ''हो. ते तर होणारच होतं. कितीतरी भलत्यासलत्या विद्यार्थ्यांना ते फुकट जेवू घालत. हे विद्यार्थी कष्टाळूही नव्हते आणि अभ्यासातही चांगले नव्हते. हे असं किती दिवस चालू शकणार ?''

ज्या संस्थेनं त्याला मोफत शिष्यवृत्ती दिली होती, त्या संस्थेची मला आठवण

झाली. ज्या लायब्ररियनने त्याला मदत केली त्यांची आणि त्याला आपल्या घरी तब्बल पाच वर्षे ठेवून घेणाऱ्या मि. राव यांची. ही सगळी माणसं चांगली होती, सहृदय होती, कनवाळू होती; पण सुरेश ही गोष्ट पटवून घ्यायलाच तयार नव्हता. आपल्याच भावंडांना मदत करण्यात कसला आलाय मोठेपणा ? त्यांना दोन दोन गाड्या देणं, घरं बांधून देणं, याला काही मानवताधर्माचं पालन म्हणत नाहीत. आपण आपल्या आयुष्यात लोकांना अशी मदत करावी, की ज्यायोगे त्यांना पुढे स्वतंत्रपणे जगता येणं शक्य होईल.

कृतज्ञता हे सर्वोच्च शिक्षण असतं. पण तीच गोष्ट सुरेश कधी शिकला नाही. इतरांच्या मदतीशिवाय तो आज या जागी पोचू शकला नसता. शिडी चढून वर वर जात असताना आपल्या खालच्यांना धक्का देऊन पाडणं फार सोपं असतं. पण आपण उच्चशिखरावर फार काळ राहू शकत नाही, ही गोष्ट प्रत्येकानं ओळखली पाहिजे. आपण जेवढं जेवढं उंचावर चढत जातो, तेवढ्याच जोरात आपण खालीही पडू शकतो.

त्या दिवशी त्या चांदीच्या थाळीत वाढलेल्या अन्नाचा घास माझ्या घशाखाली उतरेना.

✦

२२

चुका सर्वांच्याच हातून घडतात

माझ्या कॉम्प्युटर सायन्सच्या तासाला मी विद्यार्थ्यांना खूप अवघड प्रश्न घातला. कॉम्प्युटर प्रोग्रॅमिंग ही तसं पाहायला गेलं तर एक कलाच आहे. एकच प्रश्न जरी सर्वांना घातला तरी वेगवेगळे विद्यार्थी भिन्नभिन्न पद्धतींचा वापर करून शेवटी तोच निष्कर्ष काढतात. एक प्रकारे हेही धर्मासारखंच आहे. ईश्वराची आराधना करण्याच्या पद्धती जरी भिन्न असल्या, तरी शेवटी ईश्वर तोच असतो ना.

माझ्या विद्यार्थ्यांनी एका विशिष्ट पद्धतीचाच अवलंब केला पाहिजे, असा आग्रह मी कधी धरत नाही व मी त्यांना पूर्ण स्वातंत्र्य देते. हा प्रश्न खूपच अवघड होता. तो सोडवायला मलासुद्धा चांगला एक आठवडा लागला होता. मी तो प्रश्न सोडवून जेव्हा वर्गात घेऊन आले तेव्हा माझ्या सगळ्याच विद्यार्थ्यांना त्याच्याशी आपलं उत्तर पडताळून पाहायचं होतं. मी माझ्याजवळची डिस्केट *(फ्लॉपी डिस्क)* माझी एक विद्यार्थिनी नलिनी हिच्या हातात दिली आणि म्हणाले, "नलिनी, हा प्रोग्रॅम तुझ्याजवळच्या डिस्केटमधे कॉपी करून घे आणि माझी फ्लॉपी मला परत दे. पण माझ्याजवळ एवढी एकच कॉपी आहे हं या प्रोग्रॅमची... दुसरी नाहीये... तेव्हा जरा सांभाळून."

सगळे आमच्याभोवती गोळा झाले. नलिनीने ती डिस्केट कॉम्प्युटर ड्राईव्हमधे घातली. तिने एकीकडे माझ्याशी बोलत बोलत चुकून ती फ्लॉपी फॉरमॅट केली. फॉरमॅटिंग करणं, याचा अर्थ त्या फ्लॉपीवर जी काही माहिती असेल ती पुसून टाकणं. ते पाहून सर्वजण एकदम स्तब्ध झाले. त्यानंतर त्यांनी माझ्याकडे पाहिलं. नलिनी तर अक्षरशः रडकुंडीला आली. या प्रश्नाचं उत्तर शोधण्यासाठी मी आठवडाभर

झगडत होते, ही गोष्ट सर्वांना माहीत होती.

काही वेळ मी पण फार रागावले होते. पण पाच मिनिटानंतर माझा राग शांत झाला आणि मी हसले. हसू हे मानसिक ताणावरचं सगळ्यात उत्तम औषध असतं. त्याने ताण तर अदृश्य होतोच, पण मैत्रीलाही हे औषध फार चांगलं लागू पडतं. अखेर माझे हे विद्यार्थीविद्यार्थिनी म्हणजे तरी काय... माझे लहान मित्रमैत्रिणीच आहेत ना ? मी हसले आणि वर्गातील तो स्तब्धतेचा बुडबुडा फुटला. मग मी उठून उभी राहिले.

नलिनी अजूनही हुंदके देत होती. "मॅडम, आय ॲम् सॉरी. मी मुद्दाम नाही केलं. खरंच. प्लीज मला माफ करा."

"तू मुद्दाम केलं नाहीस हे मला माहीत आहे, नलिनी. माझा कोणताही विद्यार्थी असं करणार नाही. अपघातला काही निमंत्रण देऊन बोलवावं लागत नाही. चुका तर सर्वांच्याच हातून होतात. जर कोणी म्हणालं, की मी आजवर एकही चूक केलेली नाही. तर मग तो माणूसच नव्हे. त्याला रोबोटच *(यंत्रमानव)* म्हणावं लागेल. आपल्याकडच्या देवांच्या आणि ऋषीमुनींच्या हातूनसुद्धा चुका घडल्या आहेतच की. आपण आता सर्वांनी एकत्र मिळून डोकी लढवू या आणि हा प्रश्न सोडवूया. बघू तो प्रोग्रॅम आपल्याला परत लिहिता येतो का ?"

त्यावर कोणीतरी मला विचारलं, "मॅडम,... तुम्ही इतक्या शांत कशा राहू शकता ? तुम्ही किती वेळ खर्च केला होता त्या गोष्टीसाठी !"

"हो. खरं आहे. पण परत अजून थोडा वेळ काढीन मी त्यासाठी... आणि तो प्रोग्रॅम पुन्हा लिहिण्याचा प्रयत्न करीन. मी आत्ता शांत का आहे, सांगू ? कारण तरुण वयात अशाच प्रकारची चूक माझ्याही हातून घडली होती."

झालं... माझ्या विद्यार्थ्यांनी लगेच विषय बदलला आणि कॉम्प्युटर सायन्स विसरून आमची गाडी गोष्ट सांगण्याकडे वळली. मग मी त्यांना घडलेली हकीकत सांगण्यास सुरुवात केली.

"मी जेव्हा तरुण होते तेव्हा लोक मुलींविषयी काय बोलतात, याविषयी मी फार हळवी होते. कोणी कधी असं म्हणालं, की 'अमूकतमूक गोष्ट करणं हे मुलींचं काम नव्हे,' की मी लगेच त्यांचं ते बोलणं खोटं करून दाखवण्यासाठी हिरीरीनं ती गोष्ट करत असे. मुली काहीही करू शकतात ही गोष्ट मला सगळ्या जगापुढे सिद्ध करायची असे. आज मला या सगळ्या तार्किक विचारसरणीचं हसू येतं. खरं तर काही गोष्टी पुरुषांना नीट जमतात, तर काही स्त्रियांना नीट जमतात. स्त्री आणि पुरुष हे परस्पर सहकार्याने व्यवस्थित कामं करू शकतात. कोणालाही आपण किती शक्तिमान आहोत, हे सिद्ध करून दाखवण्याची काहीही गरज नसते.

त्या वेळी मी एका कॉम्प्युटर सॉफ्टवेअरच्या कंपनीत सिस्टिम ॲनालिस्ट

म्हणून नोकरी करत होते. ही खूप जुनी गोष्ट आहे. त्या वेळी कॉम्प्युटर हार्डवेअरच्या क्षेत्रात एवढी प्रगती झालेली नव्हती. आज आपल्याकडे साडेतीन इंचाची छोटीशी फ्लॉपी असते; पण आमच्या वेळी पंधरा किलो वजनाचा प्रचंड जड असा टॅन्डॉन डिस्क ड्राईव्ह वापरात होता.

एक दिवस अगदी सहज माझ्या वरिष्ठांनी बोलता बोलता सांगितलं, ''ही डिस्क इतकी जड असते... फक्त पुरुषांनाच ती उचलणं शक्य होईल.''

हे त्यांचं बोलणं ऐकून मला जरा राग आला. मी म्हणाले, ''मी ती डिस्क तुम्हाला उचलून दाखवीन.''

ती डिस्क ग्रामोफोनच्या तबकडीसारखीच असे, पण त्याहून बरीच जड आणि आकारानं मोठी. त्यामध्ये कंपनीविषयीची अतिमहत्त्वपूर्ण माहिती साठवलेली असे. उदाहरणार्थ, फायनान्स, त्या कंपनीत काम करणाऱ्या लोकांची तपशीलवार माहिती इत्यादी. मी ती तबकडी हातात घेतली आणि चालत माझ्या वरिष्ठांच्या कक्षापाशी गेले. खरं तर ती तबकडी चांगलीच जड होती; पण मी काही ते चेहऱ्यावर दाखवलं नाही. त्या काळी माझी अशी समजूत होती, की आपल्या मनातील भावना चेहऱ्यावर दाखवणं हे कमकुवतपणाचं लक्षण आहे. आज मात्र माझं म्हणणं असं आहे, माणसानं कसं पारदर्शी असावं. मला अशी ती एवढी जड तबकडी घेऊन चालत येताना पाहून माझे वरिष्ठ थक्क झाले. ''तुम्हाला ती कशी काय उचलता आली ?'' ते म्हणाले.

मला आपण आपलं म्हणणं सिद्ध करून दाखवलं याचाच इतका आनंद झाला होता, की फारसा विचार न करता मी एक हात सोडला; व ती डिस्क हातातून निसटली.

क्षणार्धात ती डिस्क जमिनीवर पडून तिचे तुकडे झाले. मोठा आवाज झाला आणि पूर्ण ऑफिसात ऐकू गेला. सगळेजण वळून माझ्याकडे बघू लागले. आजपर्यंतच्या कंपनीच्या इतिहासात एवढी महाभयंकर चूक कोणी केलेली नव्हती. एका मिनिटात कंपनीसंबंधी असलेला सर्व डेटा पुसून गेला.

मी काही न सुचून क्षणभर तशीच त्या ठिकाणी खिळून उभी राहिले. माझ्या मूर्खपणामुळं संपूर्ण कंपनीचं केवढं नुकसान होणार होतं. खरं तर कोणत्याही कर्मचाऱ्याने कंपनीच्या हितासाठी काम करावं, अशी अपेक्षा असते आणि हे मी काय करून बसले होते ? मी इतकी सुन्न झाले होते की मला धड रडूसुद्धा फुटत नव्हतं. मग मी माझ्या टेबलापाशी परत गेले आणि तिथे थोडावेळ बसले. थोडा विचार केला आणि आपण आता काय केलं पाहिजे, हे मला कळून चुकलं. मग मी एक कोरा कागद घेतला आणि त्यावर माझा राजीनामा लिहिला. स्वतःच्या चुकीची भरपाई करण्याचा तेवढा एकमेव मार्ग आहे, असं मला वाटत होतं. मी माझ्या वरिष्ठांपाशी

जाऊन तो राजीनामा त्यांच्या हातात ठेवला आणि शरमेनं मान खाली घालून उभी राहिले.

त्यांनी तो काळजीपूर्वक वाचला आणि सरळ फाडून टाकला. ते म्हणाले, "चूक प्रत्येकाच्या हातून होत असते. तुम्ही ती डिस्क उचलण्यापूर्वी मी त्या सगळ्या माहितीचा बॅक्अप् तयार करून ठेवला होता. तो सर्व डाटा आपल्या स्टोअररूममध्ये व्यवस्थित ठेवलेला आहे. तुम्हाला एवढी काळजी करण्याची गरज नाही. पश्चात्ताप हीच माणसाला पुरेशी शिक्षा असते आणि तो तुम्हाला झालाच आहे. माणसानं इतकं हळवं असूनही चालत नाही. हळव्या, भावनाप्रधान माणसांना आयुष्यात खूप सोसावं लागतं. जा आणि तुमचं काम करा."

"यावर त्यांना काही उत्तर द्यायला माझ्यापाशी शब्द नव्हते."

एवढं सांगून झाल्यावर मी नलिनीकडे वळून म्हणाले, "यात काही प्रमाणात चूक माझीही आहेच. इतक्या महत्त्वाच्या प्रोग्रॅमची मी आधी एक कॉपी बनवून ठेवायला हवी होती. पण काळजी करू नको. मी तो प्रोग्रॅम परत लिहीन. मी घरी थोडी टिपणं काढून ठेवलेली आहेत.

"या घटनेनं मला अजून एक शिकवण मिळाली. आपण जेव्हा एखाद्या गटाचं नेतृत्व करत असतो, तेव्हा आपल्या हाताखाली काम करणाऱ्यांशी आपण कनवाळूपणे वागलं पाहिजे, क्षमाशील वृत्ती दाखवली पाहिजे.

"त्याचप्रमाणे कोणत्याही व्यक्तीचे त्याच्या वरिष्ठांशी काही अनुबंध निर्माण होतात, ते त्या व्यक्तीला वरिष्ठांशी वाटणाऱ्या भीतीपोटी नव्हे. त्या व्यक्तीविषयी वरिष्ठांना वाटणारे कौतुक, आदर व्यक्तीव्यक्तींच्या संबंधातील एक प्रकारचा मोकळेपणा यातून ते निर्माण होत असतात. आपण आपला कितीतरी वेळ आपल्या कामाच्या ठिकाणी घालवतो. हा वेळ आनंदात गेला पाहिजे, एकामेकांवर दोषारोप करण्यात नव्हे."

हे माझे शब्द ऐकताच माझ्या विद्यार्थ्यांनी टाळ्यांचा कडकडाट केला.

◆

२३

माणसंच माणसं चोहीकडे

एकदा मी अशीच बसनं जिल्ह्याच्या ठिकाणाहून तालुक्याच्या ठिकाणी निघाले होते. माझ्याबरोबर एक मैत्रीणही होती. ती नुकतीच वर्षभर अमेरिकेला राहून आलेली होती. आम्हाला ज्या गावाला जायचं होतं, तिकडं आम्ही बसनं निघालो होतो. बस अकराला सुटणार होती. आम्ही दोघी बसस्टँडवर वाट बघत उभ्या होतो.

जिल्ह्याचं ते गाव फार गलिच्छ होतं. भारतात आपण आपली घरं स्वच्छ, टापटिपीत ठेवतो, पण सार्वजनिक ठिकाणांची स्वच्छता मात्र आपण मुळीच पाळत नाही. सार्वजनिक मालमत्ता ही दुसऱ्याची आहे, त्यामुळे त्याच्यासाठी आपला वेळ किंवा पैसा आपण का खर्च करायचा, अशी आपली वृत्ती असते. आपल्याला सर्वांनाच तेनाली रामन् याची कथा माहीत आहे. एकदा त्याने सर्व लोकांना आपापल्या घरून पेलाभर दूध घेऊन येण्यास सांगितलं. प्रत्येकाने ते दूध एका बंद टाकीत ओतायचं होतं. टाकीला केवळ दूध ओतता येईल एवढंच छिद्र ठेवण्यात आलं होतं. प्रत्येकाने असाच विचार केला - बाकी सगळे दूध आणणारच आहेत, ती टाकी दुधाने भरून जाणार आहे. मग आपण त्याऐवजी पेलाभर पाणी नेलं तर कुठं बिघडलं ! ठरलेल्या दिवशी ती टाकी उघडण्यात आली, तो काय ती निव्वळ पाण्याने भरलेली होती. ही कथा पाचशे वर्षांपूर्वी घडलेली असेलही. पण आपली सर्वांची मनोवृत्ती मात्र अजूनही तशीच आहे. आपण पहिला विचार करतो तो आपल्या भल्याचा. समाजाच्या भल्याचा विचार नंतर येतो.

आपण आपली देवघरं स्वच्छ ठेवतो; पण सार्वजनिक 'स्वच्छतागृह' मात्र कमालीची अस्वच्छ असतात. बसस्टँडवर अनेक माणसं त्यांचा वापर करतात व

ती दुर्गंधी असह्य होऊन जाते. तेथे उभं राहून बसची वाट पाहाणंसुद्धा मुष्किल होऊन बसतं.

येथे बसस्टँडवर काही बाकडी होती, प्रवाशांच्या सोयीसाठी. पण त्यांच्यावर जेवढे लोक मावू शकतील, त्याहून दुप्पट लोक दाटीवाटीने आधीच बसले होते. बस नेहमीप्रमाणे उशिरा आली. बस येताच सर्वजण बसच्या एकुलत्या एका दाराकडे धावले व त्या गर्दीत ते एकमेकांच्या अंगावर पडून थोडी चेंगराचेंगरीही झाली. म्हातारी माणसं, लहान मुले, गर्भवती स्त्रिया... असे सर्व हताशपणे मागेच थांबले. सामान बसच्या टपावर चढवण्यासाठी गोळा झालेले हमाल प्रवाशांशी हुज्जत घालत होते. बसवर तर कुणीतरी चिखलाचा सडा शिंपल्यासारखी ती दिसत होती.

अखेर मोठ्या कष्टानं मी आणि माझी मैत्रीण त्या बसमध्ये शिरलो. आम्हाला एकदम शेवटच्या सीटवर जागा मिळाली. मागे गावकऱ्यांची प्रचंड गर्दी होती. त्यांनी आपली सामानाची मोठाली बोचकी आमच्या सीटच्या खाली कोंबून ठेवली होती, त्यातील काही सीटच्या बाहेर आली होती. त्यामुळे आम्हाला पायही हलवता येत नव्हते. एवढ्यात बस सुटली आणि थंडगार वाऱ्याची झुळूक आत आली. तेवढंच जरा बरं वाटलं.

माझी मैत्रीण माझ्याहून फारच - जास्त - वैतागली होती. माझ्या कामाचं स्वरूप असं आहे, की मन शांत ठेवून धीरानं घ्यावं लागतं, भरपूर तडजोड करावी लागते, त्यामुळे मी कशीही परिस्थिती असली तरी आरामात असते. समाजात कार्य करायचं तर कुठे 'फाईव्ह स्टार' पद्धतीची वागणूक मिळेल, अशी अपेक्षा ठेवून चालत नाही. आमच्या संपर्कात कायम आदिवासी, भिकारी नाहीतर गोरगरीब येतात. एक समाजकार्यकर्ती आणि शिक्षिका असल्याचा हाच तर फायदा. माझ्या मैत्रिणीला - सुमित्रा हिला - मात्र आपण आगीच्या जाळावर बसलो आहोत, असं वाटत होतं. ती सारखी कुरकूर करत होती आणि इथली व तिकडची *(अमेरिकेची)* तुलना करत होती.

"मी जेव्हा अमेरिकेत होते तेव्हा मी बोस्टन ते न्यूयॉर्क असा प्रवास बसनं केला. बस इतकी छान होती, की आपण बसनं चाललोय, का विमानानं... असं मला वाटलं. बसमधे चाळीस सीटस् होती... पण प्रवासी असतील जेमतेम पंधरा. शिवाय आतच स्वच्छतागृहसुद्धा होतं. त्या देशात बसनं प्रवास करण्याची मजाच वेगळी. त्यांच्या बसला काचेचे दरवाजे असतात. बस आली की प्रवाशांसाठी दारं आपोआप उघडतात. बसमध्ये कंडक्टरच नसतो. आपण तिकिटं आधीच विकत घेऊन ठेवू शकतो. शिवाय जास्त लोकांनी एकदम प्रवास केला तर बसभाड्यात सवलतसुद्धा मिळते. इथे भारतातला प्रवास म्हणजे निव्वळ नरक."

तिचं ते वर्णन अशा रीतीनं चाललं होतं, की जणू काही मी इतर देशांमध्ये

बसचा प्रवास केलेलाच नाही; पण तरीही मी काही बोलले नाही. मी गप्प असल्याचं पाहून ती अधिकच जोराने सांगू लागली. तिला वाटलं, मला तिचं बोलणं पटलंच आहे.

"एकदा मी स्वीडनहून नॉर्वेला ट्रेनने चालले होते. तिथे एका देशाहून दुसऱ्या देशाला ट्रेननं जाता येतं. तो प्रवास तर फार अविस्मरणीय झाला. पाश्चात्य देशांमध्ये कुठेही आपण प्रवास करत असलो, तर तिथल्या सुखसोयी अतिशय सुंदर असतात. मग ती ट्रेन असो, विमान असो नाहीतर बस. बसस्टँडवरच सगळी माहिती उपलब्ध असते. कधीकधी तर बसचा एकदोन दिवसांचा पास वृत्तपत्र-विक्रेत्यांकडेसुद्धा विकत मिळतो. तिथली स्वच्छतागृहं तर खरोखर वाखाणण्यासारखी असतात. भारतात मात्र घरून निघतानाच बाथरूमला जाऊन यावं लागतं, नाहीतर मग पाणीच प्यायचं नाही."

आमच्याजवळ एक सुमारे साठ वर्षांची स्त्री बसली होती. तिच्या हातात मोठी पिशवी होती. त्यात वाणीसामानाच्या पुड्या भरलेल्या होत्या. सुमित्राची बडबड ऐकून मला इतका कंटाळा आला होता, की मी माझं लक्ष तिच्याकडे वळवलं. मी तिच्याशी गप्पागोष्टी करण्यास सुरुवात केली. तिचं नाव होतं बसम्मा. ती एक साधीच पांढरी सुती साडी नेसली होती. ती फारशी महागडी नसावी; पण तिला स्वच्छ धुवून स्टार्च इस्त्री केल्यासारखी दिसत होती. बसम्माने आपल्या पांढऱ्या केसांचा घट्ट बुचडा बांधला होता. तिच्या अंगावर काहीही दागिने नव्हते की डोक्यात फुलंसुद्धा माळलेली नव्हती. तिच्याशी बोलल्यावर मला कळलं, ती सुईणीचं काम करत होती. ती काही औषधे आणण्यासाठी शहरात गेली होती. त्यांच्या गावात प्रायमरी हेल्थ सेंटर व एक नर्ससुद्धा होती. पण तरीही गावात सुईणीची गरज ही असतेच. अजूनही ती गावातील लोकांना मदत करते व एखादी फारच अवघड केस असली, तर ती केस ती शहराकडे पाठवते. तिनं मला सांगितलं, 'या बसमधल्या कितीतरी बायका वेगवेगळ्या ठिकाणी नोकरी करतात. अनेक बायका शहरात भाजी विकायला घेऊन जातात, साडेदहापर्यंत त्यांची भाजी विकून होते... मग त्या अन्नधान्य घेऊन या बसनं घराकडे परत येतात.' तिच्या सांगण्यावरून हे असं गेली कित्येक वर्षे चालू होतं... अगदी उन्हापावसाची पर्वा न करता. त्या स्त्रियांना बऱ्यापैकी फायदा होत असावा. एवढ्यात कंडक्टर आला. मी तिकिटाचे पैसे दिले. तो म्हणाला, "सुट्टे नाहीत."

"मग तुम्ही तिकिटाच्या मागे तसं लिहून द्या. मी सगळ्यात शेवटी सुटे घेईन तुमच्याकडून."

एवढ्यात सुमित्रा त्या कंडक्टरला म्हणाली, "ही बस अकराचीच आहे ना ? मग ही अर्धा तास उशिरा का आली ? की रोजच अशी उशिरा येते ?"

त्यावर कंडक्टर सहजपणे म्हणाला, "छे, हो. सर्वसाधारणपणे अकरा, अकरा-दहा नाहीतर सव्वाअकरापर्यंत येते; पण आज नादुरुस्त झाली होती, म्हणून दुरुस्तीला गॅरेजला गेली होती. म्हणून आज उशीर झाला."

"पण मग तुमच्याकडे जादा बस नाही ?"

"काय ? या मार्गावर जादा गाडी ?"

"नेहमीच्या गजबजलेल्या मार्गावरसुद्धा जादा गाडी ठेवणं परवडत नाही... या खेड्यात एवढी एक तरी बस आहे, यात समाधान मानायला हवं."

यावर सुमित्रा माझ्याकडे वळून रागानं म्हणाली, "इंग्लंडमध्ये जर एखाद्या बसला उशीर झाला तर प्रवाशांची किती गैरसोय होते, याची त्यांना कल्पना असते. त्यामुळे ते ताबडतोब त्याऐवजी दुसरी बस पाठवतात. त्यांना लोकांची काळजी असते. मी हॉस्पिटलमध्येसुद्धा पाहिलंय... पेशंट आले, की डॉक्टर त्यांच्याशी किती गोड बोलतात. शिवाय स्वच्छता तर इतकी असते, की त्यानंच निम्मं दुखणं पळून जातं. नाहीतर आपल्याइथे सरकारी दवाखान्यात इतकी माणसं असतात. जिकडे पाहावं तिकडे माणसंच. डॉक्टर व्यक्तिगत लक्ष देतच नाहीत. ते नुसते यांत्रिकपणे रुग्णांकडे बघतात."

तेवढ्यात कंडक्टर परत आला. त्याने माझे पैसे परत दिले. सुमित्राचं भाष्य आपलं चालूच होतं.

"ह्या लोकांकडे बघा. एस. टी. स्टँडवर साधी सुट्या पैशांची मशिन्स नाहीत. इथे पैसे घेणं, सुटे परत देणं... हे कंडक्टरचंच काम आणि हे सगळे भाजीवाले. काय खडतर आयुष्य आहे यांचं. अमेरिकेत तर सुपर मार्केटमध्येच भाजी घ्यायची. सगळी नीट निवडून, छान बांधून ठेवलेली असते. लॉस एंजेलिसला तर भलंमोठं होलसेल मार्केट आहे. ते वातानुकूलित आहे. सगळे शेतकरी आपली भाजी तिथे आणून विकतात. आपल्या इथे असं का नाही करत, कोण जाणे !"

आता तिला काय उत्तर द्यावं, याचा मी विचार करत होते. पण माझ्याशेजारी बसलेल्या बसम्मानंच तिला उत्तर दिलं.

"अम्मा, तुम्ही जे काही म्हणताय, ते सगळं परदेशात ठीक आहे. कारण तिकडची लोकसंख्या किती कमी असते. भारताच्या जवळपाससुद्धा नाही. आपणही गेल्या काही दशकांपासून धान्य पिकवतोय; पण इथे जे काही पिकतं, ते लगेच संपून जातं. कारण लोकसंख्या वाढीचा दर त्याहून कितीतरी जास्त आहे ना. आपण जर आपल्या देशातील लोकसंख्यावाढीला आळा घालू शकत नाही, तर मग येथे काही चमत्कार घडून येईल अशी अपेक्षा तरी कशाला ठेवायची ? मग ते शौचालय असो, प्रवास असो, नाहीतर बाजारपेठ. आपल्याकडे लोकच इतके जास्त आहेत, की जीवनावश्यक गरजा भागवतानाच सगळे उपाय थकतात. पण निदान एक

लक्षात ठेवा - आपल्या सरकारी दवाखान्यांमध्ये औषधोपचार मोफत होतात. मग नुसती तपासणी असो नाहीतर ऑपरेशन. कोणत्याही रुग्णाला उपचारांना मुकावं लागत नाही. पण अमेरिकेत मात्र तुमच्याकडे जर इन्शुअरन्स नसेल, तर तुम्हाला उपचार घेताच येत नाहीत. भारतात आपल्याकडे ही इन्शुअरन्सची कल्पना अजून नाही. आपल्याकडे मोठमोठी सुपर मार्केट्स नसतीलही; पण आपली व आपल्या ग्राहकांची नीट ओळख तरी असते. प्रत्येक देशाचे काही गुण असतात तर काही दोष... आणि आपल्या देशाचा दोष म्हणजे आपली लोकसंख्या.''

तिच्या तोंडचे शब्द ऐकून मला फार आश्चर्य वाटले. तिचं बोलणं मोजकं, पण तर्कशुद्ध होतं. तिनं उत्तम विश्लेषण केलं होतं.

सुमित्रेनं विचारलं, ''पण हे सगळं तुम्हाला कसं काय माहीत ? तुम्ही तर सगळं काही डोळ्यांनी पाहून आल्यासारखं बोलताय.''

त्यावर ती म्हातारी बाई म्हणाली, ''होय. मी अमेरिका पाहिली आहे आणि इंग्लंडसुद्धा. माझा मुलगा डॉक्टर आहे. मी दोन वेळा तिकडे जाऊन आले आहे. प्रत्येक वेळी मी वर्ष-वर्ष राहिले. माझं आणि माझ्या मुलाचं या विषयावर अनेकदा बोलणं झालेलं आहे.''

सुमित्रेचा तिच्या बोलण्यावर विश्वासच बसेना. ''आणि तरी तुम्ही इथे सुईण म्हणून काम करता ?''

''हो, कारण तो माझा व्यवसाय आहे. मला हा एकच मुलगा. मी सुईणीचं काम करूनच त्याला लहानाचा मोठा केला आणि तो डॉक्टर झाला. मला माझ्या कामाचा, या देशाचा आणि इथल्या लोकांचा अभिमान आहे. मी त्याच्याकडे राहावं, अशी माझ्या मुलाची इच्छा आहे; पण ते काही मला पटत नाही. मी इथे भारतात इतकी व्यग्र असते माझ्या कामात ! मी अत्यंत सुखात आहे. आपण लोकांनी स्वच्छ झालं पाहिजे, वक्तशीर झालं पाहिजे, हे तर मलाही पटतं. त्या देशांमधील लोकांची सार्वजनिक स्वच्छतेबाबतची जागरुकता खरोखर वाखाणण्यासारखी आहे. सार्वजनिक जागेत कोणीही घाण करत नाही. तसं करणं ते लोक गुन्हा समजतात. पण इकडे भारतात आपल्याला त्या गोष्टीची काहीच पर्वा नाही. ही गोष्ट आपण पाश्चात्यांकडून शिकलीच पाहिजे. दोन देशांमधील लोकांचा मूलभूत दृष्टिकोनातच इतकी तफावत आहे तर तिथे तुलना करण्यात आणि कुरकूर करण्यात काही अर्थच नाही. अम्मा, तुम्ही स्वत: परदेशात राहून आला आहात ना ? मग एक गोष्ट तुम्हाला समजलीच पाहिजे... मुलावर अवलंबून राहण्यापेक्षा श्रमप्रतिष्ठा कितीतरी जास्त महत्त्वाची असते.'

आता सुमित्रालाच कळेना, काय उत्तर द्यावं ते.

◆

२४
गरिबी

कॉलेज ही एक जागा अशी असते, जिथे तरुण विद्यार्थ्यांच्या अंगच्या नेतृत्वगुणांचा खरा कस लागतो. विशेषत: कॉलेजात विद्यार्थी मंडळ, वादविवादसभा वगैरे असतील, तर निश्चितच. अशा प्रकारचे कार्यक्रम जर आयोजित केले, तर मुलं त्यात भाग घेण्यासाठी रात्रंदिवस मेहनत करतात. मुलांच्या अंगी असीम उत्साह असतो आणि ती सतत अस्वस्थ असतात. एक अध्यापिका म्हणून मी त्यांच्या अंगच्या या उत्साहाचा पुरेपूर वापर करून घेत असे आणि त्यांच्यावर भरपूर काम सोपवत असे. पण ती मुले अल्लाउद्दिनच्या दिव्यातील राक्षसाप्रमाणे झपाट्याने ते काम संपवून आणखी कामाची मागणी करत.

एकदा मी एका कठीण विषयावर वादविवाद स्पर्धा आयोजित केली. अशा ठिकाणी एक नेमका निष्कर्ष काढता येत नाही. मग मुले भरपूर चर्चा व वादविवाद करण्यात आपली शक्ती खर्च करतात. अर्थात असा विषय निवडणं हेही मोठं कठीण काम असतं. तो विषय नैतिक मूल्यांना धरून असला पाहिजे, त्यात अश्लीलतेचा किंवा बीभत्सतेचा मागमूसही नसावा, जातीयता नसावी व तो समाजोपयोगी असावा. मी पूर्वी असे काही विषय निवडले होते : 'बहुराष्ट्रीय कंपन्या या भारताच्या दृष्टीने चांगल्या की वाईट ?' किंवा 'शांती प्रस्थापित करण्यासाठी युद्ध जरुरी असते का ?' इत्यादी.

आज मी जो विषय निवडला, तो होता 'गरिबी'.

लगेच आमच्या विद्यार्थ्यांच्या अंगात उत्साह संचारला. तात्काळ दोन गट पडले. त्यातील एका गटाने आपलं म्हणणं मांडण्यासाठी एका कथेचा आधार

घेतला. 'गरिबी' हा विषय असला तरी दोन्ही गटांजवळ युक्तिवादाची काहीही कमतरता नव्हती. अनेकदा वादविवादामध्ये दोन्ही बाजूंनी वेळेची मर्यादा पाळायची असते, अशी आठवण मलाच करून द्यावी लागायची. आजसुद्धा असंच झालं. त्या सर्वांचेच युक्तिवाद इतके पटण्याजोगे होते, की कोणाच्या बाजूने निर्णय द्यावा, हे मलासुद्धा कळेना.

एका युक्तिवादात त्यांनी गरिबी या विषयाचं विवेचन केलं.

गरिबी ही तशी सापेक्ष संकल्पना आहे. एखाद्या अत्यंत धनाढ्य व्यक्तीच्या दृष्टीने मध्यमवर्गीय लोकसुद्धा गरीब असू शकतात, तर मध्यमवर्गीयांना कनिष्ठ मध्यमवर्गीय लोक गरीब वाटू शकतात. कनिष्ठ मध्यमवर्गीयांच्या दृष्टीने भिकारी हे गरीब असतात. अर्थशास्त्रज्ञांनी गरिबीची व्याख्या तांत्रिक अंगाने केली आहे. त्यात दरडोई उत्पन्न, दरसाल उत्पन्नात वाढ इत्यादी गोष्टी मोडतात. आमच्या मते, एखाद्या योग्य कारणासाठी भांडण्याची शक्ती आपल्या अंगी नसेल तर आपण गरीब असतो. तसेच समाजात जर कुणाला नैतिक तसंच कायदेशीरदृष्ट्या समानतेची वागणूक मिळत नसेल, तर त्याचा अर्थ ती व्यक्ती गरीब असते.

हेन्री फोर्ड याच्या नातीची एक कथा आहे. हेन्री फोर्ड याने संपूर्ण फोर्ड कंपनीचं जे साम्राज्य उभं केलं ते कठोर परिश्रमांच्या जोरावर. तो अत्यंत गरीब घरातील होता व त्याने जीवनात प्रचंड यश मिळवलं. एकदा त्याच्या मनात आलं, गरिबी ही काय गोष्ट असते, हे आपल्या नातीला कळलं पाहिजे. ती लहानपणापासून अत्यंत चांगल्या परिस्थितीत, लाडाकोडात वाढलेली होती. हेन्री फोर्डने तिला सांगितलं, ''आजुबाजूच्या परिस्थितीचं नीट निरीक्षण कर व एक निबंध लिहून काढ.'' त्यावर तिने सांगितले, ''मला त्यासाठी एका आठवड्याचा अवधी हवा.'' ती लहानच होती. एक आठवड्यानंतर ती खूप आनंदाने आपला निबंध घेऊन दाखवायला आली. आपला निबंध खूप छान झालाय, अशी तिची समजूत होती. तो निबंध असा होता.

''एकदा न्यूयॉर्क शहरात एक खूप गरीब कुटुंब राहत होते. वडील गरीब होते आणि आईसुद्धा गरीब होती. त्यांना एकच मुलगी होती. तीही गरीबच होती. त्यांच्या कुटुंबात एवढी तीन माणसे असूनही त्यांच्याकडे फक्त एकच गाडी होती; तीही दोन वर्षे जुनी होती. त्यांच्या घराला रंग देऊन एक वर्ष झालं होतं. ते बाहेर हॉटेलात जेवायला फक्त आठवड्यातून एकदाच जाऊ शकत. आई व वडील असे दोघे नोकरी करत होते. ते त्यांच्या मुलीला वर्षातून फक्त दोनदाच नवा कपडा आणत. त्यांच्या घरी झोपण्याच्या चार खोल्या होत्या. त्यांनी बँकेतून कर्ज घेऊन ते घर बांधलं होतं. ते लोक इतके गरीब होते, की अजून त्यांच्या मुलीनं डिस्नेलँडसुद्धा पाहिलेलं नाही.''

आपल्या नातीचा हा निबंध वाचून हेन्री फोर्ड याला धक्का बसला. तिने गोष्टीत वर्णन केलेल्या कुटुंबाचं राहणीमान हे सर्वसामान्य अमेरिकन माणसाच्या राहणीमानापेक्षा वरच्या दर्जाचं होतं. आपल्या नातीची 'गरिबी' याविषयीची ही कल्पना वाचून क्षणभर तो अतिशय अस्वस्थ झाला. पण मग त्यानं विचार केला- इतक्या सुस्थितीत ही मुलगी लहानाची मोठी झाली आहे हे, तिला 'गरिबी'ची संकल्पना समजणार तरी कुठून ? तिच्या दृष्टीने गरिबी ही एक नुसती कल्पना होती, ते वास्तव नव्हतं.

परंतु यावरून कुणीही असा निष्कर्ष खचितच काढू नये, की श्रीमंत कुटुंबात जन्माला आलेल्या लोकांना गरिबी म्हणजे काय ते समजू शकत नाही किंवा त्याविषयी ते नुसता कल्पनाविलासच करू शकतात. आपल्याच देशात अडीच हजार वर्षांपूर्वी एक राजपुत्र होऊन गेला. तो दिसायला देखणा होता. राजघराण्यात जन्माला आलेला होता. स्वाभाविकच सगळी सुखं पायाशी लोळण घेत होती. प्रेमळ पिता, सुंदर पत्नी आणि छोटा पुत्र. सेवेला दासदासी होते, अमाप संपत्ती हाताशी होती. तो स्वत: तरुण होता, देखणा होता. आपल्या आयुष्याच्या प्रत्येक क्षणाचा अगदी अखेरच्या क्षणापर्यंत उपभोग घेणं त्याला शक्य होतं. पण तसं घडायचं नव्हतं ! एकदा दारिद्र्यात खितपत पडलेला एक रोगजर्जर माणूस त्याच्या नजरेला पडला. त्याने आपल्या राजसत्तेचा त्याग केला आणि दु:ख व वेदनेचं मूळ शोधायला तो घराबाहेर पडला. आज सर्व जग त्याला 'गौतम बुद्ध' म्हणून ओळखतं. त्याचे अनुयायी अनेक देशांमधे पसरलेले आहेत. जागतिक पातळीवर 'शांततेचं प्रतीक' म्हणून त्याचं नाव घेतलं जातं. त्याचं मन किती संवेदनशील असेल ! दुसऱ्याचं दु:ख आणि वेदना समजून घेण्यासाठी ज्या अंत:चक्षूंची गरज असते, ते त्याच्यापाशी होते.

आपण गौतम बुद्धाविषयी अभिमान बाळगतो. आपण म्हणतो राजकुमार सिद्धार्थ गौतम याने बुद्ध गयेमध्ये ध्यानसाधना केली, राजगृहामध्ये त्याचा वास होता, त्याने आपला पहिला उपदेश वाराणशी येथील सारनाथमधे असलेल्या दीर उद्यानात बसून केला आणि कुसीनगर येथे त्याने आपला देह ठेवला. बुद्ध आपला आहे, आपल्या मालकीचा आहे, अशी आपली समजूत आहे. पण या त्याच्या स्वत:च्या देशात, आपण त्याच्या तत्त्वांचं पालन करतो का ?

हे सर्व विवेचन ऐकल्यानंतर दुसरा गट फारच अस्वस्थ झाला. त्यांचा युक्तिवाद असा होता आपण ज्या दृष्टिकोनातून एखाद्या गोष्टीकडे बघतो, त्यावर आपण गरीब आहोत की श्रीमंत हे अवलंबून असतं.

आपल्या हातात पाण्याने अर्धा भरलेला पेला असला तर त्याचं वर्णन आपण कसं करतो ? पेला अर्धा भरलेला आहे... की अर्धा रिकामा ? तरीही वस्तुस्थिती हीच राहते की त्या पेलात फक्त अर्धेच पाणी आहे.

खूप खूप वर्षांपूर्वी एका शहरात एक फार श्रीमंत माणूस राहत होता. त्याला एकच मुलगा होता. ते लोक फार धनाढ्य होते. त्यांचं घर एखाद्या राजमहालासारखं होतं. त्याभोवती भलामोठा बगीचा व पोहण्याचा तलावही होता. त्या लहान मुलाने एक कुत्रा पाळला होता.

वडिलांना नेहमी वाटे; खरं जीवन कसं असतं ते आपल्या मुलानं पाहिलेलंच नाही. त्याला गरिबी कशी असते ते कधी कळणारच नाही. बहुतेक वेळा जर आईवडील मुलांना काही शिकवायला गेले, तर मुलं त्याकडे दुर्लक्ष करतात. आईवडिलांनी आपल्या मुलावर फार जास्त दडपण आणण्यास सुरुवात केली, तर ते मूल त्यांचं काहीच ऐकेनासं होतं. वडिलांना या गोष्टीची नीट कल्पना होती. 'माणूस जेव्हा एखादी गोष्ट स्वत:च्या डोळ्यांनी पाहातो, अनुभवतो, तेव्हाच त्याला ती पटते-' या तत्त्वावर त्यांचा विश्वास होता. त्यामुळे त्यांनी आपल्या मुलाला एका गरीब माणसाच्या घरी - त्याच्या झोपडीत - एक आठवडा राहण्यासाठी ठेवण्याचं ठरवलं. त्यांना वाटलं - असं केल्यानं 'गरिबी' कशी असते, हे आपल्या मुलाला प्रत्यक्षच बघायला मिळेल. मग तो स्वत:च्या परिस्थितीशी त्याची तुलना करेल व समाधानी होईल.

त्या गरीब माणसाची झोपडी बरीच लांब, गावाबाहेर होती. जवळच घनदाट जंगल होतं. दळणवळणाची काहीही साधनं जवळपास उपलब्ध नव्हती. एक आठवड्यानंतर वडील मुलाला परत घरी घेऊन आले. त्यांनी मुलाला विचारलं,

"आपल्या घरापेक्षा वेगळं, काही खास असं तुला त्या झोपडीत पाहायला मिळालं का ? तिथे तुला काय वाटलं ? मला सगळं मोकळेपणानं सांग."

त्यावर मुलगा म्हणाला,

"होय बाबा... त्या घरात आणि आपल्या घरात केवढातरी फरक आहे. आपल्या इथे किती छोटासा पोहोण्याचा तलाव आहे, तर तिकडे त्या झोपडीशेजारून एक मोठी नदी खळाळत वाहते. आपल्या पोहोण्याच्या तलावातल्या पाण्याला नेहमी क्लोरीनचा घाणेरडा औषधी वास येतो. तिकडच्या नदीच्या पाण्याला कधीच वास येत नाही. इथे आपल्याकडे फक्त एकच कुत्रा आहे, तर तिकडे चार चार कुत्रे होते. माझा कुत्रा त्याच्या स्वत:च्या छोट्या घरात झोपतो, तर तिकडे ते चारही कुत्रे त्या भल्यामोठ्या झोपडीत आमच्याबरोबरच झोपत. इकडे आपलं घर वातानुकूलित *(ए. सी.)* असल्याने आपल्याला सगळ्या खिडक्या बंद ठेवाव्या लागतात. त्याउलट तिकडे सगळ्या बाजूंनी वाऱ्याचा केवढ्या सुंदर झुळका थेट घरात येतात. आपल्या घरी आपला खानसामा जेवण बनवून फ्रीजमधे ठेवतो आणि आपण जेवायला बसलो की मायक्रोवेव्हमध्ये गरम करून वाढतो. पण तिकडे रोज दोन्ही वेळा ताजा स्वयंपाक असायचा. डॅडी,... आता मला कळलं, आपण खरंच किती गरीब आहोत

ते ! मला आता 'गरिबी' ही गोष्ट अगदी नीट समजली आहे.''

अनेकदा गरीब असण्याचे बरेच फायदेही असतात. जगातील कोणत्याही भागातील अत्यंत यशस्वी ठरलेल्या लोकांकडे जर आपण पाहिलं, तर ते सगळेच्या सगळे गरीब घरातील असल्याचं आपल्याला दिसतं. आयुष्यात काहीतरी बनावं, काहीतरी करून दाखवावं, ही जिद्द त्यांच्या मनात उत्पन्न होते, ती केवळ या गरिबीमुळेच ! एखाद्या माणसाला कष्ट करून पैसा कमावण्याचं खरं महत्त्व नेहमी भुकेल्यापोटीच कळतं. जे लोक आयुष्यात तृप्त असतात, समाधानी असतात, ते कधी यश मिळवू शकत नाहीत.

आता मात्र आपण हस्तक्षेप करून हा वादविवाद थांबवला पाहिजे, याची मला जाणीव झाली. पण मला मनातून फार समाधान वाटत होतं - माझे हे विद्यार्थी‍विद्यार्थिनी माझ्याहून वयाने कितीतरी लहान होते. तरीसुद्धा कॉम्प्युटर सायन्स ह्या विषयाशिवाय आणखीही कितीतरी ज्ञान त्यांना होतं. या सर्वांमुळे मला एक गोष्ट कळून चुकली - माझ्या या विद्यार्थ्यांनी माझी एक सवय नकळत उचलली होती... ती म्हणजे गोष्टी सांगण्याची. म्हणजे माझा त्यांच्या जीवनावर काहीतरी प्रभाव पडलेला आहे. पुढे हे सर्वजण आपल्या मुलांनाही अशाच गोष्टी सांगतील आणि कथाकथनाची ही महान भारतीय परंपरा पुढे चालू ठेवतील.

◆

२५

शेवटचा तास

माझ्या वर्गातील विद्यार्थीविद्यार्थिनींचं प्रमाण पाहिलं, तर सुमारे चाळीस टक्के मुली आणि साठ टक्के मुलं, असं आहे. पण पस्तीस वर्षांपूर्वी मी जेव्हा इंजिनिअरिंग कॉलेजात शिकत होते, तेव्हा पूर्ण युनिव्हर्सिटीत मी एकमेव मुलगी होते. माझ्या अवती-भोवती सगळीकडे नुसती मुलंच मुलं असत; पण आज परिस्थिती बदलली आहे. मी त्या वेळी कसं काय जमवून घेतलं, असा प्रश्न अनेकजण मला विचारतात. पण आता विचार केला तर वाटतं, इतकं काही अवघड नाही गेलं. आपल्या वर्गात आपल्याबरोबर एक मुलगी शिकायला आहे, ही गोष्ट सुरुवातीला माझ्या बरोबरच्या मुलांना विचित्र वाटली खरी. सुरुवातीला मला खूप टोमणे ऐकायला लागायचे; पण नंतर मात्र हेच सर्व मुलगे माझे फार चांगले मित्र बनले.

मी सध्या ज्या वर्गाला शिकवते, त्या वर्गात एकदा असंच वादाला तोंड फुटलं. हे बरेचदा घडतं. मीही मुलांना बोलण्याची संधी देते. बरेचदा सहामाहीच्या शेवटच्या तासाला हे हमखास घडतं. त्या दिवशी मी त्यांना काही न शिकवता वादविवादासाठी मोकळा वेळ देते.

या दिवशी मुलंविरुद्ध मुली असा वाद निघाला. हा विषय तसा चांगलाच खमंग. त्यावर किती वाद घालावा, याला तर काही अंतच नाही. लगेच वर्ग दोन गटांमध्ये विभागाला गेला. वादाला चांगला रंग भरला आणि वातावरण चांगलं तापलं. मी आरामात बसून दोन्ही बाजूचे युक्तिवाद आनंदाने ऐकू लागले.

मुली म्हणाल्या, "अखेर पुरुषाला घडवण्याचं काम स्त्रीच करते. ती अधिक शक्तिमान असते. तिच्या अंगात पराकोटीची सहनशीलता असते, वेदना सोसण्याची

ताकद असते आणि पुरुषांपेक्षाही कितीतरी उत्तम असं व्यवस्थापनकौशल्य तिच्यात असतं. प्रत्येक यशस्वी पुरुषाच्या मागे त्याला आधार देणारी स्त्रीच असते. तिच्या मदतीशिवाय पुरुषाला आयुष्यात काहीच मिळवता येणार नाही.''

या त्यांच्या युक्तिवादावर मुलं जोरात हसली. ''स्त्री ही कायम मागेच राहणार. ती पुढे कधीच येणार नाही. आजवर नोबेल पुरस्कार अशा कितीशा स्त्रियांना प्राप्त झाला आहे ? स्त्रीच्या मेंदूचं वजन पुरुषाच्या मेंदूच्या वजनापेक्षा कमी असतं.''

मग मी मधे पडून म्हणाले, ''माणसाच्या मेंदूच्या वजनाचा व त्याच्या कार्याचा काहीही संबंध नाही.'' माझं हे बोलणं ऐकून मुलं रागाने माझ्याकडे पाहू लागली.

''पुरुषच युद्धांना सुरुवात करतात.''

''युद्धं तर स्त्रियांमुळेच घडून येतात. हेलन ऑफ ट्रॉय, द्रौपदी, सीता यांच्यामुळे काय घडलं... बघा जरा.''

हे असलं वेडेपणाचं बोलणं आणखी बराच वेळ चालू राहिलं. दोन्ही गटांपैकी कोणीच वस्तुस्थिती स्वीकारायला तयार नव्हतं. आता आपण मधे पडलंच पाहिजे, हे मला कळून चुकलं.

मी म्हणाले, ''मी तुम्हाला एक गोष्ट सांगते. तुम्हीच ऐका आणि ठरवा, कोण मोठं ते.''

ताबडतोब वर्गात शांतता पसरली.

''एकेकाळी दोन राजे होते. एक काशीवर राज्य करायचा तर दुसरा कोसलावर. दोघंही एकमेकांचा द्वेष करत. असेच एकदा दोघंही प्रवासाला निघालेले असताना वाटेत त्यांची गाठ पडली. दोघं आपापल्या रथावर आरूढ झाले होते. रस्ता फार लहान होता. एका वेळी फक्त एकच रथ पुढे जाऊ शकत होता आणि दोघं योगायोगाने नेमके एकाच वेळी समोरासमोर येऊन उभे ठाकले होते. आता कोणत्या रथाने आधी पुढे जायचं ? ते दोघे राजे तर एकमेकांशी बोलायलाही तयार नव्हते. मग त्यांचे सारथीच आपापसात बोलू लागले.

काशीच्या राजाचा सारथी म्हणाला, ''माझ्या महाराजांच्या पदरी दहा हजार सैनिक आहेत.''

त्यावर कोसलाच्या राजाचा सारथी म्हणाला, ''माझ्या महाराजांकडेसुद्धा दहा हजार सैनिक आहेत.''

''माझ्या महाराजांकडे दोनशे हत्ती आहेत.''

''माझ्या महाराजांकडेही तेवढेच आहेत.''

''आमच्या महाराजांच्या मालकीची दहा लाख एकर सुपीक जमीन आहे.''

''ती तर आमच्याही महाराजांकडे आहे.''

असा वाद बराच वेळ चालू राहिला. दोन्हीही महाराजांकडे अगदी एकसारख्याच सगळ्या गोष्टी होत्या, ही नवल करण्यासारखी बाब होती.

त्यानंतर कोसलाच्या राजाचा सारथी म्हणाला, "आमचे महाराज दुष्टांना शासन करतात, त्यांना आळशी लोकांविषयी राग आहे आणि ते आपली संपत्ती राज्याच्या कल्याणासाठी खर्च करतात."

त्यावर काशीच्या राजाच्या सारथ्याचं उत्तर होतं, "आमचे महाराज दुर्जनांचं हृदयपरिवर्तन करून त्यांना सज्जन बनण्यास मदत करतात, आळशी लोकांकडून कठोर परिश्रम करून घेतात आणि गरीब जनतेच्या कल्याणासाठी आपली संपत्ती खर्च करतात."

कोसला देशाचा राजा हा संवाद ऐकून आपल्या सारथ्याला म्हणाला, "ते महाराज एक माणूस म्हणून माझ्यापेक्षा खचितच श्रेष्ठ आहेत. मला त्यांच्याशी मैत्री करायची आहे. त्यांच्या रथाला आधी जाऊ द्या."

हे बोलणं काशी देशाच्या राजाच्या कानी पडताच तो आपल्या रथातून खाली उतरला व त्याने कोसला देशाच्या राजाला अलिंगन दिलं. अशा रीतीने दोघांमधील वैमनस्य संपलं व त्यांची दृढ मैत्री झाली."

मग मी माझ्या विद्यार्थ्यांकडे पाहिलं आणि म्हणाले, "खऱ्या आयुष्यात स्त्रिया आणि पुरुष एकमेकांचे प्रतिस्पर्धी कधीच नसतात. ती तर एका रथाची दोन चाकं असतात. त्यातील कोणतंच एक चाक तेवढं चांगले व दुसरं वाईट, असं नसतं. दोघांच्याही अंगी सदगुण हे असतातच.

"व्यक्तीची ओळख ही नेहमी तिच्या अंगच्या गुणांवर अवलंबून असते... ती व्यक्ती स्त्री आहे की पुरुष, यावर ती अवलंबून नसते. कारण ही गोष्ट देव ठरवतो.

"आज मी तुम्हाला कॉम्प्युटर सायन्स हा विषय शिकवत असले तरी पुढील आयुष्यात तुम्ही खूप काही शिकणार आहात. तंत्रविज्ञानात तर रोजच्या घडीला प्रगती होत राहाते. बाजारात उत्तमोत्तम पुस्तकं नेहमी येतच असतात; पण एक उत्तम माणूस कसं बनावं, हे मी आज तुम्हाला शिकवते आहे. ही जीवनमूल्यं कोणत्याही पाठ्यपुस्तकातून शिकवण्यात येत नाहीत. ती परीक्षेत येत नाहीत; पण आयुष्यात यशस्वी होण्यासाठी ती आवश्यक असतात. तुम्ही जेव्हा पुढे मोठे व्हाल तेव्हा तुम्हाला आठवेल... आपल्याला एक शिक्षिका होत्या... त्यांनी आपल्याला कॉम्प्युटर सायन्स शिकवता शिकवता काही नीतीमूल्ये पण शिकवली... मग पुढे तुम्हीही इतक्याच प्रेमाने आणि मायेने ही नीतीमूल्ये आपल्या स्वत:च्या मुलांना शिकवा."

आमचा तो अखेरचा तास संपला तेव्हा मुलींचा गळा दाटून आला होता आणि मुलं डोळ्यात तरारलेले पाणी परतवत होती.

✦

२६
धनसंचय

मला आठवतं त्याप्रमाणे मी नारायण मूर्तींना पहिल्यांदा भेटले ती १९७४ सालच्या ऑक्टोबर महिन्यात. पुण्यातील मॉडेल कॉलनीमधे असलेल्या कुसुम सहनिवास सोसायटीत एका फ्लॅटमध्ये ते आपल्या एका मित्राबरोबर राहत होते. तो दोन खोल्यांचा फ्लॅट होता. त्यातील पुढची खोली मूर्तींची होती. त्यांच्याबरोबर त्या फ्लॅटमध्ये त्यांचा एक मित्र शशिकांत शर्मा हा राहत असे. तो आय्. आय्. एम्. अहमहाबादचा एम्. बी. ए. होता. शशीचे आईवडील मूळचे जोधपूरचे. ते तसे कर्मठ होते. तेही तेथेच राहत होते. हा शशी हे एक अत्यंत मनमिळाऊ आणि हसतमुख व्यक्तिमत्व आहे. त्या वेळी तोही मूर्तींबरोबर पुण्यात सिस्टिम्स रीसर्च इन्स्टिट्यूट येथे नोकरीस होता. त्या वेळी मी नुकतीच बंगलोरच्या इंडियन इन्स्टिट्यूट ऑफ सायन्समधून एम्. टेक.ची पदवी संपादन करून नंतर पुण्याच्या 'टेल्को' कंपनीत पोस्ट ग्रॅज्युएट ट्रेनी म्हणून काम करू लागले होते. मी या टेल्को कंपनीत कशी नोकरीस लागले, हाही एक मोठाच किस्सा आहे, व आजपर्यंत अनेक मुलाखतींमध्ये मी त्याविषयी सांगितलेलं आहे. माझी आणि मूर्तींची ओळख आमच्या एका मित्राने श्री. डी. ए. प्रसन्ना याने करून दिली. त्या वेळी हा पुण्यात टेल्कोमध्ये 'टाटा ॲडमिनिस्ट्रेटिव्ह सर्व्हिसेस'चा ट्रेनी होता. मूर्ती आणि प्रसन्ना ह्या दोघांनी एकाच इंजिनिअरिंग कॉलेजातून पदवी प्राप्त केली - नॅशनल इन्स्टिट्यूट ऑफ इंजिनिअरिंग, म्हैसूर येथून ! त्यामुळे प्रसन्ना जेव्हा पुण्याला टेल्कोमध्ये तीन महिन्यांच्या ट्रेनिंगसाठी आला, तेव्हा तो मूर्तींच्या खोलीतच येऊन राहिला.

प्रसन्ना आणि मी रोज पिंपरीच्या टेल्कोला एकाच बसने जात असू. अगदी

पहिल्या दिवशीपासूनच आमची चांगली मैत्री जमली, कारण आम्ही दोघेही कन्नड बोलायचो. आमच्या खूप गप्पा चालायच्या, अनेकदा वादविवादही होत. आमच्या गप्पांचे विषय विविध असत - राजकारण, अर्थकारण, इंजिनिअरिंग शिक्षणाची स्थिती... शिवाय, आमचे आवडते कन्नड साहित्यिक शिवराम कारंथ, भैरप्पा, त्रिवेणी इत्यादी. आता विचार केला की, वाटतं अशा विषयांवर एकमेकांशी वाद घालणं म्हणजे केवळ वेळेचा अपव्यय असतो. कारण हे प्रत्येकाचं व्यक्तिगत मत असतं, प्रत्येकाची आवडनिवड वेगळी असते. एक दिवस आमची दोघांची अर्थकारणावर फार जोराजोरात चर्चा चालली असताना प्रसन्ना म्हणाला, 'मी ज्याच्या घरी राहतो, तो माझा मित्र मूर्ती याची आणि तुझी एकदा भेट व्हायलाच हवी. हा मूर्ती पूर्वी डाव्या विचारसरणीचा होता. आता तो पुष्कळच मवाळ झाला आहे.'' प्रसन्नाने बोलता बोलता मला मूर्तींविषयी बरंच काही सांगितलं. मूर्तींनी पॅरिसमधे नोकरी करत असताना जे काही पैसे जमवले होते, त्यातील बरेचसे तिथेच अविकसित थर्डवर्ल्ड कंट्रींसाठी मदतकार्य करणाऱ्या संस्थांना देणगी म्हणून देऊन टाकले आणि ते रिकाम्या हाताने पुण्याला आले. प्रसन्ना रोज बसमध्ये नवी नवी पुस्तके घेऊन यायचा. पण तो ती कधीच वाचायचा नाही. मला वाचनाची फार आवड, त्यामुळे मी ती पुस्तके वाचायला घेत असे. कधीही पुस्तकाचं पहिलं पान उघडलं, की त्यावर हमखास लिहिलेलं सापडायचं- 'एन्. आर्. नारायण मूर्ती, इस्तंबूल,' किंवा 'एन्. आर्. नारायण मूर्ती, पेशावर.' वगैरे. असंच एक दिवस मी गंमतीने प्रसन्नाला म्हणाले, ''तुझे हे मित्र मि. मूर्ती काय इंटरनॅशनल कंडक्टर वगैरे आहेत की काय ?''

प्रसन्ना त्यावर हसून म्हणाला, ''अगदी तसंच नाही, पण त्याने भरपूर प्रवास केलेला आहे. तो पाठीवर धोपटी घेऊन मिळेल त्या वाहनाने, मजल दरमजल करत पॅरिसहून पेशावरला जाऊन पोचला होता. तुला त्याला भेटण्याची इच्छा आहे ?''

मला पण त्यांना भेटायचंच होतं. त्या काळात इतका प्रवास केलेला कन्नड तरुण सापडणं अवघडच होतं. त्यात मी हुबळीसारख्या छोट्याशा गावातून आलेली असल्यामुळे तर मला हे सगळं नवंच होतं.

मी एकदा कुसुम सहनिवासमध्ये असलेल्या मूर्तींच्या घरी गेले. मूर्तींनी हसून माझं स्वागत केलं. त्यांना पाहून माझी नाही म्हटलं तरी जरा निराशाच झाली. एखादा फॉरिन रीटर्न्ड झकपक तरुण असेल, असं मला वाटलं होतं; पण प्रत्यक्षात मूर्ती मात्र दिसायला एखाद्या चष्मा लावलेल्या प्राध्यापकांसारखे होते; ते खूपच लाजाळू होते. त्यांच्या खोलीत तर काहीच सामानसुमान नव्हतं. फक्त टेबलखुर्ची, पलंग आणि पुस्तकं. टी. व्ही. नाही, स्टीरिओ नाही, साधा रेडिओसुद्धा नाही.

असं म्हणतात - तुम्ही जर विशीत आदर्शवादी असाल तर त्याचा अर्थ

तुम्हाला हृदय नाही, पण जर तुम्ही चाळिसाव्या वर्षी आदर्शवादी असाल तर तुम्हाला मेंदूच नाही. १९७४ साली तरुण मूर्ती हे आदर्शवादी होते. गंमत अशी की सामाजिक बाबतीत आजही ते तसेच आहेत, परंतु आर्थिक बाबतीत मात्र ते आता जरा सनातनी झाले आहेत. १९७४ साली त्यांची मते बदलून साम्यवादी विचारसरणीकडून ते हळूहळू भांडवलशाही विचारसरणीकडे झुकत चालले होते; परंतु त्या वेळी मुक्त बाजारपेठेच्या तत्त्वाच्या बाजूने जोरकसपणे बोलताना त्यांना जरा अवघडल्यासारखंच होत असे. परंतु त्याही काळी ही गोष्ट स्पष्टपणे जाणवत असे की त्यांचा समाजवादावरचा विश्वास हळूहळू उडत चालला होता. त्या काळी सरकारची जी काही तत्त्वप्रणाली व जे काही आचरण होतं, त्यावरचाही त्यांचा विश्वास ढासळत चालला होता.

ते नुकतेच पॅरिसहून परत आले होते. तेथे ते एका फ्रेंच कंपनीत नोकरी करत होते. पॅरिसमध्ये नव्यानंच बांधण्यात आलेल्या 'चार्लस द गॉल एअरपोर्ट'- मधील एअर कार्गोची हाताळणी करण्यासाठी एक ऑपरेटिंग सिस्टिम तयार करायची होती व त्याचं सॉफ्टवेअर लिहिण्याचं काम मूर्ती आणि त्यांचे काही सहकारी करत होते. पॅरिसला जाण्यापूर्वी ते आय्. आय्. टी. कानपूरमध्ये शिकत होते. तेथून ते आय्. आय्. एम्. अहमदाबाद येथे गेले. त्यांनी व त्यांचे वरिष्ठ प्रोफेसर कृष्णय्या या दोघांनी मिळून तेथे भारतातील त्या वेळची अत्यंत प्रगत अशी कॉम्प्युटिंग सिस्टिम सुरू केली. आय्. आय्. एम्. अहमदाबाद येथे असताना त्यांना खूप मित्र मिळाले. अजूनही ते या मित्रांविषयी भरभरून बोलतात. आमच्या त्या प्रथम भेटीतसुद्धा संभाषणाच्या ओघात काही मित्रमंडळींची नावं त्यांनी आवर्जून घेतली होती. त्या व्यक्ती म्हणजे प्रोफेसर कृष्णय्या, मोहन कौल, रामाराव, दीप्ती आणि सुभाष भटनागर, वेंकटराव आणि अभिनंदन जैन.

त्या प्रथम भेटीत त्यांच्या एका गुणवैशिष्ट्याने माझ्या मनावर चांगलीच छाप पाडली होती - त्यांना आपल्या देशाविषयी वाटणारी कळकळ. त्यांनी मला पहिला प्रश्न विचारला तो बँकेच्या राष्ट्रीयीकरणाबद्दल. मला गंमतच वाटली. माझ्या मनात आलं - एखाद्या तरुण मुलीला पहिल्याच भेटीत कुणी असले प्रश्न विचारील का ?

कालांतराने मी, मूर्ती आणि प्रसन्ना... आमची चांगली दृढ मैत्री झाली; पण नंतर प्रसन्ना व्होल्टा कंपनीत नोकरी धरून मुंबईला गेला. मग मूर्ती आणि मी एकमेकांच्या निकट आलो. मी अनेकदा मूर्तींना भेटायला डेक्कन जिमखान्यावर जात असे. आम्ही महाराष्ट्र ट्रेडिंग कंपनीच्या जवळ भेटायचो. ते एखादी वस्तू विकत घेण्यासाठी जात, त्याचे पैसे भरत आणि नंतर ती वस्तू घेण्याचं विसरून जात. अर्ध्या तासानं ही गोष्ट लक्षात आली, की ते त्या दुकानात ती विसरलेली गोष्ट शोधायला परत जात. आमचा एक खूप जवळचा मित्र होता. त्याचं नाव अश्विनी खुराणा. त्याचं नुकतंच लग्न झालं होतं. त्याची पत्नी मंजू ही दिल्लीची राहणारी

होती. ती फार प्रेमळ होती. आम्ही तिघे एकत्र जमलो की मूर्तींची चिंता करायचो. त्यांचं पुढे कसं काय होणार... वगैरे. आम्ही कधीतरी म्हणत असू - मूर्तींनी आपला हा विसरभोळेपणा असाच चालू ठेवला तर आयुष्यात त्यांना कधीही पैसा वाचवायला जमणार नाही, की पैसा मिळवायला जमणार नाही.

कम्युनिस्ट विचारसरणीच्या मूर्तींमध्ये परिवर्तन होऊन ते भांडवलशाही विचारसरणीकडे कसे कांय वळले, याची कथा मोठी रोमहर्षक आहे. त्यांच्यामधील हे परिवर्तन हळूहळू घडलेलं आहे... त्यासाठी काही वर्षांचा काळ जावा लागला, हे जरी खरं असलं, तरीसुद्धा त्यांना कम्युनिझमचा इतका तिटकारा कसा काय वाटू लागला, यापाठीमागे त्यांच्या आयुष्यात घडलेली एक घटना कारणीभूत आहे. त्या वेळी ते पॅरिसहून म्हैसूरला परत यायला निघाले होते. मूर्तींनी मिळेल त्या वाहनाने पॅरिसपासून काबूलपर्यंतचा प्रवास केला. कधी त्याच बाजूने निघालेल्या एखाद्या कारमधून लिफ्ट घेऊनं, कधी ट्रेनने तर काही अंतर चक्क चालत काटून त्यांनी हा प्रवास केला. नंतर कांबूल ते अमृतसर हा प्रवास त्यांनी विमानाने केला आणि अमृतसर ते म्हैसूर हा प्रवास ट्रेनने केला.

१९७४ साली पाठीवर धोपटी घेऊन जेव्हा मूर्तींनी हा प्रवास केला, तेव्हा त्यांना कल्पनाही नसेल की या प्रवासामुळे आपलं सर्व जीवन बदलून जाणार आहे आणि त्याबरोबर इतर अनेक लोकांची आयुष्यंही बदलून जाणार आहेत. १९७४ सालचे ते हिवाळ्याचे दिवस होते. तो रविवारचा दिवस होता. मूर्ती मजल दरमजल करत नीस या गावी येऊन पोचले होते *(त्या वेळचा युगोस्लाव्हिया आणि बल्गेरिया या दोन देशांच्या मधोमध सीमारेषेवर असलेले हे एक गाव).* पॅरिसमधे मूर्ती ज्या प्रोजेक्टवर काम करत होते, त्याचं नाव 'सोफिया' असं ठेवण्यात आलं होतं - एअरकार्गोची हाताळणी करण्यासाठी जी सिस्टिम बनवण्यात आली होती त्या सिस्टिमचं हे फ्रेंच ॲक्रोनिम होतं *(वेगवेगळ्या शब्दांची आद्याक्षरं घेऊन बनवण्यात आलेलं नाव !).* त्यामुळे पॅरिसमधील सहकाऱ्यांनी मूर्तींना सांगितलं होतं, तुम्ही बल्गेरियाची राजधानी 'सोफिया' येथे पोचलात, की तेथून आम्हाला एक कार्ड टाका.' सोफिया-प्रॉजेक्ट या सर्वांनी मिळून इतक्या प्रचंड वेगाने पूर्ण केला होता, की त्याचं प्रतीक म्हणून मूर्तींनी असं करण्याला विशेष महत्त्व होतं. परंतु तेथे पोचल्यावर मूर्तींना एक गोष्ट कळून चुकली - कम्युनिस्ट ब्लॉकमध्ये दुसऱ्यांच्या गाडीतून लिफ्ट घेऊन जाणं ही गोष्ट मुळीच सोपी नसते. त्यामुळे नीस ते सोफियापर्यंतचा प्रवास ट्रेननंच करायचा, असं मूर्तींनी ठरवलं. त्यामुळे नीसला पोचल्यावर ते सरळ स्थानिक रेल्वे स्टेशनवर गेले. त्या आधी त्यांनी तिथल्याच एका रेस्टॉरंटमध्ये नाश्ता करण्याचं ठरवलं. पण तिथे त्यांच्या जवळची इटालियन करन्सी *(पैसे)* घेण्यास कोणी तयार होईना आणि बँका बंद होत्या. मग मूर्ती रात्रीचे

आठ वाजेपर्यंत प्लॅटफॉर्मवरच झोपले. आठ वाजता 'सोफिया एक्सप्रेस' नीस स्टेशनात आली. इमिग्रेशनचे सर्व व्यवहार पूर्ण करण्यासाठी ती ट्रेन दोन तास थांबली. मूर्ती ट्रेनमध्ये चढून आपल्या जागी सीटवर बसले. स्वभावत: ते तसे लाजाळू व अबोल आहेत. पुस्तकं वाचणे आणि पाश्चात्त्य क्लासिकल संगीत ऐकणं हे त्यांचे छंद आजही टिकून आहेत. कधीकधी एखाद्या रविवारी ते एकटेच सलग पाचसहा तास पुस्तक वाचत, नाहीतर संगीत ऐकत बसतात. त्यामुळे ती रात्र एकट्याने गाडीत काढण्याच्या कल्पनेने त्या वेळी मूर्ती नक्कीच खूष झाले असतील, पण काही वेळाने एक उंच, देखणी, सोनेरी केसांची युवती कंपार्टमेंटमध्ये शिरली. तिने आपणहूनच मूर्तींशी गप्पा मारण्यास सुरुवात केली; पण लवकरच तिला कळलं, मूर्ती भारतीय आहेत. म्हणजेच कम्युनिस्ट ब्लॉकशी मैत्रीचे संबंध असलेल्या एका देशातून ते आले आहेत. त्याबरोबर तिचा थोडातरी हिरमोड झालाच; परंतु मूर्तींशी थोडा वेळ बोलल्यावर तिला परत आनंद झाला, कारण सोशालिझम आणि कम्युनिझमविषयीची आपली नाराजी मूर्तींनी तिच्याजवळ पुरेशा स्पष्ट शब्दात व्यक्त केली. हळूहळू तिला मूर्तींविषयी विश्वास वाटला व तिने आपल्या खाजगी आयुष्याविषयी त्यांना सांगण्यात सुरुवात केली.

"मी सोफियाची राहणारी आहे. आमच्या सरकारने मला स्कॉलरशिप देऊन पी. एच्. डी. करण्यासाठी कीव्ह युनिव्हर्सिटीला पाठवलं. तिथे मला पूर्वबर्लिनमधून आलेला एक तरुण भेटला. आम्ही एकमेकांना पसंत केलं आणि लग्न करायचं ठरवलं." असं म्हणून तिने सुस्कारा सोडला.

"मग काय झालं ? तुम्ही लग्न का नाही केलं ?" मूर्तींनी सहानुभूतीनं विचारलं.

"आम्ही लग्न केलं. खरा प्रश्न तर तिथेच आहे. आम्ही आपापल्या सरकारकडे या लग्नाची परवानगी मागण्यासाठी विनंतीअर्ज दाखल केला. त्यांनी परवानगी दिली. पण आमच्या बल्गेरियाच्या सरकारचं म्हणणं होतं - मी माझ्या बाँडची मुदत संपेपर्यंत बल्गेरियातच राहिलं पाहिजे, तर माझ्या पतीला त्याच्या सरकारने त्या कालावधीत पूर्व जर्मनीत राहण्याचा हुकूम दिला. त्यामुळे आता सहा महिन्यांतून एकदा मी पूर्व जर्मनीला माझ्या पतीला भेटण्यासाठी जाते, तर माझा पती मला भेटायला सहा महिन्यांतून एकदा सोफियाला येतो. आम्हाला दोघांना ही गोष्ट फारच त्रासदायक झाली आहे. आम्हाला चारचौघांसारखा सुरळीत संसार कधी करायला मिळणार आहे, कोण जाणे !" ती म्हणाली.

तिची ही समस्या ऐकून मूर्ती हेलावून गेले. ते म्हणाले, "हे अन्यायकारक आहे. देश कम्युनिस्ट असो नाहीतर भांडवलशाही, पण कोणाही व्यक्तीला आपल्या जीवनाचा जोडीदार ठरवण्याचा, स्वत:ला पाहिजे तो उद्योग-व्यवसाय करण्याचा

आणि स्वत:च्या मनातील विचार प्रकट करण्याचा हक्क हा असलाच पाहिजे, तो कोणीही हिरावून घेत कामा नये...''

त्या मुलीच्या शेजारीच एक तरुण मुलगा बसला होता. सुरुवातीला त्याने तिच्याशी बोलण्याचा प्रयत्न करून पाहिला; पण तिने त्याला विशेष प्रतिसाद दिला नाही. मूर्ती आणि ती मुलगी फ्रेंचमधे संभाषण करत होते व ते काय बोलत आहेत, ते काही त्या मुलाला कळत नव्हतं. एवढ्यात मूर्ती आणि ती मुलगी गप्पा मारत असतानाच अचानक तो मुलगा उठून कुठेतरी गायब झाला. थोड्या वेळाने दाणगट व भीतीदायक दिसणाऱ्या दोन माणसांना तो घेऊन आला. मूर्तींशी किंवा त्या मुलीशी एक शब्दही न बोलता त्यातील एकाने मूर्तींची कॉलर पकडली आणि त्यांना खेचून जबरदस्तीने प्लॅटफॉर्मवर उतरवलं. दुसरा माणूस त्या मुलीला घेऊन गेला. त्यांनी मूर्तींना एका छोट्याशा खोलीत बंद करून ठेवलं. त्या खोलीत काहीही सामानसुमान नव्हतं. नुसती थंडगार जमीन होती आणि कोपऱ्यात लहानशी मोरी होती. खोली गरम करण्याची सुविधा नव्हती. आपल्याला ही अशी वागणूक देण्यात येत असल्याचं पाहून मूर्तींना तर धक्काच बसला. त्या मुलीचं काय झालं असेल, अशा विचारांनी ते काळजीत पडले. घडलेल्या सर्व घटनाक्रमाविषयी ते विचार करू लागले व एक गोष्ट त्यांना कळून चुकली : त्यांच्या संभाषणात कम्युनिस्ट देशातील नागरिकाच्या हक्कांचा व कर्तव्याचा विषय निघाला होता व त्यामुळेच रागाने त्या मुलाने पोलिसांना आणलं होतं.

''ही चूक झाली का ? आता किती वेळ मला इथे असं राहावं लागणार ? माझं भविष्य आता काय ? माझं जर काही बरंवाईट झालं, तर त्याचा माझ्या घरच्या माणसांना थांगपत्ता तरी लागेल का ?'' मूर्तींच्या मनात असे वेगवेगळे विचार पिंगा घालू लागले. म्हैसूरमध्ये असलेल्या आपल्या कुटुंबियांचा विचार त्यांच्या मनात आला आणि ते हताश झाले. त्यांचे वडील निवृत्त झाले होते आणि नुकताच त्यांना पक्षाघाताचा झटका आला होता. मूर्तींच्या तीन लहान बहिणी अजून लग्नाच्या होत्या. त्यांची जबाबदारी मूर्तींवरच होती. मिनिटं आणि तास चालले होते. बाहेर दिवस होता की रात्र हेही कळायला मार्ग नव्हता. त्यांनी मूर्तींचं मनगटी घड्याळ, पासपोर्ट आणि इतर सामानसुमान जप्त केलं होतं. जणू काही काळ थांबला आहे, असं त्यांना वाटत होतं. गेल्या नव्वद तासात त्यांनी काहीही खाल्लं नव्हतं. फक्त बाहेरून जाणाऱ्या ट्रेन्सचा आवाज तेवढा कानावर पडे. अखेर अनंत काळानंतर एकदाचं दार उघडलं. त्यांनी मूर्तींना ओढत फरफटत प्लॅटफॉर्मवर नेलं आणि ट्रेनमधे चढवलं. बरोबर एक पहारेकरीसुद्धा दिला होता. आता इस्तंबूलला पोचल्यावर मगच त्याचा पासपोर्ट त्यांना परत मिळणार होता.

मूर्तींना घेऊन निघालेल्या पोलिसाला त्यांनी विचारलं, ''माझा गुन्हा तरी काय ?''

तो पाषाणाच्या चेहऱ्याचा पोलीस उत्तरला, "तुम्ही आमच्या सरकारविरुद्ध का बोलत होता ? आणि ती मुलगी कोण होती ?"

"ती तर माझ्यासारखीच प्रवास करणारी होती."

"पण मग तिनं तुमच्याशी बोलण्याचं कारणच काय ?" बरोबरच्या दुसऱ्या सार्जंटने जोरात आवाज चढवून बोलायला सुरुवात केली. तो मूर्तींचं म्हणणं ऐकून घ्यायला तयारच नव्हता.

"का बरं ? त्यात काय गैर आहे ?" मूर्ती त्याला विरोध करत म्हणाले.

"या असल्या गोष्टींवर बोलायला आमच्या देशात बंदी आहे," तो ठामपणे म्हणाला,

त्या संकटसमयीसुद्धा मूर्तींना त्या मुलीची चिंता वाटतच होती. "त्या मुलीचं काय झालं ?"

"त्याच्याशी तुम्हाला काय करायचंय ? आम्ही तुमचा पासपोर्ट तपासून पाहिला. तुम्ही भारतीय आहात. तुम्ही आमच्या मित्रराष्ट्रातून आला आहात, म्हणून आम्ही तुम्हाला सोडतोय. पण जास्त शहाणपणा करू नका. आणखी काही नसती उठाठेव न करता मुकाट्यानं आमचा देश सोडून जा." पहिला सार्जंट म्हणाला आणि त्याने मूर्तींना कंपार्टमेंटच्या आत ढकलून दार बंद करून घेतलं.

ट्रेन सुरू झाली...

मूर्ती अतिशय थकले होते. जवळजवळ चार दिवस ते उपाशी राहिले होते. ते झोपलेही नव्हते. त्यांच्या अंगात अजिबात त्राण नव्हतं. ते कसेबसे आत जाऊन खिडकीजवळ बसून राहिले. आता परत त्यांचा ट्रेनचा प्रवास सुरू झाला; पण तो ब्याण्णव तासांनंतर. केवढा मोठा फरक ! आत्तापर्यंत मूर्तींनी कार्ल मार्क्स, लेनिन, माओ, हों-चि-मिन्ह यांच्यावर अनेकदा अनेकांशी चर्चा केली असेल. पण ती पॅरिसमधे रस्त्याच्या कडेला असलेल्या सुंदर कॅफेमधे बसून. भरल्यापोटी, वाईनचा आस्वाद घेत घेत केलेल्या त्या सैद्धांतिक चर्चा होत्या फक्त; पण हे गेले चार दिवस मात्र त्यांच्यापेक्षा सर्वस्वी निराळे होते. एका कम्युनिस्ट देशात जगणं म्हणजे काय हे त्यामुळे मूर्तींना कळून चुकलं होतं. ज्या राज्यपद्धतीमध्ये मतभिन्नतेला स्थान नाही, जेथे लोकांना त्यांचा मूलभूत स्वातंत्र्याचा हक्क नाकारला जातो व जेथे मित्रांना ही अशी वागणूक मिळते, अशी ती राज्यपद्धती पाहून मूर्तींची घोर निराशा झाली. जनता कितीही गरीब असली तरी तिच्या दृष्टीने स्वातंत्र्याचं मोल किती जास्त आहे, हे त्यांना पुरतं समजलं.. नुसत्या घोषणा देऊन आणि हुकुमत गाजवून गरिबी हटणार नसते. त्यासाठी जास्तीत जास्त नोकऱ्या उपलब्ध करून द्यायला हव्यात... त्याचक्षणी त्यांनी मनाशी दृढनिश्चय केला... कायदेशीर आणि नैतिक मार्गाने संपत्ती निर्माण करण्याचा प्रयत्न आपण करायचा, भारताची गरिबी दूर करण्याचा प्रयत्न करायचा.

त्यामुळेच १९७४ साली मूर्तींची आणि माझी जेव्हा भेट झाली तेव्हा या संपत्ती निर्माण करण्याच्या विचाराने त्यांना झपाटलं होतं. देशात प्रायव्हेट सेक्टरमध्ये संपत्ती कशी निर्माण करता येईल, हे जाणून घेण्याची त्यांची धडपड चालली होती. त्यातूनच मूर्तींनी पुढे 'सॉफ्ट्रॉनिक्स' ही कंपनी सुरू केली. १९७७ साली सुरू करण्यात आलेली ही कंपनी सॉफ्टवेअर बनवणारी कंपनी होती. परंतु केवळ देशातील बाजारपेठेवर लक्ष केंद्रित करून काही उपयोग नाही, ही गोष्ट त्यांच्या लक्षात आली. आता आपली नजर एक्सपोर्टच्या बाजारपेठेकडे वळवायला हवी आहे, हे त्यांना कळून चुकलं. या एक्सपोर्टच्या बाजारपेठेत यशस्वी होण्यासाठी कोणत्या गोष्टींची, कोणत्या कौशल्यांची आवश्यकता आहे, हे त्यांना समजून घ्यायचं होतं. म्हणूनच त्यांनी 'सॉफ्ट्रॉनिक्स' कंपनी बंद करून टाकली व ते पी. सी. एस्.मध्ये सॉफ्टवेअर डिपार्टमेंटचे हेड म्हणून १९७७ सालच्या ऑगस्ट महिन्यात रुजू झाले. मुख्यत: एक्सपोर्ट करणारी कंपनी स्वत:च सुरू करण्याच्या या अंतर्गत ऊर्मीला मात्र ते दडपू शकले नाहीत आणि म्हणूनच २९ डिसेंबर १९८० रोजी त्यांनी आपल्या या नोकरीचा राजीनामा दिला. आपल्यासारखेच या वेडाने झपाटलेले आणखी तरुण हाताशी धरले व सात जणांच्या या टीमने ७ जुलै १९८१ रोजी 'इन्फोसिस'ची स्थापना केली. त्यानंतर काय घडलं, याचा इतिहासच साक्षी आहे !

✦

२७

होरेगल्लू

माझ्या लहानपणातील एक आठवण आहे. त्या वेळी आमच्या गावाबाहेर दोन दगडांच्या आधारावर उभी केलेली एक शिळा होती. तिचा पृष्ठभाग पसरट, सपाट होता. त्या शिळेचा उल्लेख सर्वजण 'होरेगल्लू' असा करत. हा कन्नड भाषेतील शब्द असून होरे+कल्लू या दोन शब्दांची संधी होऊन तो तयार झालेला आहे. त्याचा अर्थ असा की या दगडावर आपल्या खांद्यावरचं ओझं काही काळ टेकवून पांथस्थाने घटकाभर विसावावं. या अशा प्रकारचा विसावा भारताच्या ग्रामीण भागातील प्रत्येक खेड्यात असणारच, अशी माझी खात्री आहे. मग तो प्रांत कुठला का असेना आणि त्या विसाव्याचं नाव काही का असेना. हा आमच्या गावचा होरेगल्लू एका भल्यामोठ्या वडाच्या झाडाजवळ होता. या वडाच्या झाडाचा विस्तार फार मोठा होता व त्याची प्रचंड सावली पडत असे. शेजारीच पिण्याच्या पाण्याची विहीर होती. आमच्याच गावच्या कुण्या कनवाळू धर्मात्म्यानं जवळ पाण्याचे रांजण भरून ठेवण्याची सोय केलेली होती. हे रांजण त्या भल्यामोठ्या वडाच्या झाडाखाली ठेवलेले असत *(आम्ही त्याला कन्नडमध्ये 'अरवतिगे' म्हणत असू !)*. उन्हाळ्याच्या दिवसात दुपारच्या वेळी कधीतरी मी त्या झाडाखाली माझ्या आजोबांबरोबर येणाऱ्याजाणाऱ्या लोकांना निरखत बसे. माझे आजोबा निवृत्त शाळाशिक्षक होते. उन्हाळ्याची आमच्या शाळेला सुट्टीच असायची. नेहमीचं दृश्य म्हणजे जवळपासच्या शेतात काम करणारे लोक डोक्यावर गवताचा भारा घेऊन परतत असायचे *(कन्नड भाषेत आम्ही त्याला 'होरे' म्हणतो !)*. आम्ही जिथे बसायचो त्या ठिकाणी पोचेपर्यंत ते डोक्यावरच्या ओझ्याने थकून जात. मग ते आपल्या डोक्यावरचा गवताचा भारा

या 'होरेगल्लू'वर टेकवत आणि वडाच्या झाडाखाली विसावा घेण्यासाठी थांबत. गार पाण्याने तोंड धूत आणि पाण्याने भरलेल्या रांजणातील पाणी पीत. मग ते माझ्या आजोबांशी चार शिळोप्याच्या गोष्टी करत. ते संभाषण साधारणपणे असं असे :

"मास्तरजी, या खेपेस उन्हाळा गेल्या वेळेपेक्षा जरा जास्तच कडक आहे, नाही ? गेल्या कित्येक वर्षांत असला उन्हाळा कधी पाहिला नव्हता बुवा.''

किंवा

"मास्तरजी, हे ओझं शेवटपर्यंत असं उचलून नेणं महाकर्मकठीण काम आहे बघा. देवाच्या दयेनं हा 'होरेगल्लू' इथे आहे, म्हणून बरं. ज्या कुणा पुण्यात्म्यानं हा होरेगल्लू इथे आणून ठेवलाय, त्याचं देव भलं करो.''

किंवा

"मास्तरजी, माझं आता वय होत चाललं. मी थकलो. आता माझ्याच्यानं हे ओझं वाहाणं नाही जमणार. खरं तर हे काम आता माझ्या मुलानं सांभाळायला हवं. पण त्याला हे आपलं गाव आवडत नाही ना. त्याला शहरात जायचंय.'' इत्यादी, इत्यादी.

थोडा वेळ निवांतपणे बसल्यानंतर ते लोक जरा ताजेतवाने होऊन आपला रस्ता धरत आणि आपल्या गावाकडे, आपल्या घराकडे परत जात.

त्यांच्या त्या बोलण्याचा अर्थ मला काही नीटसा कळत नसे. एक दिवस मी माझ्या आजोबांना या होरेगल्लूविषयी विचारलं.

'बेटा, आयुष्याच्या प्रवासात हा होरेगल्लू असणं अत्यावश्यक आहे. आपल्यापैकी प्रत्येकाला स्वत:चं ओझं स्वत:च वाहावं लागतं. गवताचे भारे प्रत्येकजण स्वत:चे स्वत:च बांधत असतो. आपल्याला कितपत ओझं वाहाणं जमेल, हे ज्याचं त्याला ठाऊक असत. वाटेत हा होरेगल्लू मिळाला, की त्यांना थोडं टेकायला मिळतं. घडीभराचा विसावा मिळतो. तेवढ्या विश्रांतीने ते तरतरीत, ताजेतवाने होऊन नव्या जोमानं आपल्या डोक्यावरचा भार घेऊन पुढे चालू लागतात.''

पुढील आयुष्यात मी व्यक्तीच्या सामाजिक जबाबदारीविषयी भाषणं देऊ लागले. एक दिवस माझ्यासमोरच्या श्रोत्यांमध्ये सगळ्या गृहिणी होत्या. त्यातील एकीनं मला एक प्रश्न विचारला. "जर माणसाकडे पैसा असेल, तर त्याला बरंच काही समाजकार्य करता येतं; पण जर पैसाच नसेल, तर कुठून समाजकार्य करणार ?''

त्यावर मी म्हणाले, "हा आपला गैरसमज असतो. एक खरं, की जर पैसा असेल तर त्याच्या बळावर आपण मदतकार्यासाठी व्यवस्थित योजना तयार करू शकतो, समाजोपयोगी उपक्रम हाती घेऊन शकतो. पण ते वगळतासुद्धा व्यक्तिगत

पातळीवर आपण लोकांच्या उपयोगी पडू शकतो. मी तुम्हाला माझाच एक अनुभव सांगते.

त्या वेळी मला रत्नाची आठवण झाली.

रत्ना ही मुंबईला माझ्याच ऑफिसात नोकरीला होती. ती मध्यमवयीन होती आणि आमच्या ऑफिसात सीनियर क्लार्कच्या पदावर होती. ती हसरी आणि गोड होती. ती बी. ए. झालेली होती. गेली पंचवीस वर्षं ती हेच कंटाळवाणं काम करत होती. दुपारी जेवणाची सुट्टी झाली की या रत्नाला भेटायला कोणी कोणी स्त्रिया येत असत. रत्ना त्यांच्याबरोबर आमच्या छोट्या कॉन्फरन्सरूममध्ये गप्पा मारत बसे. कधी पाऊणतास... कधी एक तास... बरेचदा सगळी जेवणाची सुट्टी त्यातच संपून जायची.

त्यांच्याशी रत्ना काय बरं बोलत असेल, याविषयी मला खूप उत्सुकता वाटायची. एक दिवस मी तिला विचारलं, "रत्ना, रोज जेवणाच्या सुट्टीत तुला भेटायला कोणी ना कोणीतरी बाई येतच असते. दार बंद करून तुम्ही एकमेकींशी एवढं काय गं बोलत असता ?"

रत्ना हसून म्हणाली, "त्या त्यांच्या अडचणी घेऊन माझ्यापाशी येतात."

"मग काय तू त्या अडचणी सोडवतेस ?"

"छे, गं. मी फक्त त्यांना जे काही सांगायचं असतं ना, ते ऐकून घेते."

"पण अडचण नुसती ऐकून घेतल्याने ती काय सुटणार आहे का ?"

मी वयानं तरुण होते, फारशी व्यवहारी नव्हते. आयुष्यात मला कधी ठेच लागलेली नव्हती, अडचण आलेली नव्हती. मी महत्त्वाकांक्षी होते, स्वप्नाळू होते. आयुष्य नुसतं सुखासमाधानानं भरलेलं होतं माझं. माझ्या जगात, माझ्या अवतीभवती कुठं अगतिकता नव्हती, की कुठं अन्याय नव्हता. सारं कसं सूर्यप्रकाशाइतकं स्वच्छ, निर्मळ, सरळ-सोपं होतं.

मी निरागस होते.

रत्नानं प्रेमभरानं माझ्या प्रश्नाचं उत्तर दिलं.

"कुणीही दुसऱ्याच्या अडचणी सोडवू शकत नाही. प्रत्येकाला आपल्या संकटांचा सामना स्वतःच करावा लागतो. कुणाच्या अडचणींचं निवारण करायला, कोणाला सल्ला द्यायला मी काही तज्ज्ञ समुपदेशिका नाही, की फार विद्वान नाही."

"पण मग तू इतरांची गाऱ्हाणी कशासाठी ऐकतेस ?"

त्यावर तिनं जे उत्तर दिलं, ते ऐकून मला मोठी गंमत वाटली.

"देवानं मला दोन कान दिले आहेत. कान हे काही हिऱ्यामोत्याची कर्णफुलं घालून बसण्यासाठी नसतात. इतरांची दुःखं सहानुभूतीनं ऐकण्यासाठी आपण त्या कानांचा वापर करायचा असतो. एखाद्या व्यक्तीच्या मनावरचा ताण वाढला, तिच्या

मनाला नैराश्यानं घेरलं, की त्या व्यक्तीला कुणापाशी तरी स्वतःचं मन मोकळं करण्याची इच्छा होते. आपण त्यांचं दुःख नुसतं ऐकून जरी घेतलं, तरी त्यांना बरं वाटतं, त्यांचं मन हलकं होतं. त्यांना आनंद होतो.''

''पण कधी चुकून तुझ्या तोंडून एकाचं गुपित दुसऱ्यापाशी उघडं होत नाही ?''

''नाही. अगदी चुकूनसुद्धा नाही. मी जेव्हा त्यांचं बोलणं ऐकत असते, तेव्हा एकीकडे मी मनोमन देवाची प्रार्थना करत असते - 'देवा, तात्पुरती माझी स्मरणशक्ती काढून घे. त्यांनी मला हे जे काही सांगितलं ते माझ्या मनात राहू नये, याची तूच काळजी घे. त्यांनी मोठ्या विश्वासानं आपलं हृदय माझ्यापाशी उघडं केलं आहे, तेव्हा कधीसुद्धा माझा माझ्या जिभेवरचा ताबा सुटता कामा नये, माझी जीभ कधी सैल सुटता कामा नये.' एखाद्या माणसानं अगतिक होऊन, निराशेच्या भरात आपल्याला एखादं गुपित सांगितलेलं असतं, ते आपण जाऊन दुसऱ्या कोणालातरी सांगणं, हे तर पाप आहे.''

आता विचार केला, तर वाटतं... खरंच, रत्ना त्या वेळी आमच्या ऑफिसात किती मोठं समाजकार्य करत होती. ती कनवाळू होती, त्यामुळे ती सर्वांची आवडती होती. ज्या लोकांनी आपली मनं तिच्यापाशी उघडी केली होती, त्यांनी नंतर पुढे या गोष्टीचा रत्नापाशी उल्लेखसुद्धा केला नसेल कदाचित. तसं करण्यामधील मर्म कदाचित त्यांच्या लक्षातही आलं नसेल. पण रत्नाची कामगिरी मात्र मोठी होती एवढं खरं. तिच्यावरून मला आमच्या गावच्या होरेगल्लूची आठवण झाली.

मी त्या महिलांना ही कथा सांगितली. रत्ना काही उच्चविद्याविभूषित वगैरे नव्हती, श्रीमंत नव्हती, समाजात तिची फार मोठी प्रतिष्ठा वगैरे आहे, अशातलाही भाग नव्हता; पण या ताणतणावानं भरलेल्या जगात ती फार मोलाचं काम करत होती. एक प्रकारची जनसेवाच होती ती. समाजात राहून आपण अशा प्रकारेसुद्धा समाजाला मदतीचा हातभार लावू शकतो.

काही वर्षांपूर्वी मी एका मोठ्या उद्योगसमूहामध्ये नोकरी करत होते. आमच्या इथे खूप स्त्रिया नोकरीला होत्या. त्यांच्यातील काहींची लहान लहान मुलं होती. आमच्या कंपनीत एक पाळणाघर होतं व एक मार्गदर्शन केंद्रही होतं. सुहासिनी नावाची एक समुपदेशिका या मार्गदर्शनकेंद्राचं काम बघत असे. ती चांगली उच्चशिक्षित होती. मानसशास्त्र विषयातील पदवी व प्रशिक्षण तिनं घेतलेलं होतं. तिने परदेशातही काम केलेलं होतं. ती आधुनिक विचारसरणीची व चांगली तडफदार होती. माझ्याबरोबर काम करणाऱ्या अनेक स्त्रिया तिच्याकडे सल्ल्यासाठी जात, आपलं मन मोकळं करत. एक दिवस मी अशीच कंपनीच्या बसची वाट पाहत थांबले होते. सुहासिनी पण माझ्याशेजारी उभी होती. बसला यायला थोडा उशीर

झाला होता, तेवढ्यात आम्ही एकमेकींशी गप्पा मारत होतो.

मी तिला सहजच विचारलं,

"काय सुहासिनी... काम कसं चाललंय ?"

"काम ?... अगदी कंटाळवाणं आहे. जरा काही एवढंतेवढं झालं, की या बायका माझ्याकडे येतात आणि प्रत्येकीचं रडगाणं सारखंच. सासूशी भांडण, नाहीतर नवरा सॉफ्टवेअरच्या कंपनीत कामाला असतो म्हणून बायकोला घरी एकटं वाटत असतं, कुणाच्या तरुण मुलीची समस्या असते. कधीकधी मला हे सगळं यांत्रिक वाटायला लागतं. आपल्या अडचणी आपण ओळखून त्या आपणच सोडवायच्या असतात, एवढं साधं कसं समजत नाही यांना ?"

त्यावर काय उत्तर द्यावं तेच मला समजेना. सुहासिनीचं बोलणं चालूच होतं.

"अगं हो... तुझी ती विद्यार्थिनी आहे ना... रागिणी... ती आली होती एक दिवस माझ्याकडे. तिचं म्हणणं काय... म्हणे तिला आपली कोणतीही गुपितं आपल्या नवऱ्यापाशी मोकळेपणे सांगायला आवडत नाही. त्याच्या सहवासात तिला म्हणे अवघडल्यासारखं होतं आणि ती काहीतरी विचित्रच बोलायला लागली. तुला खरं सांगू... ती माझ्याकडे आली ना... की मी तर कानच बंद करून घेते. तिचं म्हणणं या कानानं ऐकून त्या कानानं सोडून देते."

"पण मग तू मुळात ही नोकरी पत्करलीसच का ?"

"अगं... पगार चांगला मिळतो ना. शिवाय शनिवार रविवार सुट्टी."

एवढ्यात बस आली. तिचं ते बोलणं ऐकून मला मनातून अतीव दुःख झालं. सुहासिनीसारख्या समुपदेशिकेनं तर रागिणीची गुपितं माझ्यापाशी बोलणं योग्यच नव्हतं. एका समुपदेशिकेचं कर्तव्य पार पाडण्यात ती चुकली होती आणि वर मोठ्या अभिमानानं सांगत होती, मी माझे कान बंद ठेवते. तिने समुपदेशनाचं प्रशिक्षण जेव्हा घेतलं असेल, तेव्हा तिला एक गोष्ट तर नक्कीच शिकवण्यात आली असेल - समुपदेशकानं आपल्याकडे मार्गदर्शनासाठी आलेल्या व्यक्तीची गुपितं इतरांपाशी कधीच उघडी करायची नसतात; पण ती ते बहुदा विसरली असावी. समुपदेशनाचं काम करण्याची मुळी तिची योग्यताच नव्हती.

होरेगल्लूच्या रुंद पसरट शिळेला भलामोठा तडा गेलेला होता.

✦

२८
मधुमक्षिका

इन्फोसिस फौंडेशनमार्फत आम्ही एक फार चांगला उपक्रम राबवतो - तो म्हणजे विविध वाचनालयांसाठी आम्ही पुस्तकरूपानं देणगी देतो. आम्ही अनेक खेडोपाडी असणाऱ्या शाळांच्या वाचनालयासाठी पुस्तकं दिलेली आहेत. बहुतेक वेळा आम्ही सरकारी शाळांना ही पुस्तकांची देणगी देतो; पण कधीतरी ग्रामीण भागात असलेले यूथक्लब किंवा युवक मंडळांनासुद्धा आम्ही पुस्तकं देतो.

सिद्धार्थ हा माझा जुना विद्यार्थी. एक दिवस तो मला भेटायला आला. मी कॉलेजच्या दिवसांपासून त्याला चांगलं ओळखत होते. कॉलेजमधील यूनियनच्या कामात तो हिरीरीनं भाग घेत असे. तो अनेक आंतरमहाविद्यालयीन स्पर्धांचं आयोजन करायचा. तो वक्तृत्वातही निष्णात होता. त्या काळी मी पदवीच्या वर्गाला शिकवत असे. आज तो माझ्या ऑफिसात आला तेव्हा मात्र त्याच्या चेहरा अशक्त आणि फिकट दिसत होता.

''अरे, सिद्धार्थ, काय झालं तुला ? प्रकृती बरी नाहीये का तुझी ? आणि तुझे आईवडील कसे आहेत ? तू कुठे असतोस हल्ली ?'' मी एकापाठोपाठ एक प्रश्नांचा त्याच्यावर भडिमार केला.

हसनच्या जवळच्या एका खेड्यात सिद्धार्थचे वडील वेंकटप्पा यांचा बराच जमीनजुमला होता. एक दिवस मी आमच्या वर्गातील मुलांना हसन जिल्ह्यातील हळेबीड व बेलूर येथे सहलीसाठी घेऊन गेले होते. मधेच आमची बस बंद पडली तेव्हा सिद्धार्थ आम्हा सर्वांना आपल्या घरी घेऊन गेला. आम्ही एकूण पंचवीस जण त्याच्या त्या जुन्या पण भल्यामोठ्या वाड्यात राहिलो होतो. त्याच्या आईवडिलांनी

आमचं मोठ्या उत्साहानं स्वागत केलं. आम्ही पोचलो तेव्हा मध्यरात्र झाली होती. त्याच्या आईवडिलांनी तर आम्हाला दुसऱ्या दिवशीसुद्धा सोडलं नाही. त्यांनी स्वत:च्या शेतातील शहाळी, केळी आणि फणस आमच्यापुढं ठेवले. दुपारच्या आणि रात्रीच्या जेवणासाठी कितीतरी विविध प्रकारचे पदार्थ केले. त्यांच्या शेतात ते ऊस, नारळ, आलं, भात, आंबे अशी बरीच पिकं काढत. आम्ही जेव्हा जायला निघालो तेव्हा त्यांनी आम्हाला केवढातरी भाजीपाला घरी नेण्यासाठी बांधून दिला. त्यांनी अत्यंत प्रेमानं आमचा पाहुणचार केला.

आत्ता माझा प्रश्न ऐकून सिद्धार्थ थोड्या विषादानं म्हणाला, "मॅडम, आईवडील ठीक आहेत पण मीच खूष नाही."

"का बरं ? तुला काय कमी आहे ? सगळंच तर आहे. प्रेमळ आईवडील, सुपीक शेतजमीन, स्वच्छ निर्मळ हवा आणि सगळ्यात महत्त्वाची गोष्ट म्हणजे तुझ्या अंगी असलेला दुर्दम्य उत्साह."

"मुळीच नाही. माझ्यापाशी असं फारसं काहीच नाही. माझे आईवडील प्रेमळ आहेत, ही गोष्ट खरी. पण त्या गावंढ्या गावात मी कायमचं राहावं, अशी त्यांची इच्छा आहे. मला तिथे क्षणभरसुद्धा करमत नाही. तिथं साधं सिनेमाचं थिएटरसुद्धा नाही. मला कोणी मित्र नाही तिथे. आयुष्य इतकं रटाळ, कंटाळवाणं आहे, रोज आपलं तेच. इथे शहरात रोजच्या दिवशी काहीतरी नवं घडत असतं; पण आमच्या खेड्यातलं आयुष्य नुसतं साचलेल्या डबक्यासारखं."

"बरं, मग तू सध्या काय करतोस ?"

"मी थोडे दिवस एका कॉल सेंटरमधे नोकरी करत होतो. पण ते आयुष्य खडतर होतं. माझा घसा त्यानं बिघडला. माझ्या कामाच्या ठिकाणापासून माझी राहण्याची जागा वीस किलोमीटर लांब होती. रोजचा प्रवास आणि रात्रीची जागरणं यामुळे माझी तब्येत बिघडून गेली. शेवटी मी त्या नोकरीचा राजीनामा दिला. आता मी नव्या नोकरीच्या शोधात आहे."

"सध्याच्या तंत्रविज्ञानातील झपाट्याने होणाऱ्या प्रगतीमुळे इथे नोकरी मिळणं तसं फारसं कठीण नाही. पण त्या नोकरीतून जे पैसे मिळतील, ते मोठ्या शहरातील राहणीमानाला कसेबसे पुरतात. शिवाय मोठी शहरं म्हटली की प्रदूषण आलंच. सिद्धार्थ, पूर्वी कितीतरी उपक्रम राबवणं, वेगवेगळ्या कार्यक्रमांचं आयोजन करणं, याची तुला किती आवड होती. पण इथं शहरात जर तू दिवस उजाडल्यापासून रात्रीपर्यंत सतत कामच करत राहिलास, तर तुझे हे बाकीचे छंद पुरवायला तुला वेळ तरी मिळेल का ? सध्या तू खूष नाहीस म्हणून तुझ्या अंगचा तो पूर्वीचा उत्साहसुद्धा कुठंतरी लोप पावलेला दिसतोय."

"तुम्ही म्हणता ते कदाचित खरंही असेल, पण तरीही मला मात्र बंगलोरमध्येच

राहायचंय. आता जर मी आमच्या गावी परत गेलो, तर लोकांना वाटेल, याला बंगलोरमध्ये नोकरी नाही मिळाली, म्हणून हा परत आला.''

''लोक काय वाटेल ते बोलतील. पण तुझं आयुष्य काय त्यांच्यावर अवलंबून आहे का ? इथे बंगलोरमध्ये राहून तू दहा-पंधरा हजार रुपये मिळवशील ना ? मग तुझ्या गावी तुझ्या आईवडिलांपाशी राहून तू तेवढेच काय, त्याहून जास्तसुद्धा मिळवू शकशील. आता आपल्या इथे टी. व्ही. आहे, इंटरनेट आहे. त्यामुळे सगळं जग जोडलं गेलंय. इथे बंगलोरमधे एवढी सिनेमाची थिएटर्स आहेत खरी... पण आपण काय रोज सिनेमे बघतो का ?''

सिद्धार्थला माझं हे बोलणं काही आवडलेलं दिसलं नाही. तो निघून गेला.

दुसऱ्या दिवशी माझ्या सेक्रेटरीनं सांगितलं : 'बाहेर एक तरुण मुलगा त्यांच्या गावच्या लायब्ररीसाठी पुसतकं न्यायला आला आहे. त्याला तुमची भेट घ्यायची इच्छा आहे, अर्थात तुम्हाला वेळ असला, तरंच !' मला तरुण मुलांना भेटायला नेहमीच आवडतं. तरुण मुलं हे आपलं उद्याचं आशास्थान असतं. मी त्याला आत बोलावलं.

तो सुमारे तेवीसचोवीस वर्षांचा असेल. त्याचं नाव होतं गुरुप्रसाद आणि तो शिमोगा जिल्ह्यातील कंदाळे नावाच्या गावचा होता. तो हसतमुख होता. त्याच्या चेहऱ्यावरून उत्साह नुसता ओसंडून चालला होता. इतका... की मी जर त्याला म्हटलं असतं... ''जा... बसस्टँडकडे पळत जा आणि पुन्हा पळत परत ये...'' तर त्याने ते लीलया करून दाखवलं असतं. मी त्याच्याशी बोलायला सुरुवात केली. तो इंग्रजी घेऊन बी. ए. झाला होता. शिवाय तो निष्णात बुद्धिबळपटू होता. तो राष्ट्रीय पातळीवरच्या स्पर्धेत बुद्धिबळ खेळला होता. त्याच्या आईवडिलांना दोनच अपत्य, त्यातला हा मोठा. मी त्याला विचारलं,

''तू खेड्यात आपला वेळ कसा घालवतोस ?''

''ओ ऽ ! आमच्या इथे कितीतरी उपक्रम राबवतो आम्ही. मी स्वत: आळंबी पिकवतो. या धंद्यात नफा पुष्कळ आहे. मला रोज साधारण चार ते पाच तास काम करावं लागतं. गावात आमच्या मालकीचा भलामोठा वाडा आहे. मी माझ्या आईवडिलांजवळच राहतो. आमच्या गावात मुळीच प्रदूषण नाही. शिवाय हवं ते सगळं काही अगदी हाकेच्या अंतरावर मिळतं. मी फावल्या वेळात माझ्या आवडीचे सगळे छंद पुरवतो. मी लहान मुलांना बुद्धिबळाचं प्रशिक्षण देतो. गावातील इतर तरुण मुलांच्या मदतीनं आम्ही वाचनालय बांधलंय. या वाचनालयातर्फे आम्ही कितीतरी समाजोपयोगी उपक्रम राबवत असतो. त्यासाठीच पुस्तकं न्यायला मी आज इथं आलोय. मी सध्या जवळच्या खेड्यातल्या तरुणांना एक यूथक्लब सुरू करण्याच्या कामी मदत करत आहे. या अशा क्लब्जमध्ये आम्ही तरुण मुलं

एकमेकांना भेटतो. विचारांची देवाणघेवाण होते. आम्ही आमच्या घरच्या बागेत ताजी भाजी पिकवतो. ती आरोग्याला कितीतरी चांगली असते. मी खूप समाधानी आहे. कारण माझं आयुष्य मी माझ्या मनाप्रमाणं जगतो.''

या आळंबीच्या व्यवसायातून किती पैसा मिळवता येतो, हे जाणून घेण्याची मला बरीच उत्सुकता होती. मग मी त्याला तसं सरळच विचारलं.

''आपण सुरुवातीला त्यात किती पैसा गुंतवतो, त्यावर ते अवलंबून आहे. आपण जर दहा रुपये गुंतवले तर त्यातून आपल्याला चाळीस रुपये सहज मिळवता येतात. शेअरमार्केटच्या उतारचढावांपेक्षा हे उत्पन्न कितीतरी चांगलं. मी बंगलोरमध्ये राहून जेवढे पैसे मिळवले असते, त्याहून जास्तच पैसे आता मिळवतो आहे. माझी दुचाकी गाडी आहे. माझ्याकडे मोबाईलसुद्धा आहे. मी खेड्यात राहण्याचं ठरवलं त्यामुळे माझी परिस्थिती कितीतरी शहरी लोकांपेक्षा चांगली आहे. हा निर्णय मात्र माझा मीच घेतला. तो माझ्यावर कुणी लादलेला नाही.''

गुरुप्रसादकडे पाहून मला श्री. के. व्ही. पुट्टप्पा *(यांना आम्ही प्रेमानं 'कुवेम्पू' असं म्हणतो !)* यांची एक सुप्रसिद्ध कविता आठवली. त्या कवितेचा थोडक्यात सारांश असा,

''वसंत ऋतूत आंब्याच्या वनात कोकिळा मधूर स्वरात गाणी गाते,
ती कोणत्या राजाज्ञेमुळे नाही
मधमाशा हर्षभरे मधुसंचय करताना कोणाच्या आज्ञेची पर्वा करत नाहीत.''
जे जे निसर्गनिर्मित असतं, ते सुंदर असतं.

माझ्या मनात सिद्धार्थचा विचार आला. सगळ्या सुखसोयी उपलब्ध होत्या. पण त्याचं मनच त्यात नव्हतं. मग मी गुरुप्रसादकडे पाहिलं.... शिमोग्याच्या रानातल्या एका टवटवीत झाडासारखा तो मला भासला...

◆

२९
लग्न

गेल्या वर्षी मी बंगलोरमध्ये एका लग्नाला गेले होते. बंगलोरमधे अत्यंत प्रतिष्ठित गणल्या गेलेल्या 'चामराजू'नामक मंगलकार्यालयात हा विवाहसोहळा संपन्न होणार होता.

जिचं लग्न होणार होतं, ती विजया एका अतिशय श्रीमंत घराण्यातील मुलगी. ती स्वभावानं चांगली होती, हुषार व अभ्यासू होती. तिचं लग्न ज्याच्याशी ठरलं होतं तो मुलगासुद्धा उच्चशिक्षित होता. नोकरीत खूप वरच्या पदावर होता. विजयाने आपल्या सर्वच अध्यापकांना बोलावलं होतं. त्यात एक मीसुद्धा होते. लग्नमंडप भव्य होता. नानाविध प्रकारच्या शोभिवंत फुलांनी तो सजवलेला होता. ती फुलं खास बँकॉकहून मागवण्यात आली होती. जागोजागी कृत्रिम कारंजी बसवलेली होती. त्यातून सुवासिक पाण्याचे फवारे उडत होते. संपूर्ण रिसेप्शनचं ते ठिकाण आनंदमय वातावरणानं भरून गेलं होतं. नखशिखांत हिऱ्यामोत्यांच्या दागिन्यांनी मढलेल्या स्त्रिया तेथे होत्या. पुरुषांचा रुबाबही काही कमी नव्हता. शेरवानी, कुर्ता असा पेहराव केलेली मंडळी दिसत होती. नवविवाहित दांपत्याला भेटून शुभाशीर्वाद देण्यासाठी व्यासपीठाजवळ भलीमोठी रांग लागलेली होती. सर्वच मंडळी श्रीमंत होती. वधूवरांवर देणग्या व भेटवस्तूंचा नुसता वर्षाव होत होता. बाजूलाच त्या भेटवस्तूंचा भलामोठा ढीग जमा झाला होता. मी जरा दूर बसून विजया आणि रंजन यांचं निरीक्षण करत होते.

विजयाच्या अंगावर जो नववधूचा पोषाख होता, त्याची किंमतच काही लाखांच्या घरात असेल. ते तरुण जोडपं जरी आनंदात असलं, तरी दोघांचे चेहरे थकलेले

दिसत होते. माझ्याबरोबर आलेले माझे सहकारी म्हणत होते - 'हे जणू एखाद्या राजकन्येचंच लग्न आहे असं वाटतंय !' त्यानंतर आम्ही सर्वांनी जवळ जाऊन त्या दोघा वधूवरांना त्यांच्या वैवाहिक आयुष्यासाठी शुभेच्छा दिल्या.

त्यानंतर आमच्यापैकी प्रत्येकाला घरी जाण्यापूर्वी एक भेटवस्तू देण्यात आली. ती भेट म्हणजे कांचीपुरम् साडी होती. आपल्या एकुलत्या एक मुलीच्या लग्नासाठी विजयाच्या वडिलांनी पाण्यासारखा पैसा खर्च केला होता.

त्यानंतर काही दिवसांनी मी एका बिझिनेस पार्टीला गेले होते. संपूर्ण शहरातील अतिमहत्त्वपूर्ण व्यक्तींनी तिथे आपली उपस्थिती लावलेली होती. वाईन पाण्यासारखी ओसंडून चालली होती. एकीकडे भरपूर गप्पागोष्टी सुरू होत्या. श्रीमंतांच्या उच्चभ्रू बायका बंगलोरमध्ये उन्हाळा कसा वाढत चालला आहे याविषयी बोलत होत्या, तर कुणी ११ सप्टेंबरच्या भयावह घटनेविषयी बोलत होत्या. पुरुष लोक बाजारात आलेल्या मंदीच्या लाटेविषयी बोलत होते व महागाईच्या निर्देशांकाची चर्चा करत होते.

तिथे मला एक तरुण भेटला. तो देखणा, उमदा होता. उत्साहानं नुसता सळसळत होता. ही पार्टी आयोजित करणाऱ्या लोकांपैकीच तोही एक होता. तो एका बहुराष्ट्रीय कंपनीत चांगल्या वरच्या पदावर होता. त्याला आपण कुठेतरी पाहिलंय... असं मला सारखं वाटत होतं. पण नक्की कुठे... ते काही आठवत नव्हतं. एवढ्यात त्यानं माझ्याकडे पाहून ओळखीचं हास्य केलं आणि 'जेवल्याशिवाय जायचं नाही हं,' अशी आर्जवी विनंतीसुद्धा केली. याचा अर्थ तो मला ओळखत होता; पण मी काही त्याला ओळखलं नाही. मी जरा बुचकळ्यात पडले. एवढ्यात जरा लांब उभी असलेली विजया माझ्या नजरेस पडली. मी तिच्याजवळ जाऊन विचारलं, 'तू इथं कशी ?' त्यावर त्या तरुणाकडे बोट दाखवून ती म्हणाली, 'तो माझा नवरा आहे.' पण तिच्या शब्दामधे कुठंही मला अभिमानाची छटा दिसली नाही.

विजया अशक्त व विवर्ण दिसत होती. ती आजारी आहे, असं वाटत होतं. तिच्या चेहऱ्यावर किंचितही आनंद नव्हता. तिचे डोळे सुजलेले होते. वेशभूषाही गबाळीच होती. मी तिला काही विचारणार एवढ्यात तिचा गळा भरून आल्याचं मला जाणवलं. मग आम्ही दोघी एका बाजूला जाऊन उभ्या राहिलो. मी जरा वेळ काही न बोलता तिला रडू दिलं. काही वेळा नुसतं रडण्यानंही माणसाच्या मनावरील ताण हलका होण्यास मदत होते. थोड्या वेळानंतर आपण होऊनच तिनं स्वत:ची परिस्थिती वर्णन केली. आपल्यावर प्रचंड मानसिक ताण असल्याचंही तिनं सांगितलं. मला ते ऐकून फार वाईट वाटलं. हिच्या बाबतीत काय घडलं असावं ? काय चुकलं असावं ? तिच्या लग्नाच्या वेळी तर सगळं कसं व्यवस्थित होतं. हुंड्याविषयी,

देण्याघेण्याविषयी काही चर्चा नव्हती. पती चांगला शिकलेला होता. पण विजयाची कहाणी वेगळीच होती. ती म्हणाली, ''मॅडम, एखाद्या विवाहित स्त्रीला जर आपल्या संसारात सुखी व्हायचं असेल, तर त्यासाठी सर्वांत महत्त्वाची गोष्ट म्हणजे पतीपत्नींचा परस्परांवरील विश्वास आणि त्यांना परस्परांविषयी वाटणारा आदर; पण ही गोष्ट पुरुष समजून घेत नाहीत. त्यांची अशी समजूत असते, की एकदा आपण आपल्या पत्नीच्या हातात चेकबुक दिलं की झालं. मग घराबाहेरच्या जगात आपल्या पत्नीला विश्वासात न घेता आपण काय वाटेल ते केलं तरी चालतं. आपली पत्नी तेवढ्यानं सुखी होते. पण हे खरं नाही. प्रत्येक पत्नीची अशीच इच्छा असते, की आपल्या पतीनं आपलं मत विचारात घ्यावं. पतीपत्नींचं समजा एखाद्या बाबतीत एकमत नाहीच झालं, तर पत्नीला आपलं म्हणणं पटवून देण्याचा पतीनं प्रयत्न करावा, प्रसंगी वादसुद्धा घालावा; पण जे काही घडतंय त्याची त्यानं तिला माहिती जरूर द्यावी. यालाच म्हणायचं विश्वास. हा विश्वास संपादन करावा लागतो. त्यासाठी काही काळ द्यावा लागतो. विश्वास काही पैशानं खरेदी करता येत नाही. मोठ्या लग्नमंडपात लग्न लागलं म्हणजे काही विश्वास मिळत नाही. मॅडम, तुम्ही तो 'साहिब, बीबी और गुलाम' चित्रपट पाहिलाय नां ?' तिचे ते शब्द ऐकून माझं मन भूतकाळात गेलं. मी 'साहिब, बीबी और गुलाम' चित्रपटाविषयी विचार करू लागले. स्वर्गीय गुरुदत्त यांनी निर्माण केलेल्या चित्रपटांपैकी सर्वांत सुंदर चित्रपट. हजारो, लाखो भारतीय स्त्रियांच्या हृदयाला हा चित्रपट स्पर्श करून गेला. विशेषत: श्रीमंत कुटुंबातील स्त्रियांना तर तो फारच भावला. एक दडपलेली स्त्री आणि तिचा भावनिक कोंडमारा, तिच्या मनाची घालमेल या चित्रपटात इतक्या सहजसुंदरपणे चितारलेली आहे. त्या एकाकी स्त्रीचं दु:ख कोणत्याही संपत्तीनं हलकं होणार नाही.

मला माझ्या अनेक विद्यार्थीविद्यार्थिनींची पत्रं येत असतात. विशेषत: माझ्या विवाहित विद्यार्थिनी पत्रातून आपलं मन मोकळं करतात. बरेचदा त्या आपल्या आयुष्यातील समस्या पत्रातून मांडतात व त्यावर काही उपाय सुचवा, अशी मला विनंती करतात. काहींना वाटतं - प्रत्येक प्रश्नाला तयार उत्तर उपलब्ध असतं किंवा यशस्वी होण्याचा काही कानमंत्र असतो; परंतु वैवाहिक जीवनातील सुखाची व्याख्या प्रत्येक व्यक्तीसाठी निराळी असते. ती व्यक्तिसापेक्ष असते. एका व्यक्तीच्या समस्येवरील उपाययोजना दुसऱ्या व्यक्तीच्या बाबतीत लागू पडेलच असं सांगता येत नाही. पण यात एक गोष्ट मात्र सर्वांसाठी सारखीच असते, ''परस्परांवरील विश्वास, त्याचप्रमाणे एकमेकांवरील श्रद्धा आणि परस्परांसाठी त्याग करण्याची वृत्ती यातूनच वैवाहिक जीवनाचा पाया भक्कम होतो.

एकदा मी अशीच माझ्या कामाच्या निमित्ताने एका खेडेगावात गेले होते. ती पौर्णिमेची रात्र होती. वातावरण शांत आणि नितांतसुंदर होतं. गावाच्या मधोमध एक

वडाचं झाड होतं. ते चांदण्यात न्हाऊन निघालं होतं. रस्त्यावर बसेसचा आवाज नव्हता की आकाशात उडणाऱ्या विमानांची घरघर नव्हती. टेलिफोन आणि मोबाईलची घंटी वाजत नव्हती. एवढंच काय, साधी वीजसुद्धा नव्हती तिथे. मी वडाच्या झाडाखाली एका बाकावर बसून गावकऱ्यांशी गप्पागोष्टी करत होते. गावकऱ्यांच्या स्वतःच्या पुष्कळशा समस्या असतात. पिण्याच्या पाण्याचं दुर्भिक्ष असतं, वैद्यकीय सुविधा पुरेशा नसतात, शेतात फवारायला कीटकनाशकं नसतात...

इथंही जवळजवळ प्रत्येकाचं काहीना काही गाऱ्हाणं होतंच. अपवाद फक्त मधा आणि यलम्मा यांचा. मधा आणि यल्लमा हे भिकारी होते. त्यांच्याकडे फुटकी कवडीसुद्धा नव्हती. त्यांच्या भविष्याची काहीही तरतूद नव्हती. कडाक्याची थंडी होती; पण त्यांच्या तोंडात त्याबद्दल तक्रारीचा शब्द नव्हता. त्या जोडप्यापैकी यल्लमा रोगग्रस्त होती. मधा तिचे पाय चेपत होता. मी त्या दोघांना विचारलं, "तुमची काय अडचण आहे ?" त्यावर यल्लमा म्हणाली, "काहीच नाही. जे काही काम पडतं, ते आम्ही दोघं बरोबरीनं करतो. एकमेकांच्या सल्लामसलतीनं सगळं काही करतो. आम्ही एकमेकांना खूप जपतो, कधीच दुखावत नाही. या आयुष्याच्या प्रवासात एकमेकांना साथ द्यायचं ठरवलंय ना आम्ही ! तीसुद्धा जन्मोजन्मीची आहे, म्हणूनच आम्ही सुखी आहोत."

यल्लमाचे ते शब्द किती बरोबर होते. तिचं लग्न काही मोठ्या सभामंडपात, थाटामाटात झालेलं नसणार. देणीघेणी, मानपान, हुंडा... असं काही तिच्या लग्नात नसणार. ती स्वतः मुळीच शिकलेली नव्हती. तिचे कुठे वशिले, लागेबांधे नव्हते.... बरीच लग्नं अयशस्वी होतात तेव्हा त्यामागे बहुतांशी एकच कारण असतं, ते म्हणजे - पतीपत्नीच्या नात्यामधील विश्वासाचा अभाव. लग्न म्हणजे केवळ आर्थिक सुरक्षितता, एक समारंभ, सामाजिक प्रतिष्ठेचं प्रतीक आणि आपली जबाबदारी दुसऱ्यावर सोपवणं एवढंच होऊन बसतं. पण लग्न झालेल्या किती जोडप्यांना हे समजलंय, की आता आयुष्याचा प्रवास आपण दोघांनी बरोबरीनं, हातात हात घालून करायचा आहे ?

मुसळधार पाऊस असो, खाचखळग्यांचा रस्ता असो, वादळी रात्र असो नाहीतर काट्याकुट्यांनी भरलेली वाट... दोन्ही बाजूंनी झाडांची शीतल छाया असलेला सुरेख मार्ग असो, नाहीतर दाहक उन्हाळ्याचा ताप... जर एकत्रितपणे मार्गक्रमण करायचंच आहे, तर परस्परांवर गाढ विश्वास असलाच पाहिजे. वैवाहिक जीवनामध्ये या विश्वासाची पुंजीच जन्मभर पुरत असते, तेथे हिरेमोती कामाला येत नाहीत, डॉलर्स कामाला येत नाहीत.

✦

३०

दूध-भाऊ

प्री युनिव्हर्सिटीच्या कोर्सपासून ते थेट एम्. सी. ए.पर्यंत मी राम आणि श्याम यांना शिकवत होते. ते दोघे जुळे भाऊ इतके एकसारखे दिसत; की ओळखू येत नसत. ते एकमेकांचे जिवलग मित्रसुद्धा होते. आपण जेव्हा मुलांना किशोरावस्थेपासून पार तारुण्यात पदार्पण करेपर्यंत शिकवतो, तेव्हा तो सहवास सात वर्षांचा प्रदीर्घ असतो. कळत न कळत आपली त्या मुलांवर माया जडते आणि ती मुलंही आपल्यावर प्रेम करू लागतात. अशाच तऱ्हेने अल्पशा काळात राम, श्याम आणि त्यांचे कुटुंबीय या सर्वांविषयी मला आपुलकी वाटू लागली. जुळ्या मुलांबद्दल माझं एक निरीक्षण आहे - ही मुलं एकामेकांच्यातच इतकी मग्न असतात की त्यांची बाकी कुणाशी फारशी मैत्री होत नाही. म्हणतात नां - टू इज कंपनी ! राम आणि श्यामही याला अपवाद नव्हते. ते दोघे गृहपाठ एकत्रच करत. लॅबमधील टिपणे, अभ्यासाची टाचणेसुद्धा एकत्रच काढत. ते दोघे इतके सारखे दिसत, की त्यांच्यातला राम कोण आणि श्याम कोण, ते मला ओळखू येत नसे. 'तुम्ही दोघं वेगवेगळ्या रंगांचे शर्ट घालून येत जा !' मी त्यांना म्हणत असे. 'माझा इतका गोंधळ होतो. तुमच्या बाबतीत. खरंच, तुम्ही जेव्हा लग्न कराल, तेव्हा कोणाशी कराल बरं ? का आपल्यासारख्याच जुळ्या मुली शोधणार ? तसं झालं तर गंमतच होईल. कोणती बायको कोणाची तेच कळणार नाही !'

एम्. सी. ए.ची परीक्षा उत्तीर्ण झाल्यावर ते दोघे एका सॉफ्टवेअरच्या कंपनीत नोकरीला लागले. त्यांचे वडील कारखानदार होते आणि आई एका शाळेची मुख्याध्यापिका होती. ही दोघं चांगल्या सधन परिस्थितीत वाढलेली होती. त्यांचं

स्वत:चं मोठं घर होतं, शिवाय एक फार्महाऊससुद्धा होतं. काही दिवसांनी राम आणि श्याम मला लग्नाचं निमंत्रण द्यायला आले. दोघे विनोदाने म्हणाले,

"मॅडम, तुमचं बोलणं खरं ठरलं. आम्ही खरोखरच जुळ्या बहिणींशी लग्न करतोय."

ते ऐकून मला आश्चर्य वाटलं. मग मीही हसत म्हणाले, "अरे वा ! मग तुमचं आयुष्यसुद्धा एखाद्या चित्रपटाच्या कथानकासारखंच होईल. पण काय रे.. तुम्हाला अशा जुळ्या मुली मिळाल्या तरी कुठे ? त्यांची नावे काय ?"

"मॅडम, आम्ही त्यासाठी बराच शोध घेतला. एक जुळंच दुसऱ्या जुळ्यांचं प्रेम, त्यांची मैत्री समजावून घेऊ शकतं. स्मिता आणि सविता यांचंही असंच मत आहे. मॅडम, तुम्ही लग्नाला नक्की यायचं हं.. आणि आम्हाला आशार्वाद द्यायचे."

त्याप्रमाणे त्या दोघांच्या लग्नाला मी गेले. वधूवरांना शुभाशीर्वाद दिले. दोन्ही घरच्या आईवडिलांनी आज अगदी सुटकेचा निश्वास टाकला असेल... माझ्या मनात आलं. दोन भाऊ, दोन बहिणींशी लग्न करत आहेत. कुठे स्पर्धा नाही, चुरस नाही की वैमनस्य नाही.

काळ पिसासारखा अलगद उडून गेला. एक दिवस रामच्या आईचा मला फोन आला.

"मॅडम, तुम्ही जरा घरी या आणि माझ्या मुलांशी समजुतीचे चार शब्द बोला."

तिचा गळा भरून आला होता. मला ते जाणवलं.

काय झालं असेल बरं ? मी तर बुचकळ्यातच पडले. पण काहीतरी समस्या उद्‌भवलेली होती, एवढं मात्र खरं.

त्याच वीक्‌एंडला मला माझ्या एका मित्रानं जेवायला बोलावलं होतं. ही सबब सांगावी, असं मनात म्हटलं; पण रामच्या आईने फारच आर्जवाने घरी बोलावलं होतं. अखेर मी त्यांच्या घरी गेले. तिथे पोचताच प्रथमदर्शनी मला आश्चर्याचा मोठा धक्का बसला. घराच्या दर्शनी भागात एकाऐवजी दोन मुख्य प्रवेशद्वारे होती. घर ओळखूच येत नव्हतं. बागेच्या मधोमध कुंपण घालून त्याचे दोन भाग केलेले होते. मला क्षणभर वाटलं, आपणच घर चुकलो की काय ! मी पाठ फिरवून माघारी वळले, इतक्यात रामच्या आईनं मला पाहिलं आणि त्या दोन घरांपैकी एका घरात बोलावलं.

मी आत पाऊल टाकताच मला घरातील वातावरणात एकप्रकारचा ताण असल्याचं जाणवलं. मूळ घर जेव्हा बांधलं होतं तेव्हा ते एकाच कुटुंबाला राहण्यासाठी बांधलं होतं, हे तर उघडच होतं. दिवाणखानासुद्धा एकच होता. पण आता मात्र त्या घरांचे दोन भाग करण्यात आले होते. दिवाणखाना लहान तर

झोपण्याची खोली बरीच मोठी, स्वयंपाकघराची जागा भलत्याच ठिकाणी.... असला सगळा प्रकार होता. दिवाणखान्याच्या मधोमध जी विटांची भिंत बांधलेली होती ती थेट स्वयंपाकघरापर्यंत जाऊन पोचली होती. ते दृश्य फारच ओंगळवाणं दिसत होतं. घरात नि:शब्द शांतता होती. मी त्या वृद्ध स्त्रीला विचारलं,

"इथे ही अशी भिंत का बरं बांधली आहे ?" माझे शब्द ऐकताच तिला अश्रू अनावर झाले. ती हुंदके देऊ लागली.

"मॅडम, माझ्या मुलांचं आपापसात भांडण झालं आहे. दोघं वेगळे झाले आहेत. म्हणून ही भिंत बांधली आहे."

माझा तर विश्वासच बसेना. राम आणि श्याम यांचं भांडण ! कसं शक्य आहे ? ते दोघे इतके जिवलग मित्र, सख्खे भाऊ. कॉलेजपासून मी त्यांना चांगली ओळखत होते.

त्यांच्या आईला माझं मन कळलं असावं. ती उत्तरली,

"मुलं जेव्हा कॉलेजात जाणारी असतात, तेव्हा ती वेगळी असतात. पण मोठं झाल्यावर त्यांच्यात बदल घडून येतो."

"अनेकदा या भांडणांचं मूळ म्हणजे दुसरा जोडीदार असतो. पण इथे या दोघांच्या बायकासुद्धा जुळ्या बहिणीच आहेत नां ? मग भांडणाला जागा तरी कुठे आहे ?"

"आम्हालाही असंच वाटलं होतं. पण एक प्रश्न उपस्थित झाला. माझे पती निवृत्त झाले आणि आम्ही आमच्या मालमत्तेची वाटणी करायचं ठरवलं. आम्ही विचार केला : आपण दोघा मुलांकडे सहा सहा महिने राहू; पण सगळ्या समस्येचं मूळ तेच तर आहे. दोन्ही बहिणींना एकच घर हवं आहे. दोन्ही भावांना एकच फार्म-हाऊस हवं आहे. आता हा प्रश्न आम्ही कसा सोडवायचा ते तुम्हीच सांगा. चौघंही आपला हट्ट सोडायला तयार नाहीत."

"पैसा ही एक गोष्ट अशी आहे, जी सहसा लोकांची मने सांधू शकत नाही तर त्यांच्यात विसंवादच निर्माण करते." मी म्हणाले. थोडक्यात हे भांडण मालमत्तेवरून होतं.

मी त्या मुलांची प्राध्यापिका या नात्याने त्यांना समजुतीचे चार शब्द सांगावे असं त्या माऊलीला वाटत होतं; परंतु पैशाची बाब असेल तिथे शिक्षकाने कधीही हस्तक्षेप करू नये, असं माझं मत होतं. शिवाय जरी मी काही सांगायला गेले असते, तरी ते त्यांनी कधीही ऐकलं नसतं. मी आपलं माझ्यापरीनं त्यांना समजावण्याचा प्रयत्न केला आणि अपयशी होऊन, हार मानून घरी परतले.

मी त्यांना म्हणाले, "तुम्ही आयुष्याला सुरवातसुद्धा करण्याच्या आधीपासून एकमेकांच्या इतके निकट आहात. तुम्ही मातेच्या पोटी एकत्र जन्म घेतलात. तिचं

दूध जोडीनं प्यालात, एकाच बिछान्यावर जोडीनं झोपलात. तुम्ही लग्न केलं तेही जुळ्या बहिणींशी आपल्या भावना केवळ त्याच समजू शकतील, या खात्रीनं. आयुष्यात तुम्ही परस्परांशी मिळतंजुळतं घेऊन, सलोख्यानं राहायला शिकलं पाहिजे. हे असं एकाच गोष्टीच्या प्राप्तीचा हव्यास धरून संघर्ष करत जगण्यात काय अर्थ आहे ?''

त्यावर ते दोघे काहीच बोलले नाहीत. पण माझं बोलणं काही त्यांना आवडलेलं नव्हतं हे उघड होतं. माझा युक्तिवाद व्यर्थ गेला होता.

मला जेवायला जायचं होतं, त्या ठिकाणी पोचायला जरा उशीरच झाला. पण माझा मित्र माझी वाट पाहत होता. तो खरं तर माझा सहकारी. आमची ओळख बरीच जुनी होती. मला पोचायला उशीर झालेला पाहून तो म्हणाला, ''चांगल्या शिक्षकाने वर्गाप्रमाणेच वर्गाबाहेरसुद्धा वेळेचं काटेकोर पालन केलं पाहिजे.'' मी हार मानली.

''हो. उशीर झाला खरा. पण चल, आपण एखाद्या हॉटेलात जेवायला जाऊ.''

त्यावर त्याची पत्नी हसून म्हणाली, ''आजचं जेवण आमच्याकडे नाहीये. आपण इथून तीस किलोमीटर दूर असलेल्या आमच्या गावी चाललोय.''

''अरे, वा ! फार्महाऊसमधे ?''

''नाही, नाही. आमचं काही फार्महाऊस वगैरे नाहीये. पण एका शेतकऱ्याच्या घरी आपण चाललोय.''

त्यांच्या बोलण्याचा अर्थ मला नीटसा कळला नाही; पण तरीसुद्धा मी गाडीत बसले. आधी माझ्या मित्रानं गाडी जवळच्या बाजाराकडे वळवली. त्याने थोडी फळं, मिठाई वगैरे विकत घेतली. त्याच वेळी त्याच्या पत्नीने थोडे कपडे खरेदी केले. माझी उत्सुकता आता बरीच ताणली गेली. मी विचारलं, ''आपण कुठे चाललो आहोत ?''

त्यावर त्याने शांतपणे उत्तर दिलं, ''माझ्या भावाच्या घरी. बरेच दिवसांपासून त्याच्याकडे जेवायला जायचंच होतं. तुला नक्की आवडेल त्याच्याकडे.''

पण माझ्या माहितीप्रमाणे तरी त्याला बहीण, भाऊ कोणीही नव्हतं. तो आपल्या आईवडिलांचा एकुलता एक मुलगा होता.

''अरे, पण अचानक हा तुझा भाऊ कुठून आला ? चुलत भाऊ वगैरे आहे की काय ? का अगदी भावासारखा असलेला मित्र ? का हिंदी चित्रपटांप्रमाणे अचानक आपल्या भावाचा शोध लागलाय तुला ?''

माझ्या प्रश्नावर काहीही उत्तर न देता तो गाडी तशीच चालवत राहिला. त्याच्या चेहऱ्यावर स्मितहास्य होतं. आम्ही बंगलोर शहराच्या हद्दीच्या बाहेर पडलो. इथे गर्दी बरीच कमी होती. गावाबाहेरचं जीवन खूपच शांत होतं.

त्यानं माझ्या प्रश्नाचं उत्तर न दिल्यामुळे मला किंचित् अवघडल्यासारखं वाटत

होतं. मला वाटलं, आपण फार खाजगी प्रश्न तर विचारले नाहीत ना ? मी आत्ता जर अमेरिकेत कोणाला हे असले प्रश्न विचारले असते, तर मला त्यावर ताबडतोब उत्तर मिळालं असतं, "हे पाहा, ही आमची खाजगी बाब आहे." पण आपण भारतात असं करत नाही. खरं तर आपल्याला दुसऱ्याच्या खाजगी बाबतीत ढवळाढवळ वगैरे करायची नसते. फक्त संभाषण सुरू करण्याचा तो एक मार्ग असतो.

अचानकपणे माझा मित्र बोलू लागला.

"आपण आत्ता ज्या गावी निघालोय, त्याच गावात पंचावन्न वर्षांपूर्वी माझा जन्म झाला. मी केवळ दहा दिवसांचा असताना माझी आई हे जग सोडून गेली. परंतु तिच्या मृत्यूनंतर माझ्या वडिलांनी पुनर्विवाह केला नाही. त्यांनी शपथच घेतली होती तशी. त्यांचं माझ्या आईवर जिवापाड प्रेम होतं. आमच्या कुटुंबात आणखी कोणी स्त्री नव्हती. आमच्या घरी कामाला एक गडी होता. त्याची पत्नी सीताक्का हिला वीस दिवसांपूर्वीच मुलगा झाला होता. या सीताक्काला लहान मुलं खूप आवडत. मी आईविना पोरका होता. मी दुधासाठी रडत असे. गाईचं दूध मला पचत नव्हतं. माझी प्रकृती त्यामुळे इतकी क्षीण झाली होती की मी मरणाच्या दारात पडलो होतो. त्या काळी डब्यातलं दूध नसायचं. आईच्या दुधाची जागा घ्यायला फक्त गाईचं दूधच असे. जर एखाद्या मुलाला ते पचत नसेल तर फार मोठी समस्या उभी राहाते. त्या मुलाच्या जीवनमरणाचा प्रश्न उपस्थित होतो. माझे वडील त्या कारणानं अत्यंत चिंताग्रस्त होते. असहाय होते. माझा आक्रोश सीताक्काला जाणवला. ती माझ्या वडिलांना म्हणाली, "धनी, तुम्हाला जर चालणार असेल तर मी माझ्या बाळासोबत तुमच्याही बाळाला पाजेन. मला काय, दोन्ही मुलं सारखीच."

"माझ्या वडिलांनी क्षणभर विचार केला आणि मग तिला तसं करण्याची परवानगी दिली. त्या वेळी आमच्या अनेक नातेवाईकांनी या गोष्टीला जोरदार विरोध केला होता; पण माझ्या वडिलांनी त्याची फिकीर केली नाही. त्यानंतर पुढील दोन वर्षे सीताक्काने आपल्या मुलाबरोबर मलाही अंगावर पाजलं - आम्हा दोघांमध्ये कोणताही भेदभाव न करता ! त्यानंतर हळूहळू मला गाईचं दूध पचू लागलं. मी पहिली पाच वर्षे गावी राहिलो; पण नंतर पुढे वेगवेगळ्या ठिकाणी आमची बदली झाली. माझ्या मते सीताक्का ही एक अत्यंत महान स्त्री होती. पुढे ती वारली. पण तिचा मुलगा हनुमा याला मी माझ्या भावासारखाच मानतो. मी माझ्या जमीन-जुमल्यापैकी काही भाग त्याला देऊन टाकला आहे. परत याही वेळी आमच्या नातेवाईकांनी या गोष्टीला विरोध केला. या अशा आपल्या भारतीय स्त्रिया... त्या अशिक्षित, अडाणी असतीलही... पण त्याचं हृदय मात्र एखाद्या सागरासारखं विशाल असतं. त्यांच्या वात्सल्याला काही सीमा नसते. आता मी बंगलोरमध्ये

कामाच्या व्यापात खूप गुंतून गेलो आहे. वर्षातून एकदा मी माझा भाऊ हनुमा याच्या घरी जातो. आम्ही एकाच आईच्या दुधावर वाढलो. या आईनं आपल्या प्रेमाचा, मायेचा, वर्षाव आम्हा दोघांवर सारखाच केला. सीताक्काने माझ्याकडून कसलीच अपेक्षा केली नाही. त्यामुळेच माझ्या नजरेत ती फार महान होती. आम्ही दोघांनी एकाच आईचं प्रेम वाटून घेतलं, म्हणून आम्ही एकमेकांचे भाऊ आहोत.''

एव्हाना आमची गाडी त्या गावात येऊन पोचली होती. लुंगी घातलेला हनुमा प्रफुल्लित मुद्रेनं आमची वाटच पाहत होता.

का कोण जाणे पण मला त्या वेळी राम आणि श्यामची आठवण येत होती.

◆

३१

इतिहासापासून आपण काय शिकलो?

खूप वर्षांपूर्वी अशीच एकदा पालक म्हणून मी मुलांच्या शाळेच्या स्नेहसंमेलनासाठी गेले होते. स्नेहसंमेलनातील सर्वांत महत्त्वाचा कार्यक्रम हा नेहमी पारितोषिक वितरणाचा असतो. आपल्या मुलाला व्यासपीठावर जाऊन पारितोषिक घेताना पाहाणं हा पालकांच्या दृष्टीनं आनंदाचा, अभिमानाचा विषय असतो. मुलं आणि पालक या दोघांच्याही दृष्टीनं ही यशाची पावती असते. कार्यक्रमाला सुरवात झाली आणि माझं लक्ष गेलं, तर शेजारीच पंधरा-सोळा वर्षांची एक मुलगी बसली होती. ती चुणचुणीत, प्रसन्न चेहऱ्याची मुलगी होती. चांगली हुशार दिसत होती. कोणीतरी तिला तिथे पाहिलं आणि विचारलं,

"मित्रा, आज तू इकडे कशी काय बसली आहेस ? नेहमीसारखी पहिल्या ओळीत बक्षीस घेणाऱ्या मुलांच्या रांगेत नाही बसलीस ?"

त्यावर ती मुलगी मृदूपणे उत्तरली,

"या वर्षी मला नाही मिळालं बक्षीस."

त्या संभाषणातलं एक अक्षरही मला कळलं नाही. तरी पण मी हलकेच त्या मुलीशी विषय काढून बोलण्यास सुरवात केली.

"तुझं बक्षीस कसं काय हुकलं ?"

तिनं चमकून माझ्याकडे पाहिलं. या अनोळखी बाईनं अचानक कसं काय बोलणं सुरू केलं, अशा अर्थाचे आश्चर्याचे भाव तिच्या चेहऱ्यावर होते; पण मग माझ्या पांढऱ्या केसांकडे तिचं लक्ष गेलं आणि तिला हसू फुटलं. अनेकदा बसमधून प्रवास करताना, चित्रपटगृहात किंवा आत्तासारख्या प्रसंगात पांढरे केस असल्याचा

हा असा फायदा होतो.

तिनं उत्तर दिलं,

''गेली इतकी वर्षे प्रत्येक वेळी मीच सर्व तुकड्यांमध्ये पहिली असायचे. पण या वेळी एका मार्कानं माझा पहिला नंबर गेला. त्यामुळे माझ्या वर्गातल्या बसंतीला आज बक्षीस मिळणार आहे.''

तिचं हे वाक्य बोलून पुरतं होण्याच्या आतच तिची ती बसंती नावाची वर्गमैत्रीण व्यासपीठावर बक्षीस घेण्याकरता आली. मी पाहिलं, तर मित्रा इतरांपेक्षाही जोरजोरात टाळ्या वाजवत होती. अलिकडे तर आपल्याला सर्वत्र असंच बघायला मिळतं, की हेवादावा हा आपल्या भारतीय संस्कृतीचा एक अविभाज्य भाग बनून गेलेला आहे. आपल्या इकडच्या लोकांची मनोवृत्ती अशी असते, की माझ्या प्रतिस्पर्ध्याचे दोन्ही डोळे गेले पाहिजेत; मग त्यासाठी माझा स्वत:चा एक डोळा गेला तरी त्याची पर्वा नाही. आणि इथे बघावं, तर ही मुलगी आपल्या प्रतिस्पर्धी मैत्रिणीच्या यशाचा आनंद व्यक्त करून टाळ्या वाजवत होती ! मीही नकळत टाळ्या वाजवू लागले. पण या टाळ्या त्या मित्रा नावाच्या मुलीसाठी होत्या. 'असूया' नावाच्या भावनेवर किती सहजपणे ताबा मिळवला होता तिनं व तोही एवढ्या कोवळ्या वयात ! हे या मुलीला कुणी शिकवलं असेल बरं ? नक्कीच तिच्या आईनंच हे संस्कार तिच्यावर केले असणार. त्या माऊलीला तर मी कधी पाहिलंही नव्हतं. पण नैतिक मूल्यांचे, आदर्शांचे पाठ शिकवून तिनं आपल्या मुलीला फार चांगलं वळण लावलेलं दिसत होतं.

गेले काही दिवस रोजच माझ्याकडे भरपूर अर्ज येत असतात. उन्हाळ्याच्या सुट्टीत तीन महिन्यांचं हंगामी काम करण्यासाठी उत्सुक असलेल्या तरुण उमेदवारांचे. खरं तर सहसा आम्ही अशा उमेदवारांना तात्पुरत्या नोकरीत भरती करत नाही, कारण आमचे उपक्रम दीर्घकाळ चालणारे असतात आणि त्या मुलांना केवळ तीनच महिन्यांसाठी काम हवं असतं; परंतु या वर्षी आमच्याकडे एक लहान उपक्रम होता व तो केवळ तीन महिन्यांत संपण्यासारखा होता. नशिबानं त्याच वेळी माझ्याकडे दोन तरुण आले. दोघंही नुकतेच कॉलेजातून बाहेर पडलेले होते आणि चांगले हुषार, तरतरीत होते. त्यांना परदेशी विद्यापीठांमध्ये उच्चशिक्षणासाठी प्रवेश मिळालेला होता व परदेशी जाण्यापूर्वी तीन महिन्यांची सुट्टी होती. या दोन तरुणांना मी स्वयंसेवक म्हणून कामावर घेतलं.

आमच्या ऑफिसात सर्वांसाठी मी कडक नियम घालून दिलेले आहेत. त्याचमुळे आमचं कामकाज अत्यंत सुरळीत, शिस्तबद्ध रीतीनं चालतं. शिवाय कोणाच्याही हातून जर कामात कोणत्याही प्रकारची हयगय झाली तर त्याची शिक्षा म्हणून त्या

व्यक्तीला दंड भरावा लागतो. उदाहरणार्थ, जर कोणी कामावर उशिरा आलं तर त्या व्यक्तीला दंड भरावा लागतो. जर कोणी काही कागदपत्रं वेळच्या वेळी फाईलला लावून ठेवली नाहीत, तर त्याला दंड भरावा लागतो. ही दंडाची रक्कम तशी अगदीच कमी असते; पण त्यामुळे ऑफिसात शिस्तीचं वातावरण राहण्यास मदत होते. कोणत्याही व्यक्तीला दंड भरावा लागण्याची कल्पना नकोशी असते व त्यामुळे ती व्यक्ती स्वतःचं वर्तन सुधारते.

सुरेश आणि रमेश हे दोघे शिकाऊ उमेदवार आपल्या कामात अत्यंत चोख होते. पण तरीही त्या दोघांमध्येसुद्धा सुरेश हा रमेशपेक्षा जास्त चांगला होता. त्याला सोपवण्यात आलेलं काम तो आवडीने करी. त्यासाठी तो मुद्दाम लवकर कामावर हजर होत असे. आपल्याला जर आपल्या कामात रुची असेल, तर काळ कसा पिसासारखा उडून जातो. पण जर आपलं काम आपल्याला आवडत नसेल, तर मात्र ते काम महाकर्मकठीण वाटू लागते.

एक दिवस रमेश एक अतिमहत्त्वाचा कागद फाईलमध्ये लावायला विसरला. नियमानुसार त्यानं त्याबद्दल दंड भरणं अपेक्षित होतं. मी त्याला दंड भरण्याची आठवण करून देताच त्याचा चेहरा चिंताग्रस्त दिसू लागला. थोडा वेळ गेला आणि तो माझ्यापाशी आला. तो म्हणाला, "मॅडम, गेल्या आठवड्यात सुरेशसुद्धा एक कागद फाईलला लावायला विसरला होता. पण मी काही ती गोष्ट लगेच तुम्हाला येऊन सांगितली नाही.'' मग मी सुरेशला बोलावून ही गोष्ट खरी होती का, याची शहानिशा केली. त्याने तसं घडल्याचं लगेच मान्य केलं.

"हो, सकाळी मी तो कागद फाईलला लावायला खरंच विसरलो होतो, पण सायंकाळी घरी जाण्याआधी मला आठवण झाली आणि मग मी आधी तो कागद जागच्या जागी लावून मगच घरी गेलो.''

अर्ध्या तासानंतर रमेश परत माझ्याकडे येऊन म्हणाला, "मॅडम, दोन आठवड्यांपूर्वी तुम्हाला एक फोन आला होता. पण ती गोष्ट त्याने तुम्हाला सांगितली नव्हती.''

ते ऐकून मला हसू फुटलं. मी म्हणाले, "त्याने तो निरोप माझ्या डायरीत लिहून ठेवला होता.''

मग मी रमेशकडे एकवार निरखून पाहिलं आणि म्हणाले,

"हे पाहा रमेश, माझ्या दृष्टीनं तुम्ही दोघंही सारखेच. मी तुमची वरिष्ठ या नात्याने तुमच्यात जरासुद्धा भेदभाव करत नाही. कारण मी जर असा भेदभाव करू लागले, तर कोणाच्याच हातून चांगलं काम होऊ शकणार नाही आणि मग हा सगळा कारभार सांभाळणं कठीण होऊन बसेल. हा दंड भरण्याचं म्हणशील तर तो केवळ शिस्त लावण्याचा एक मार्ग आहे. ते एक प्रतीक आहे. एक शिक्षिका या नात्यानं मी तुला एक गोष्ट सांगू ? तू तुझ्या स्वतःत सुधारणा कशी घडवून आणता

येईल, ते आधी बघ. त्यासाठी धडपड कर. दुसऱ्या व्यक्तीशी स्वत:ची सारखी तुलना करत राहून दुसऱ्याचा मत्सर करणं योग्य नाही. खरं तर आपण भारतीय लोक अत्यंत बुद्धिमान असतो. पण आपल्यात एकच दोष असतो. आपण आपल्याच लोकांचा हेवा करतो. आता आजचीच गोष्ट बघ. सुरेशमधले दोष शोधून काढण्यात तू दिवसाचा किती वेळ खर्च केलास बरं... त्यापेक्षा स्वत:च्या चुका सुधारण्याचा प्रयत्न केला असतास तर ! काचेच्या बरणीत बेडूक भरून ठेवलेले असतात नां... तसं असता कामा नये आपण. एक बेडूक वर चढू लागला, की इतर बेडूक लगेच त्याचा पाय खाली ओढतात. तुला आपल्या देशाचा इतिहास माहीत आहे ? आपण कितीतरी लढाया हरलो, परकियांचे गुलाम बनलो.... ते कशामुळे ? दुसऱ्याविषयी वाटणाऱ्या या मत्सरामुळेच. हा दृष्टिकोन बदलायला शिकलं पाहिजे आपण. आपल्या इतिहासातून काहीतरी शिकवण घेतलीच पाहिजे आपण. इतिहास म्हणजे केवळ सनावळ्या आणि ठिकाणांची जंत्री नव्हे. कोणती लढाई कुठे व कोणामध्ये झाली याचा वृत्तांत नव्हे. एखादं युद्ध आपण जर हरलो असू तर ते नक्की का हरलो, हे आपण आपल्या इतिहासापासून शिकायचं असतं. आणि त्या चुका आपण परत कधीच घडू द्यायच्या नसतात.''

हे बोलत असताना माझ्या नजरेसमोर त्या मित्रा नावाच्या मुलीचा चेहरा उभा राहिला.. आपल्या प्रतिस्पर्धी मैत्रिणीच्या यशाबद्दल जोराजोरात टाळ्या पिटणाऱ्या मित्राचा चेहरा...

◆

३२
तृप्ती

अलिकडचीच गोष्ट आहे. माझी मैत्रीण निर्मला हिच्या मुलीच्या लग्नाला मी गेले होते. सर्व श्रीमंतांची लग्नं जशी असतात, तसंच होतं ते. नेहमीचंच ते भलंमोठं प्रशस्त मंगल कार्यालय.. गर्भरेशमी साड्यांचं आणि दागदागिने, जडजवाहीर यांचं ते भरलेलं प्रदर्शन. आपण ज्यांचे नेहमी फोटो पाहतो त्या थोरामोठ्यांच्या बायका.. सुटाबुटातले पुरुष आपल्या व्यावसायिक गप्पा व चर्चांमध्ये मग्न होते. वधूवरांना भेटण्यासाठी हातात फुलांचे मोठमोठे गुच्छ आणि भेटवस्तू घेऊन तिष्ठत असलेल्या लोकांची भलीमोठी रांग होती. महागड्या लग्नपत्रिकेवर तळाशी अगदी बारीक अक्षरात मजकूर छापलेला होता. 'तुमचे आशीर्वादच फक्त पुरेत.' या अशा तऱ्हेचं वाक्य छापलेलं पाहिलं की मला सिगारेटच्या जाहिरातीची आठवण होते. एका भल्यामोठ्या पाटीवर एक तरुण मुलगा व तरुण मुलगी जोषात, तारुण्याच्या मस्तीत बेपर्वाईने उभे असतात. हातात सिगारेट असते. आपण त्या चित्राकडे पाहिलं तर वाटतं जणू धूम्रपान हे जोषाचं, उल्हासाचं, आनंदाचं प्रतीक आहे. त्या बोर्डच्या तळाशी अगदी बारीक अक्षरात सावधगिरीची सूचना छापलेली असते : 'धूम्रपान करणे प्रकृतीस हानिकारक आहे.'

मी पण त्या रांगेत तिष्ठत उभी होते... आपल्याला वधूवरांपर्यंत पोचायला अजून किमान तासभर तरी थांबावं लागणार... मी मनात विचार करत होते, इतकं बड्या घरचं लग्न. लग्नाला उपस्थित असलेले सर्वच पाहुणे बडे. त्यांनी लग्नाला हजेरी लावल्याचा काही पुरावा नको का ? मग वधूवरांना भेटायला आलेल्या प्रत्येक पाहुण्याचा एक फोटो घेणं आणि व्हीडिओ चित्रीकरण... हे तर हवंच. कार्यालयात

उजव्या हाताला बुफे पद्धतीने जेवणाची सोय केलेली होती. उत्तर आणि दक्षिण भारतीय खाद्यपदार्थांची नुसती लयलूट होती. त्या वासाने पोटातली भूक अधिकच बळावत चालली होती. त्या रांगेत उभं असताना मला माझी जुनी मैत्रीण विमला भेटली. ती पण अशीच बड्या घरची होती. विमलेचा चेहरा जरा दु:खी दिसत होता. आम्ही उभ्या उभ्याच गप्पा मारू लागलो.

"तू अशी उदास का दिसतेय ?"

"ते तुला नाही कळायचं. एक फार मोठी संधी हातातून गेली माझ्या. असं झाल्यावर कसं वाटतं, ते केवळ माझं मलाच ठाऊक !"

"कसली संधी ?"

"उटीच्या जवळ एक चहाचा मळा होता. तो मी विकत घेणार होते. पण आमचा व्यवहार होता होता फिसकटला. चांगली हातात आलेली संधी गेली. माणसंसुद्धा इतकी हावरट, स्वार्थी असतात ना. माझा त्या चहाच्या मळ्याच्या मालकाशी व्यवहार जवळजवळ पुरा होत आला होता.. आणि ऐन वेळेला दुसऱ्या कोणीतरी त्याला दहा लाख रुपये जास्त देऊ केले. झालं. लगेच त्यानं मला दिलेला शब्द फिरवला आणि त्या दुसऱ्याला तो मळा विकला. आजकाल शब्दाला काही किंमतच राहिलेली नाही."

"पण तुझ्या मालकीचे दोन मळे कूर्गमध्ये आहेतच ना ? मग अजून आणखी एक मळा कशासाठी हवा आहे तुला ?"

"मला दोन मुलं आहेत आणि एक नातू आहे. मी विचार केला - हा नवीन मळा आपल्या नातवासाठी विकत घेऊन ठेवावा."

"अगं, पण तुझा नातू तर अजून फक्त एकच वर्षाचा आहे ना ?"

"म्हणून काय झालं ? तो मोठा झाला की त्याला मिळेल नां..."

माझं स्वत:चं अर्थकारणाचं ज्ञान तसं तुटपुंजंच असल्यामुळे हे असले व्यवहार मला कधी समजत नाहीत. विमलाला त्या व्यवहारात हार पत्करावी लागली, म्हणून मला तिच्याविषयी वाईट वाटलं.

काही वर्षांपूर्वी मी तामीळनाडूमधील तंजावर जिल्ह्यातून काही कामानिमित्त प्रवास करत होते. संध्याकाळची वेळ झाली होती. अंधारून आलं होतं. बंगालच्या उपसागराला वादळाचा तडाखा बसल्यामुळे भरपूर पाऊसही सुरू होता. रस्ता बंद झाला होता. आमच्या गाडीला पुढं जाणं शक्य नव्हतं. माझा ड्रायव्हर म्हणाला, "मॅडम, पुढचे किमान तीन तास तरी आपल्याला हलता येणार नाही. तेव्हा इथे एकटं गाडीत बसून राहण्यापेक्षा तुम्ही कुठेतरी आडोशाला जाऊन थांबत का नाही ?"

मी मनातून जरा अस्वस्थ झाले होते. अपरिचित मुलूख, अनोळखी माणसं... आणि मी अशी एकटी पावसात अडकले होते. मी छत्री घेतली आणि चालत गावाकडे निघाले. आता त्या गावाचं नाव मला आठवत नाही; पण एक आठवतं, की ते अगदी छोटं, चिमुकलं गाव होतं. पावसात नेहमी जे होतं, तेच झालं. वीज गेली. अंधार तर इतका होता की पाऊल टाकणंही कठीण होतं. गावच्या वेशीपाशीच एक लहानसं देऊळ होतं. देवळात दिवा तेवत होता. त्याचा मिणमिणता प्रकाश लांबून दिसत होता. त्या देवळात जाऊन थांबलेलं बरं - असा विचार करून मी तिथे गेले. त्या मुसळधार पावसात, वाऱ्यानं माझी छत्री उलटली होती आणि मी पुरती भिजले होते. मी देवळात शिरले आणि एक वृद्ध माणूस उठून आला. तो तामीळमध्ये माझ्याशी बोलू लागला. मला तामीळ भाषा कळत नसली तरी त्याचं ते आर्जवी बोलणं, त्याच्या आवाजातील आपुलकी मला जाणवली. माझ्या या कामाच्या स्वरूपामुळे मला एव्हाना एक गोष्ट कळून चुकली आहे. माणसं जी एकमेकांशी बोलतात ती भाषेच्या माध्यमातून नव्हे, तर दोन हृदये एकमेकांशी थेट बोलतात. सुख असो नाहीतर दु:ख... ते या अशाच प्रकारे एकमेकांपर्यंत पोचवतात. त्या वृद्धाच्या शेजारी एक वृद्ध स्त्री उभी होती. तिने सुती नऊवार साडी नेसली होती. ती त्याच्या कानात काहीतरी कुजबुजली व तिने मला एक जुना, पण स्वच्छ धुतलेला टॉवेल डोकं पुसण्यासाठी दिला. मी चेहरा व डोकं पुसता पुसता त्या म्हाताऱ्या माणसाकडे पाहिलं. तो ऐंशीच्या घरात असावा. तो अंध होता. ते जोडपं अत्यंत गरीब परिस्थितीतलं होतं, हे तर उघडपणे जाणवत होतं. मला तामीळ भाषा येत नसल्यामुळे मी त्या दोघांशी कानडीत बोलले. त्यांनी मंगलारती करावी असं मी त्यांना सुचवलं. त्या वृद्ध माणसाने पूजा करण्यास सुरुवात केली. ते शिवमंदिर होतं. त्या देवळाच्या अंतर्भागी किंवा बाहेरच्या बाजूला कोणत्याही प्रकारचा भपका, थाटमाट नव्हता. शिवलिंगावरतीसुद्धा केवळ एक बिल्वपत्र तेवढं वाहिलेलं होतं. बाकी कोणत्याही माळा वगैरे नव्हत्या. सभोवताली असलेला अंधार व त्या अंधारात तेवणारी मंदिरातील ती एकुलती एक ज्योत.. त्या प्रकाशात माझ्या डोळ्यांना दिसलेलं ते परमेश्वराचं रूप मला पराकोटीचा आनंद देऊन गेलं. इतर देवालयांमध्ये तिकीट काढून, पूजा करण्यासाठी तिष्ठत जसं रांगेत उभं राहावं लागतं, तसं इथे नव्हतं. परमेश्वराचा वास मला या जागी निश्चितपणे जाणवला.

त्या वृद्धानं मंगलारतीचं तबक माझ्यापुढे धरलं. अचानकपणे मला त्या दोघांच्या दारिद्र्याची जाणीव झाली. मी पर्स उघडून शंभर रुपयांची नोट काढून त्या तबकात घातली.

त्या वृद्ध माणसानं ती नोट बोटांनी चाचपली व तो उघडउघड अस्वस्थ झालेला दिसला. मला तर वाटलं होतं, त्याला नक्कीच आनंद होईल. तो मृदूपणे म्हणाला,

"अम्मा, या नोटेला स्पर्श केल्यावर मला असं वाटतंय की दहा रुपयांपेक्षा बरेच जास्त पैसे तुम्ही घातले आहेत. पण मला खरंच एवढ्या पैशांची गरज नाही. तुम्ही जेव्हा देवळात येता, तेव्हा तुमच्या मनातील भक्तीभाव हा सर्वांत महत्त्वाचा. तुमच्या आर्थिक स्थितीला, समाजातील स्थानाला इथे काहीच महत्त्व नसतं. आपल्या पूर्वजांनीपण आपल्याला हेच सांगितलंय, की आपण जी दक्षिणा द्यायची ती 'अंजी पावली' - म्हणजे अल्पस्वल्प असावी. ही तुम्ही दिलीत तेवढी जास्त कधी नसावी. तुम्ही हे पैसे परत घ्या आणि मला नेहमीसारखी इतरांएवढीच दक्षिणा द्या."

ते ऐकून मी स्तंभित झाले. त्यावर काय बोलावं, तेच मला सुचेना. खरं तर मला बोलण्याची अडचण कधीच येत नाही. पण आत्ता मात्र खरोखर माझ्यापाशी बोलायला शब्द नव्हते. मी त्या वृद्धाच्या पत्नीकडे पाहिलं, तर तिचाही चेहरा निर्विकार होता. मला वाटलं, ती आपल्या पतीला विरोध करील. एवढे पैसे मिळत असताना त्याने त्याचा अव्हेर करू नये, म्हणून त्याला समजावेल. कितीतरी घरांमध्ये असं दृश्य दिसतं. बायका नवऱ्यांना हावरटपणा करण्यास भाग पाडतात व अखेर दोघंही त्या मोहाच्या जाळ्यात गुंतत जातात. परंतु इथे मात्र इतक्या अठरा विश्वे दारिद्र्यात राहत असतानासुद्धा पत्नीने पतीचा शब्द शिरोधार्य मानलेला होता.

मी म्हणाले, "तुम्हा दोघांचंही वय झालं आहे. या वयात अन्नधान्यापेक्षाही औषधपाण्यावर जास्त खर्च होतो. खरं तर हे ठिकाण तसं बरंच दूर आहे, पण तुम्हाला मान्य होणार असेल, तर मी एक सुचवू ?"

एव्हाना त्यांची परिस्थिती, त्यांचं राहणीमान कसं होतं, ते मला पुरतं कळून चुकलं होतं. त्यांच्या अंगावरचे कपडे स्वच्छ होते खरे; पण ते खूप जीर्णशीर्ण झालेले होते. अंगावर फुटका मणीसुद्धा नव्हता. त्यांचे चेहरे मात्र हसरे, समाधानी होते. माझ्या कामाच्या निमित्ताने माझ्या मनात एक गोष्ट पक्की ठसलेली आहे. कोणी काही अर्ज करो, शिफारसपत्रे आणो; पण प्रत्यक्ष डोळ्यांनी जी परिस्थिती आपण पाहतो, तेच सत्य असतं. त्या वेळी आमच्या संस्थेची अशा गरीब लोकांसाठी एक योजना चालू होती. आम्ही वृद्ध व्यक्तींना त्याअंतर्गत निवृत्तीवेतन देत असू. त्या योजनेचा लाभ या दोघा व्यक्तींना नक्कीच व्हायला हवा, ते त्यास नक्कीच पात्र आहेत, असा मला विश्वास वाटला.

आता ती वृद्ध स्त्री प्रथमच बोलली,

"पोरी, तुझं काय म्हणणं आहे ?"

"हे पाहा, मी तुम्हाला काही पैसे पाठवीन. ती रक्कम तुम्ही एखाद्या राष्ट्रीय बँकेत किंवा पोस्टात जमा करा. त्यावरचं जे व्याज मिळेल, त्याचा तुम्हाला तुमच्या उदरनिर्वाहासाठी उपयोग होईल. जर काही कारणांनी तातडीचे वैद्यकीय उपचार घेण्याची तुमच्यापैकी कोणाला गरज पडली, तर मूळ रकमेतूनसुद्धा तुम्हाला

खर्चाला पैसे काढता येतील.'

त्यावर तो म्हातारा मंदसा हसला. देवापुढे तेवणाऱ्या ज्योतीमध्ये त्याचा उजळून निघालेला चेहरा मला दिसला.

"पोरी, तू आम्हा दोघांपेक्षा वयानं बरीच लहान असावीस, असं वाटतं. तू जग अजून पाहिलेलं नाहीस. किती वेडी आहेस गं तू. या म्हाताऱ्या वयात आता मला पैशाची गरज पडेल तरी कशाला ? तुला ठाऊक आहे - शिवमहादेवाचं दुसरं नाव काय आहे ते ? त्याचं नाव आहे वैद्यनाथ. वैद्यनाथ म्हणजे फार मोठा वैद्य, किंवा डॉक्टर ! या गावातील लोक कनवाळू आहेत. मी पूजा करतो आणि ते मला तांदूळ देतात. मी जर कधी आजारी पडलो, तर गावातला डॉक्टर माझ्यावर मोफत उपचार करतो. आमच्या गरजा फारच कमी आहेत. मी तुझ्यासारख्या अनोळखी व्यक्तीकडून पैसा काय म्हणून घ्यायचा ? समजा, मी हे पैसे घेतले आणि तू म्हणतेस त्याप्रमाणे बँकेत ठेवले, तर ते कुणाला तरी समजणारच. मग तो माणूस आमच्या मागे लागेल. कदाचित कुणी त्या पैशाच्या हव्यासापायी आमच्या मरणाची- सुद्धा इच्छा करेल. ही सगळी भानगड हवी कुणाला ? तू आमच्यासारख्या म्हाताऱ्या जोडप्याला मदत देऊ केलीस हा तुझा चांगुलपणा. देव तुझं भलं करो; पण आम्ही जसे आहोत, तसंच राहू दे आम्हाला. आम्ही आयुष्यात खूप समाधानी आहोत, तृप्त आहोत. मला आयुष्यात याहून अधिक काही नको.''

अचानक वीज परत आली. देवळात झगमगीत प्रकाश पडला. मी त्या वृद्ध पण समाधानी जोडप्याकडे नीट निरखून पाहिलं. माझ्या कामाच्या निमित्ताने प्रथमच मी अशा प्रकारच्या माणसांना भेटले होते - ही माणसं पैशानं गरीब असतीलही, पण मनाची अपार श्रीमंती त्यांच्याजवळ होती. म्हणूनच मी देऊ केलेली आर्थिक मदत त्यांनी नाकारली. त्यांनी जे काही मुद्दे मांडले होते, त्या सर्वच मुद्द्यांशी मी सहमत होते, असं नाही; परंतु त्याचा एक मुद्दा मात्र मला सर्वस्वी मान्य झाला - तो म्हणजे समाधान, तृप्ती. मला आयुष्यात कधीतरी हा टप्पा गाठायचा आहे, एवढं समाधान मिळवायचं आहे. आयुष्यात आपली मर्यादा आपणच आखून घ्यायची आणि तृप्त राहायचं. कदाचित या तृप्तीमुळे आपली प्रगती थोडीशी खुंटेलही.. पण आयुष्यात काही काळानंतर ही समाधानी वृत्ती असणं फार गरजेचं असतं... म्हणजे मगच मन:शांती प्राप्त होऊ शकते.

माझ्या नजरपुढे विमलेचा उदास चेहरा तरळला... हातातील चांगला खरेदीचा व्यवहार निसटला म्हणून दु:खी झालेल्या माझ्या मैत्रिणीचा चेहरा...

◆